AF100886

നീലച്ചടയൻ

അഖിൽ കെ.

1995 സെപ്തംബർ 5ന് പയ്യന്നൂരിൽ ജനനം.
അച്ഛൻ: മോഹനൻ, അമ്മ: പുഷ്പവല്ലി.
വിദ്യാഭ്യാസം: കോറോം ഗവൺമെന്റ്
ഹയർ സെക്കന്ററി സ്കൂൾ.
ഇപ്പോൾ ഡ്രൈവറായി ജോലി ചെയ്യുന്നു.

വിലാസം: അഖിൽ.കെ, കാവിന്റരികത്ത് വീട്,
പരവന്തട്ട, കോറോം പി.ഒ.,
പയ്യന്നൂർ, കണ്ണൂർ - 670 307

Email: akhilpayyannur0@gmail.com
Mob: 9961988649

കഥ

നീലച്ചടയൻ

അഖിൽ കെ.

Gmotivation
an imprint of GREEN BOOKS

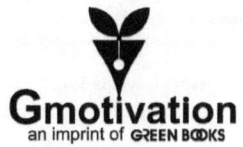

g-motivation
an imprint of green books private limited
gb building, civil lane road, ayyanthole,
thrissur- 680 003, kerala
ph: +91 487-2381066, 2381039
website: www.greenbooksindia.com
e-mail: info@greenbooksindia.com

malayalam
neelachadayan
story
by
akhil k.

first published june 2020

cover design : harin kairali punnapra

branches:
thrissur 0487-2422515
thiruvananthapuram 0471-2335301
calicut 0495 4854662
ernakulam 8589095302

isbn : 978-93-89671-86-5

---

no part of this publication may be reproduced,
or transmitted in any form or by any means,
without prior written permission of the author

GMPL/1111/2020

ആമുഖം

എഴുതുന്നതിന് മുൻപ് വെറുതെ ഒരു രസത്തിന് ഞാൻ കഥ നനഞ്ഞ റോഡിൽ നിൽക്കുകയാണെന്ന് സങ്കൽപ്പിക്കാറുണ്ട്. കഥയിപ്പോൾ നനഞ്ഞ റോഡിലാണ്. ഇനിയുള്ള ഓരോ നീക്കങ്ങളും വളരെ ശ്രദ്ധയോടെയാണ്. അമിതമായി ആവേശം കാണിച്ചാൽ അത് റോഡിൽ തെന്നി വീഴും. വീണാൽ ചോര പൊടിയും. എല്ലാ ക്രൈമിലുമെന്നപോലെ എഴുത്തിലും ഒഴുകിയ ചോര മറച്ചു പിടിക്കേണ്ടത് അത് ചെയ്യുന്നവന്റെ ബാധ്യതയാണ്. ഒരു മറച്ചു പിടിക്കൽ ലോകത്ത് എല്ലാ കാര്യത്തിലും നടക്കുന്നുണ്ടെന്ന് ഞാൻ കരുതുന്നു; ഈ സമാഹാരത്തിലെ കഥകൾ പലതും അയച്ചു കൊടുത്തപ്പോൾ ആഴ്ചപ്പതിപ്പുകളും തമോഗർത്തങ്ങളുടെ പണിയാണെടുത്തത്. ജീവിതമെന്നാൽ നിറം പിടിപ്പിച്ച കാത്തിരിപ്പുകളുടെ ഒരു മാറ്റപ്പേര് മാത്രമാണെന്ന് ഞാനാ കാലങ്ങളിൽ കരുതിയിരുന്നു.

2016ൽ ആണെന്ന് തോന്നുന്നു. കാലം കൃത്യമായി ഓർക്കുന്നില്ല. മേഘങ്ങൾ കൂട്ടമായി അലഞ്ഞു നടക്കുന്ന ഒരു വൈകുന്നേരമായിരുന്നു അത്. എന്നെ അന്വേഷിച്ച് ഇൻ ബോക്സിൽ ഒരു മെയിൽ വന്ന് കിടന്നിരുന്നു. എനിക്കെഴുതുവാനുള്ള അസംസ്കൃത വസ്തുപോലെ പരിചയമില്ലാത്ത ഒരാൾ സ്വന്തം ജീവിതത്തിലെ ചില സംഭവങ്ങൾ വിശദമായി എഴുതിയിരിക്കുന്നു. ഞാനതിനെക്കുറിച്ച് എഴുതുകയോ തീവ്രമായി ആലോചിക്കുകയോ പോലും ചെയ്തില്ലെങ്കിലും എനിക്ക് വലിയ കൗതുകം തോന്നി. ആരെങ്കിലുമൊക്കെ ജീവിക്കുന്നത് നമ്മുടെ കഥാപാത്രങ്ങൾക്ക് മോഡൽ ആകാനാണെന്ന് ഞാനൊരു കാലത്തും കരുതിയിരുന്നില്ല. എങ്കിലും ജീവിതം പോറലുകളേല്പിച്ച മനുഷ്യരെ ഞാനെന്റെ കഥകളിൽ കോർത്തു കെട്ടി. അഴിച്ചു വെച്ച ഒലിയുടുപ്പ് പോലെ അവരുടെ ജീവിതം ഈ പുസ്തകത്തിന്റെ

ഇനിയുള്ള പേജുകളിൽ കുമിഞ്ഞ് കിടക്കുന്നു. എന്നെ സംബന്ധിച്ചിടത്തോളം കാലം ഒരു നീണ്ട ഭ്രമണം കഴിഞ്ഞ് ഇവിടെ തിരിച്ചെത്തിയതുപോലെ തോന്നുന്നു. മൊത്തത്തിൽ എടുത്തു നോക്കുമ്പോൾ എനിക്കധികം മനുഷ്യരെയൊന്നുമറിയില്ല. അറിഞ്ഞവരെല്ലാം ഒരേ രീതികൾ പിൻപറ്റുന്നു. നന്ദിപൂർവ്വം മനുഷ്യരെ ഓർക്കുന്നത് അല്പം കടന്ന കയ്യാണെന്ന് വേണം കരുതാൻ. ആത്യന്തികമായി മനുഷ്യൻ തിന്മ മാത്രമാണ്. എങ്കിലും ചിലരുടെ പേരുകൾ ഓർമ്മകളിലേക്ക് ഒരു ഏറുപടക്കം വലിച്ചെറിയുന്നതു പോലെയാണ്. അബിൻ ജോസഫ്, അഖിൽ പി. ധർമ്മജൻ, ശ്യാം. എൻ.എസ്, റിഹാൻ റാഷിദ്, രോഷിമ സെലിൻ, ബിജിത്ത് കൃഷ്ണ, നിധിൻ കൃഷ്ണൻ, ലാൽ ജോസ് (സംവിധായകൻ) അർജുൻ. കെ. പ്രകാശ്, ഹരിൻ - വിഷ്ണു ഉദയൻ (കവർ ഡിസൈൻ) ഫെമിന, കെ.അജിൽ, പൂർണ്ണിമ, ബിന്ദു പ്രമോദ്, ബിജു മുത്തത്തി (കൈരളി ടിവി) ഹബീബ് റഹ്‌മാൻ, ആജിസ്.കെ.എസ്, ഹരികൃഷ്ണൻ തച്ചാടൻ, ബാസിത്ത് (ട്വന്റി ഫോർ) സാറാബി, ശ്രുതി. പി.വി., ശ്രീജാ കുമാരി, ശരവണകുമാർ, മിഥുൻ പി.പി, കാവ്യ എം (ഡെക്കാൻ ക്രോണിക്കിൾ) ഇനിയും ഡസൻകണക്കിന് പേരുകൾ...

ചെറുപ്പംതൊട്ടേ പൂരക്കളിയും തെയ്യവും കണ്ടാണ് വളർന്നത്. പൂരക്കളി ആദ്യകാലത്ത് ലാസ്യഭാവത്തിൽ സ്ത്രീകൾ അവതരിപ്പിച്ചു വന്നതാണ്. പിന്നീട് പുരുഷന്മാർ ഇത് ഹൈജാക്ക് ചെയ്തു. ഉദ്ധതമായ ചുവടുകൾ അതിനുശേഷം വന്നവയാണ്. പൂരക്കളിയിൽ രണ്ടു ടീമുകൾ തമ്മിൽ നേർക്കുനേർ വരാതെ മാറ്റുരയ്ക്കാറുണ്ട്. ആദ്യത്തെ ടീം കളിച്ച അതേ പന്തലിൽ അത്ര തന്നെ സമയമെടുത്ത് രണ്ടാമത്തെ ടീമിനും അതേ ഭാഗം അവതരിപ്പിക്കാൻ ഈ രീതി അവസരം നൽകുന്നു. ഒരു സർഗപ്രക്രിയ എന്ന നിലയിൽ എഴുത്തും വായനയും ഇത്തരത്തിൽ ഒരു മാറ്റക്കളി മാത്രമാണെന്ന് ഞാൻ കരുതുന്നു. എഴുത്തുകാരൻ എന്ന നിലയിൽ എല്ലാ അവസരങ്ങളും അവസാനിച്ചിരിക്കുന്നു; ഇത് പന്തലിൽ കളിമാറുന്നതു പോലെയാണ്. ഇനി താങ്കളുടെ ഊഴമാണ്. തൽക്കാലം നമ്മൾ പിരിയുന്നു, മറ്റൊരു കാലത്തിൽ മറ്റൊരു പുസ്തകത്തിൽ ഇതുപോലൊരു പേജിൽ വീണ്ടും... വീണ്ടും കണ്ടുമുട്ടാൻ മാത്രമായി...

കഥകൾ

ചെക്കിപ്പൂത്തണ്ട 09
നരനായാട്ട് 23
നീലച്ചടയൻ 34
ഇത് ഭൂമിയാണ് 42
വിപ്ലവപുഷ്പാഞ്ജലി 58
മൂങ്ങ 67
ശീതവാഹിനി 78
സെക്സ് ലാബ് 93

ചെക്കിപ്പൂത്തണ്ട

തെങ്കാശിക്കും തെന്മലയ്ക്കും ഇടയിൽ വെറും നാല്പത് കിലോമീറ്ററിൽ രണ്ടു തവണയാണ് ബൈക്കിന്റെ ടയർ പഞ്ചറായത്. ഒരു ടയർ നിർത്താതെ ഓടി ചളുങ്ങി ഉപ്പിലിട്ട കടുമാങ്ങ പോലെ ആയിരുന്നു. കാലിച്ചാണകം മണക്കുന്ന ഒരു പഞ്ചർ ഷോപ്പിൽ ആറു മണിക്കൂറാണ് കാത്തുകെട്ടിക്കിടന്നത്. തിരിച്ചു വീട്ടിലെത്തിയപ്പോൾ ഇനിയൊരു യാത്ര തെങ്കാശിക്ക് ഇല്ലെന്ന് ഉറപ്പിച്ചാണ് ബാഗുകൾ ബൈക്കിൽ നിന്ന് അഴിച്ചെടുത്തത്. ക്യാമറയും ബാഗുമെല്ലാം സിറ്റൗട്ടിൽ തന്നെ വെച്ച് വന്നതു പോലെ റൂമിലേക്ക് കയറിക്കിടന്നു. ഉറക്കം പകൽ മുഴുവൻ നിഴൽപോലെ എന്റെ കൂടെയുണ്ടായിരുന്നു. പക്ഷേ കിടന്നിട്ട് ഒരുവിധത്തിലും ഉറങ്ങാനാകുന്നില്ല. ഓർക്കാപ്പുറത്ത് അടി വീണതുപോലെ തല കിടന്നു കറങ്ങുന്നു. ആകെ കലങ്ങി മറിയുന്നതുപോലെ. ഉറങ്ങാനാകുന്നില്ല. പതുക്കെ എഴുന്നേറ്റ് സോഫയിലേക്കിരുന്നു. "നിന്നെ കാണാൻ ആ ദാസൻ വന്നിരുന്നു. മലയൻ ദാസൻ. നിന്റെ പത്രത്തിൽ എന്തോ വാർത്ത കൊടുത്തിട്ട് അയാളുടെ മകനെ പൊലീസ് കൊണ്ടുപോയെന്ന് പറഞ്ഞു. നീയെന്തിനാണ് ഈ ആവതില്ലാത്തവരെ ഉപദ്രവിക്കുന്നത്." എന്റെ ക്യാമറയും ബാഗുമെല്ലാം താങ്ങിപ്പിടിച്ച് അമ്മ റൂമിലേക്ക് കയറി വന്നു. എനിക്ക് ചിരിയാണ് വന്നത് അവിടെ നടക്കുന്ന കാര്യങ്ങളെപ്പറ്റി ഒരു പത്രം ഏജന്റിനോ വിതരണക്കാരനോ ഉള്ള വിവരം പോലും എനിക്കില്ല. എങ്കിലും ദാസനെ കാണണമെന്നു തോന്നി. വിളിച്ചപ്പോൾ നമ്പർ നിലവിൽ ഇല്ലെന്നാണ് പറയുന്നത്. അയാളുടെ നമ്പർ അറിയുന്ന ആരും സർക്കിളിൽ ഇല്ല.

അയാൾ ഒരു വല്ലാത്ത മനുഷ്യനാണ്. ഇതിനു മുൻപ് ഞങ്ങൾ തമ്മിൽ ശരിക്കും ഒന്നു സംസാരിച്ചിട്ടുപോലുമില്ല. അയാൾക്ക് കുട്ടികളും ഇല്ല. ആരെയും കൂസാതെ ഒറ്റാന്തടി ആയി നടക്കുന്ന മനുഷ്യനാണ്. വൈകുന്നേരം കുളിയൊക്കെ കഴിഞ്ഞ് ഞാൻ ബൈക്കുമെടുത്ത് ദാസന്റെ വീട്ടിൽ ചെന്നു. പുഴയിൽ ചൂണ്ടയിടാൻ പോയിരിക്കുകയാണെന്ന് അടുത്ത വീട്ടിലെ ചേച്ചി പറഞ്ഞു.

പാട്യാർക്കുളങ്ങര പാടവരമ്പിലൂടെ പുഴവക്കത്തേക്ക് നീട്ടി വലിച്ച് നടക്കുമ്പോൾ വല്ലാത്ത കുറ്റബോധം തോന്നി. പാട്യാർക്കുളങ്ങര ക്കാവിന്റെ വഴിയിൽ ചെങ്കൽപ്പടുത ഇറങ്ങി വയലിലേക്ക് പോകുന്ന പറ മ്പിൽ കീച്ചികൾക്കിടയിൽ കാക്കപ്പൂ വിരിഞ്ഞു കിടക്കുന്നു. അതിനിടയിൽ നീർക്കോലിയെപ്പോലെ നീണ്ടു കിടക്കുന്ന നടവഴി. ക്യാമറ എടുത്തി രുന്നെങ്കിൽ അത്രയും ഹൃദയവർജ്ജകമായി പകർത്തിയെടുക്കാവുന്ന കാഴ്ച്ച. പുഴയിൽ ചെല്ലുമ്പോൾ ദാസൻ പടവിലിരുന്നു തുണി അലക്കുക യായിരുന്നു.

“എന്റെ കാര്യത്തിനല്ല, പെരുമലയൻ രണ്ടു തവണ എന്റെ വീട്ടിൽ വന്നിരുന്നു. ഫോണിൽ വിളിച്ചിട്ടു നിന്നെ കിട്ടുന്നില്ല. അയാളേം കൂട്ടിക്കൊണ്ടു വരാൻ എന്റെ കയ്യിൽ സ്കൂട്ടർ ഒന്നും ഇല്ലല്ലോ. അയാളാ കാലും വെച്ച് നടക്കണ്ടാന്ന് വിചാരിച്ചാ ഞാൻ നിന്നെ തിരഞ്ഞ് വീട്ടിൽ വന്നത്. ഇതൊക്കെ കഴിഞ്ഞിട്ട് ആഴ്ച ഒന്നു കഴിഞ്ഞല്ലോ... നീ ഇപ്പോഴാണോ അന്വേഷിച്ച് വരുന്നത്.” അയാൾ കല്ലിൽ കുത്തി അലക്കി ക്കൊണ്ടിരുന്ന കള്ളിമുണ്ട് വീശുവല പോലെ വിടർത്തി പുഴയിലേക്കിട്ടു.

“ഞാൻ ഇപ്പോഴാ വീട്ടിൽ എത്തിയത്.. ഇതിപ്പോ എന്താ വിഷയം? ദാസനോട് ഒന്നും പറഞ്ഞില്ലേ..?” ഞാനും കൽപ്പടവുകളിലേക്ക് ഇറങ്ങി ഇരുന്നു.

“അയാൾടെ മോനല്ലേ തെയ്യം കൊടുത്തത് ഇപ്രാവശ്യം. തെയ്യം ആൾക്കാരെ മർദ്ദിച്ചൂന്ന് പറഞ്ഞ് വാട്ട്സ്ആപ്പിൽ എല്ലാം അതിന്റെ വീഡിയോ വന്നു. നിന്റെ പത്രത്തിൽ അതിന്റെ വാർത്ത വന്നതിൽ പിന്നെയാ പൊലീസ് കേസെടുത്തത്. ഞാൻ പെരുമലയനോട് പറഞ്ഞു. നീ വെറും ഫോട്ടോഗ്രാഫറാണ്. വാർത്തയൊക്കെ കൊടുക്കുന്നത് വേറെ ആളുകൾ ആണെന്ന്. പക്ഷേ അയാൾക്ക് പറഞ്ഞാൽ മനസ്സിലാകണ്ടേ?”

ദാസൻ അലക്കിയ തുണികൾ വലിച്ച് ബക്കറ്റിലേക്ക് കയറ്റി. അത് പുഴക്കരയിലെ പൂവരശിന്റെ കീഴെ വെച്ച് എന്റെ കൂടെ പെരുമലയന്റെ വീട്ടിലേക്ക് വന്നു. ബൈക്ക് ദൂരെ വെച്ച് ഇടവഴിയിറങ്ങി കുറച്ച് നടക്കണം. വീട് ദൂരെ നിന്നു കണ്ടപ്പോൾ തന്നെ ചീനിക്കുഴലിന്റെ ദുഃഖഭരിതമായ സംഗീതം കേട്ടു തുടങ്ങി. ഏതോ മൃഗം വേദനിച്ചു കരയും പോലെയാണ് ചീനിക്കുഴലിന്റെ ശബ്ദം. ഞങ്ങൾ ചെല്ലുമ്പോൾ ആന തുമ്പിയുയർത്തി നിൽക്കും പോലെ കുഴൽ മുകളിലേക്ക് നീട്ടിപ്പിടിച്ച് പെരുമലയൻ ചീനി വായിക്കുകയായിരുന്നു. ഞങ്ങളെ കണ്ടപ്പോൾ അത് തിണ്ണയിലേക്ക് വെച്ച് താങ്ങുവടിയുടെ സഹായത്തോടെ എഴുന്നേറ്റു നിന്നു. കരളുരുക്കുന്ന സംഗീതം നിലച്ചപ്പോൾ അവിടമാകെ ഭാരിച്ച നിശ്ശബ്ദത പടർന്നു. ചെരുപ്പഴിച്ച് ചാണകം മെഴുകിയ കളത്തിലൂടെ ദാസന്റെ പിന്നാലെ നടന്നു. പഴയ വീടാണ് പെരുമലയനെ പോലെ തന്നെ ഒടിഞ്ഞു വീഴാറായ ഒന്ന്. വാഴയ്ക്ക് താങ്ങു കൊടുത്തതുപോലെ നാലു ഭാഗത്തും വടികൾ കൊണ്ട് താങ്ങി നിർത്തിയിരിക്കുന്നു. ഇങ്ങനെയൊരു വീട് ഞങ്ങളുടെ

നാട്ടിൽ ഇപ്പോഴും ഉണ്ടെന്ന് ഞാൻ ഊഹിച്ചിട്ടുകൂടി ഇല്ലായിരുന്നു. സർക്കാരിന്റെ ഭവന നിർമ്മാണ പദ്ധതി ഇപ്പോ കുറച്ച് സജീവമായതു കൊണ്ട് ഓടിട്ട വീടുകൾ തന്നെ നാട്ടിൽ കുറവാണ്.

“എന്ത്ന്ന്ണ്ട് പണിക്കറേ വിശേഷം... ഇതൊന്നും നിങ്ങ ഇപ്പോഴും മന്നിട്ടില്ല അല്ലേ...?”

ദാസൻ കുശലം പറഞ്ഞു കൊണ്ട് കളത്തിലേക്ക് കയറി.

“എന്ത്ന്ന് പ്പാ സമയം കൂടാൻ എടുത്ത് വായിക്കും. ഏട്യും പൊലി ല്ലേല ഇപ്പം. തുമ്മാനും ത്ന്നലില്ല. ഒരേ ഇരിപ്പന്നെ. പണിക്ക് പോകാൻ പറ്റ്ന്നില്ലല്ലാ ദാസാ. എല്ലെല്ലും തേഞ്ഞ് പോയില്ലേ. ശ്വാസം വലിക്ക്മ്പം തന്നെ പതറിപ്പോവ്ന്ന്...”

പെരുമലയൻ തോളിലെ തോർത്ത് വലിച്ചെടുത്ത് ഊന്നുവടിയിൽ താങ്ങി നിന്ന് കസേരകളിലെ പൊടി തുടച്ചു.

“ഓ, കസേരയൊന്നും വൃത്തിയാക്കണ്ടാ പൊഴേന്നാ വരുന്നത്. ഇതാ പണിക്കര് ചോദിച്ച ആള്. ഇവനൊന്നും അറിഞ്ഞിറ്റേ ഇല്ല സംഭവം...”

ദാസൻ എന്റെ ഭാഗം ചേർന്ന് പറഞ്ഞു.

“ഈ നാട്ടിലാരും നമ്മളോടിത് ചെയ്യൂലാ... എന്റെ കാർന്നോന്മാരെ കാലത്തേ ഈ തെയ്യം കണ്ണോണ്ട് കണ്ട് വളർന്നത്. അന്നേ തെയ്യം ആളെ തട്ടല്ണ്ട്. തല്ലൽ അല്ലാ ചടങ്ങായിറ്റ് ചെയ്യുന്നത്. എല്ലാരേം തട്ടൂലേലാ ദാസാ... ഓന് ഈ തെയ്യത്തിന് താൽപ്പര്യേ ഇണ്ടായിറ്റാ... മരുമോനും എല്ലാം നിർത്തീലേ. ഓന് ഗവൺമെന്റ് പണിയ്ണ്ട്. ലീവ് കിട്ടൂലാ. പറയുമ്പം നമ്മക്ക് ഒരം പിടിക്കാൻ ആവൂലേലാ. അതാ ഞാൻ മോനോട് പറഞ്ഞത്. എന്നെ ആചാരക്കുറി വരച്ച് ഈ മിറ്റത്ത് കച്ച കെട്ടി കെടത്ത്ന്ന കാലം വരെ എങ്കിലും നീ ഇതെല്ലാം കൊണ്ട് നടക്ക് മോനേന്ന്. പറഞ്ഞിറ്റാന്ന് ഓൻ അടയാളം വാങ്ങിയത്. ഇപ്പോ ആദ്യായിട്ട് തെയ്യം കെട്ടീറ്റ് തെയ്യം ആൾക്കാരെ തല്ലിയെന്നും പറഞ്ഞ് പൊലീസും കൊണ്ടോയില്ലേ. ഓനാകെ കൊറച്ചിൽ ആയിപ്പോയി. ഇനി തെയ്യം കെട്ടൂലാന്നാ പറയ്ന്നത്. പിള്ളറ എന്തിന് പറയുന്ന് ദാസാ, കേട്ടിറ്റ് എന്റെ കണ്ണില് തന്നെ ഇരുട്ട് കേറിപ്പോയി. ഇങ്ങളോട് കച്ചറ ആക്കാനല്ല ദാസ നോട് കാണണംന്ന് പറഞ്ഞത്. ബെരുന്ന വെള്ളിയാഴ്ച്ച കലക്റ്ററ് സ്ഥാനത്ത് മീറ്റിങ്ങ വിളിച്ചിറ്റ്ണ്ട് മോനേ. നമ്മളെ ഭാഗം പറയാനും ആരെങ്കിലും വേണ്ടേ. നമ്മക്ക് സഭേൽ പഴകി പരിചയം ഇല്ലല്ലാ. നിംങ്ങ പുസ്തകത്തില് എഴുതിയതെല്ലാം ദാസൻ വായിച്ച് തെരല്ണ്ട്. ദാസൻ നിങ്ങ എഴുതിയതെല്ലം വായിച്ച് തെരുമ്പം ഞാൻ അന്തിച്ച് പോകും. നമ്മളെ കിടാങ്ങൾക്ക് പോലും ഇപ്പ ഇത്രയ്ക്കറിയുന്നില്ല. ഓരിക്ക് എല്ലും കൊറച്ചില് അല്ലേ. അങ്ങോട്ട് വന്ന് കാണാൻ ആന്ന് ഉള്ളില് കണക്ക് കൂട്ടിയത്. ദൂരം വയിക്ക് നടന്നാൽ കാല് വെലിക്ക്ന്ന്. അതാ ദാസനോട് പറഞ്ഞത്. നിങ്ങ ഒപ്പരം നിന്നാൽ നമ്മക്കൊരു ബലം തന്നെ. അല്ലാണ്ട്

നിങ്ങ വാർത്ത കൊടുത്തിന്ന് വിചാരിച്ചിട്ടല്ല. നിങ്ങ നമ്മള കുഞ്ഞി അല്ലേ. നിംങ്ങ എടുത്ത ഫോട്ടം ഈൗന്റുള്ളില് ചില്ലിട്ട് വെച്ചിറ്റ്ണ്ട്. കാണിച്ച് കൊടുക്ക് ദാസാ..."

പെരുമലയൻ പതിയെ വടിയിൽ താങ്ങിപ്പിടിച്ച് കളത്തിന്റെ തുമ്പിലേക്കിരുന്നു. അകത്തു ചെന്നു നോക്കുമ്പോൾ ഒരു മ്യൂസിയത്തിൽ എന്നപോലെ എന്റെ ചിത്രം ചുമരിൽ നല്ല ഭംഗിയിൽ ഫ്രെയിം ചെയ്ത് തൂക്കിയിരിക്കുന്നു. മകന്റെ തെയ്യത്തിനു മുന്നിൽ പെരുമലയൻ കൂപ്പുകൈകളോടെ നിൽക്കുന്ന ഫോട്ടോയാണ്. കണ്ണീർ പെരുമലയന്റെ കവിളിന്റെ താഴെ വരെ തിളങ്ങുന്ന ചാലുപോലെ ഇറങ്ങിക്കിടക്കുന്നു. ഇളംകറുപ്പിന്റെ പശ്ചാത്തലം. ഒരു ഫോട്ടോഗ്രാഫറുടെ കണ്ണിലൂടെ നോക്കിയാൽ വലിയ മെച്ചപ്പെട്ട ഫോട്ടോ ഒന്നും അല്ല. പക്ഷേ ജീവിതത്തിന്റെ ഒരു താളലയം അതിനുണ്ട്. അത് കിട്ടുന്നത് ചെറിയ കാര്യമല്ല. എടുത്ത സമയത്ത് പച്ചക്കുതിരയിലോ മറ്റോ ഒരു ലേഖനത്തിന്റെ കൂടെ ഇത് അടിച്ചു വന്നിരുന്നു. പോക്കറ്റിൽ നിന്നും മൊബൈൽ എടുത്ത് ഞാനതിന്റെ ഒരു ഫോട്ടോ പകർത്തിയെടുത്തു. കത്തിച്ച കൊടിയില പോലെ എരിയുന്ന ചൂടിൽ വീട്ടിലേക്ക് മടങ്ങുമ്പോൾ മനസ്സ് നിറയെ പെരുമലയന്റെ ചീനിക്കുഴലിന്റെ നിലവിളി പോലുള്ള ശബ്ദമായിരുന്നു. മനസ്സിന് സങ്കടം താങ്ങാനാകാതെ വരുമ്പോൾ ഞാൻ ബൈക്ക് എടുത്ത് എങ്ങോട്ടെന്നില്ലാതെ ഓടിച്ചു പോകാറുണ്ട്. മനസ്സിന്റെ ഉള്ളുരുക്കങ്ങൾ താങ്ങാനാകാതെ വരുമ്പോൾ ആയിരിക്കും പെരുമലയനും ചീനിയൂതിക്കരയുന്നത്. എന്തിനാണ് ആ വീട്ടിൽ നിന്ന് ഇറങ്ങുമ്പോൾ എല്ലാം ശരിയാക്കാമെന്ന് ചില രാഷ്ട്രീയക്കാരെപ്പോലെ പെരുമലയന് വാക്കു കൊടുത്തത്. വീട്ടിൽ ചെന്ന് ഷവർ ഓൺ ചെയ്ത് അതിനു താഴെ കുറേ നേരം തോറ്റവനെപ്പോലെ നിന്നു. മനസ്സിന് യാതൊരു തണുപ്പും തോന്നുന്നില്ല. പുളഞ്ഞ് വീശുന്ന ഉറുമി പോലെ ചില ചോദ്യങ്ങൾ ഉള്ളിൽക്കിടന്ന് പിടയുകയാണ്. തെങ്കാശി യാത്രയിൽ ഷൂട്ട് ചെയ്തത് മുഴുവൻ എഡിറ്റു ചെയ്യാനുണ്ടായിരുന്നു. വേറേയും പിടിപ്പതു പണിയുണ്ട്. പക്ഷേ ഒന്നിലും ഒരു താത്പര്യം തോന്നിയില്ല.. ഭക്ഷണം കഴിച്ചെന്നു വരുത്തി ബൈക്കുമെടുത്ത് ഇറങ്ങി. ദാസൻ എന്നെ കാത്ത് പുതിയ മുണ്ട് ഒക്കെ ഉടുത്ത് പൊരിവെയിലിൽ വീടിനു മുന്നിൽ കാത്തിരിക്കുന്നുണ്ടായിരുന്നു.

"ഇതിലെങ്ങനാടാ ഒന്ന് കയറുന്നത്... എന്തൊരു ഉയരമാണ്."

ബൈക്കിന്റെ പിറകിലേക്ക് പൊത്തിപ്പിടിച്ച് കയറുമ്പോൾ ദാസൻ പരിഭവം പറഞ്ഞു. എങ്ങോട്ടാണെന്ന് പോലും ചോദിക്കാതെയാണ് ദാസൻ കൂടെ വരുന്നത്. വരാൻ പറഞ്ഞു, വരുന്നു. അല്ലാതെ കൂടുതൽ ചോദ്യങ്ങൾ ഒന്നുമില്ല. എന്നെ പോലെ പുള്ളിക്കും അങ്ങനെ രാവിലെ എഴുന്നേറ്റ് പോകേണ്ട ഒരു ജോലിയൊന്നുമില്ല. ആരെയും കൂസാതെ ജീവിക്കാം.

"നീ വിചാരിച്ചാൽ പത്രത്തിൽ ഒരു തിരുത്തു കൊടുക്കാൻ പറ്റില്ലേ..."

ദാസൻ എന്റെ അരികിലേക്ക് നീങ്ങിയിരുന്നു.

"ദാസാ... ഞാനവിടുത്തെ റിപ്പോർട്ടറും ജേർണലിസ്റ്റും ഒന്നുമല്ല. കറച്ചു നാൾ അവിടെ ഫോട്ടോഗ്രാഫർ ആയിരുന്നു. അവിടുത്തെ ഒരു സീനിയർ ഫോട്ടോഗ്രാഫർ ഒരു വർഷത്തേക്ക് അമേരിക്കയിൽ പോയിരുന്നു. ആ ഗ്യാപ്പിൽ കയറിയതാ. പിന്നെ ഡിഗ്രിയും ക്വാളിഫിക്കേഷനും ഒക്കെ ഉള്ളവർ വന്നപ്പോൾ എന്നെ പിരിച്ചു വിട്ടു. അവരുടെ പേപ്പറിലും ആഴ്ചപ്പതിപ്പിലുമൊക്കെ എഴുതിയിരുന്നു... പക്ഷേ അതൊക്കെ വർഷങ്ങൾക്കു മുൻപ് അല്ലേ. അന്നത്തെ എന്റെ ആക്സിഡന്റ്... എന്റെ ബൈക്കിനെ മനഃപൂർവ്വം ആ ടൊമ്പോ ട്രാവലർ ഇടിച്ചിടുകയായിരുന്നു. ആ സംഭവം ഒക്കെ നടന്ന് ഞാൻ പിന്നെ അതിലൊന്നും എഴുതാറില്ല. അതിന്റെ പിന്നിലൊക്കെ വലിയ കഥയുണ്ട്. ദാസന് പറഞ്ഞാൽ ചിലപ്പോൾ മനസ്സിലാകില്ല. അല്ലാതെ നമുക്കവിടെ വലിയ ഹാന്റ് ഒന്നുമില്ല."

ബൈക്കിന്റെ വേഗത കുറച്ച് ഞാൻ പിന്നിലേക്ക് ചാഞ്ഞിരുന്നു.

"എന്നാലും കുറച്ചു നാൾ പണിയെടുത്ത് പൈസ വാങ്ങിയതല്ലേ... ആ ഒരു ബന്ധം എന്തായാലും ഉണ്ടാകും."

ഞാൻ പറഞ്ഞതിൽ വലിയ വിശ്വാസം ഇല്ലാത്തതു പോലെയായിരുന്നു ദാസന്റെ സംസാരം.

"അതു തൽക്കാലത്തേക്ക് ഒരു ഏർപ്പാടായിരുന്നു. എഴുതീട്ട് മെയിൽ അയക്കും അത്രേയുള്ളൂ. യൂട്യൂബിൽ ഒരു ട്രാവൽ വ്ളോഗ് ചെയ്യുന്നുണ്ട്. ഈ ബൈക്കിൽ കുറച്ച് യാത്രകൾ പോകും. അതിന്റെ വീഡിയോ എടുത്ത് യൂട്യൂബിലിടും. വലിയ വരുമാനം ഒന്നുമില്ല. വീട്ടിൽ അമ്മയും ഞാനും മാത്രമല്ലേ ഉള്ളൂ. അതിപ്പോ വണ്ണാത്തിപ്പുഴയിൽ മീനുകൾ ഉള്ളിടത്തോളം ദാസൻ ജീവിക്കില്ലേ. അതുപോലെ ആഗ്രഹങ്ങൾ ഒക്കെ വളരെ ചെറുതായതുകൊണ്ട് നമ്മളും ഒരു ധൈര്യത്തിൽ അങ്ങ് ജീവിക്കും... അത്രേയുള്ളൂ."

ഞാൻ മുന്നിലേക്ക് നീങ്ങിയിരുന്ന് ആക്സിലേറ്ററിൽ കൈ കൊടുത്തു. ഞങ്ങൾ ചെല്ലുമ്പോഴേക്കും അനിലേട്ടൻ പലചരക്കുകടയിൽ സാധനങ്ങൾ പൊതിഞ്ഞ് കൊടുക്കലും മറ്റുമായി തിരക്കിലായിരുന്നു. ബൈക്ക് ഒതുക്കി ഞങ്ങൾ തിണ്ണയിലിട്ട മരബെഞ്ചിലേക്ക് കയറിയിരുന്നു.

"ഇയാളെ കാണാനാണോ വന്നത്? ഞാനേതോ വല്യ ആളാണെന്നു കരുതി മുണ്ടൊക്കെ ഉടുത്താ വന്നത്."

ദാസൻ മുണ്ടിന്റെ തുമ്പ് വലിച്ച് ഉയർത്തിക്കാണിച്ചു.

"അത്യാവശ്യം വലിപ്പമുള്ള ആളു തന്നെയാ... ഒരു സിനിമ ഒക്കെ സംവിധാനം ചെയ്തിട്ടുണ്ട്."

ദാസന്റെ കൈയിൽപ്പിടിച്ച് ഞാൻ മുണ്ട് വലിച്ച് താഴ്ത്തിയിട്ടു.

"ആ സിനിമയ്ക്ക് അടുത്ത ജില്ലേൽ പോലും ഒരു തിയേറ്റർ കിട്ടിയിട്ടില്ല... ഇവനെയൊക്കെ കാണാൻ എന്തിനാ സമയം കളയുന്നത്. ഞാൻ

അങ്ങ് പോയേക്കാം.. ഇവിടുന്നാകുമ്പോ രണ്ട് മിനിറ്റ് നടന്നാൽ ബസ്സ് കിട്ടും."

ദാസൻ എഴുന്നേറ്റ് മുണ്ട് മാടിക്കെട്ടി.

"ബസ്സ്റ്റോപ്പിൽ ഞാൻ കൊണ്ടുവിടാം..."

"വേണ്ട ഞാൻ പൊയ്ക്കോളാം..."

എഴുന്നേൽക്കാൻ ഭാവിച്ച എന്നെ കൈകൾ കൊണ്ട് തടഞ്ഞ് ദാസൻ പുറത്തേക്കിറങ്ങി നടന്നു. തിരക്കെല്ലാം ഒന്ന് ഒതുങ്ങിയ ശേഷം എനിക്ക് ഒരു നീളൻ ഗ്ലാസിൽ ലൈം സോഡയുമായാണ് അനിലേട്ടൻ വന്നത്. അമ്പലക്കുളത്തിൽ പൊരി വാരിയെറിഞ്ഞാൽ മീനുകൾ വന്ന് പതയും പോലെ സോഡ നുരഞ്ഞു കയറുന്ന ആ ഗ്ലാസ് വാങ്ങി ഞാൻ ഡെസ്ക്കിലേക്കു വെച്ചു. പെരുമലയന്റെ വീട്ടിൽ പോയ സംഭവം വിശദ മായി അല്പം പൊലിപ്പിച്ച് പറഞ്ഞു.

"മനസ്സിന് ഭയങ്കര അസ്വസ്ഥതയാ... അനിയേട്ടാ..."

ലൈം സോഡ അല്പം മൊത്തിക്കുടിച്ച് ഗ്ലാസ് ഡെസ്ക്കിലേക്ക് തന്നെ വച്ചു.

"ഈ വന്ന കാലത്ത് ആർക്കാടാ അസ്വസ്ഥത ഇല്ലാത്തത്? രാത്രി ഒരു മണി രണ്ടു മണി ഒക്കെ ആകണം ആൾക്കാർക്ക് വല്ല വിധത്തിലും ഒന്ന് ഉറങ്ങിക്കിട്ടാൻ. എല്ലാം ടെൻഷൻ അല്ലേ... സമ്മർദ്ദം ആസ്വദിക്കാൻ അറിയാത്തവർക്ക് ഇക്കാലത്ത് ജീവിക്കാനേ പറ്റില്ല. ഈ വാർത്ത ഞാൻ കണ്ടിരുന്നു. നിങ്ങളു വിചാരിച്ചു വെച്ചിരിക്കും പോലെ ഈ കേസിന്റെ കാര്യം സംസാരിക്കാൻ ഒന്നുമല്ല കലക്ടർ ചർച്ച വെച്ചിരിക്കുന്നത്. ആൾക്കാരുടെ ഇടയിൽ നല്ല പുകച്ചിൽ ഉണ്ട്. അടുത്ത തിങ്കളും ചൊവ്വയും രണ്ടു ദിവസത്തേക്ക് പ്രധാനമന്ത്രി ഏഴിമല നേവൽ ബേസിൽ സന്ദർശനത്തിന് വരുന്നുണ്ട്. നേവിയിൽ ഹെലികോപ്റ്റർ ഇറങ്ങുകയല്ല. കണ്ണൂർ എയർപോർട്ടിൽ നിന്ന് ബൈ റോഡാ വരുന്നത്. നമ്മുടെ നാട്ടി ലൂടെയും പോകണ്ടേ... ആ സമയത്ത് എവിടേം ഒരു പ്രശ്നം ഉണ്ടാ കരുത്. നാട്ടുകാർക്ക് എന്തേലും വികാരം ഉണ്ടെങ്കിൽ പറഞ്ഞൊതുക്കും. അത്രേയുള്ളൂ. ഇനി ചർച്ച നല്ല ഉദ്ദേശ്യത്തിൽ ആണെന്നു തന്നെ ഇരിക്കട്ടെ. ഈ തെയ്യക്കാരുടെ ഒരു പ്രധാന പ്രത്യേകത അവരു ജീവിക്കുന്ന വീടിനു നാല്പതു കിലോമീറ്റർ ചുറ്റളവിന് അപ്പുറത്തേക്ക് അവരടെ പേരും പെരുമയും ഒരിക്കലും കടന്നു ചെല്ലില്ല. ആ വയ്യാത്ത തഴമ്പിച്ച കാലും വലിച്ച് വടീം കുത്തിപ്പിടിച്ച് പെരുമലയനെ പോലെ ഒരു ലിവിങ് ലെജന്റ് വന്ന് നിന്നാൽ ഒരു നാടൻ നായേടെ പരിഗണന കൊടുക്കില്ലാ നിന്റെ കോട്ടത്തിലെ പൊളിയന്മാര്..."

അനിലേട്ടൻ വാശിപ്പുറത്ത് എന്ന പോലെ കൈകൾ ചുരുട്ടിപ്പിടിച്ചു.

"പൊളിയൻ എന്ന് പറഞ്ഞാൽ എന്താണ്."

എനിക്ക് കൗതുകമായി.

“തീയ്യൻ, വണ്ണാൻ, മലയൻ എന്നൊക്കെ പറയുന്നതുപോലെ കോട്ടവും കാവും അറയും ഒക്കെ ചുറ്റിപ്പറ്റി പൊളിയൻ എന്നു പറഞ്ഞൊരു ജാതി കൂടെയുണ്ട്. എല്ലാ അധികാരവും പണവും പിടിപാടും സ്ഥാനമാനങ്ങളും എല്ലാം പൊളിയന്മാരുടെ കൈയ്യിൽ ആയിരിക്കും. പൊളിയന്മാർക്ക് പഴയതൊന്നും കണ്ണിനു പിടിക്കില്ല. പഴയ പടിപ്പുര, ചാണകം മെഴുകിയ കളം, തൂണ്, അണിയറ, പള്ളിയറ എല്ലാം പൊളിക്കും. കാവിനകത്ത് കല്ലുപാകുക. മുകളിൽ ഷീറ്റിടുക. മേൽക്കൂര ചെമ്പടിപ്പിച്ച് പുനഃപ്രതിഷ്ഠയെന്നും പറഞ്ഞ് ബ്രാഹ്മണർക്ക് കാലു കഴുകിച്ചൂട്ട് സപ്താഹം തുടങ്ങി. ഇന്ന് കാണുന്ന സകല പുഴുത്ത ഏർപ്പാടും പൊളിയന്മാരുടെ സംഭാവനയാണ്. കഴിഞ്ഞ പത്തു വർഷം മുൻപ് വരെ കാവിലും കോട്ടത്തിലും ബ്രാഹ്മണർക്ക് എന്തെങ്കിലും ഒരു റോളുണ്ടായിരുന്നോ. ഇന്ന് അവരില്ലാതെ തെയ്യത്തിന്റെ മുടി ഉയരില്ലാ കോട്ടത്തിലൊന്നും.”

ദീർഘമായ സംസാരം അവസാനിപ്പിച്ച് അനിലേട്ടൻ പിറകിലെ തട്ടിയിലേക്ക് ചാഞ്ഞിരുന്നു.

“നമ്മളു വിചാരിച്ചാ ഒന്നും നടക്കില്ലാന്നാണോ അനിലേട്ടൻ പറയുന്നത്.”

എനിക്കും അതുവരെ ഉണ്ടായിരുന്ന ഊർജ്ജം പെട്ടെന്ന് ഇറങ്ങിപ്പോയതു പോലെ തോന്നി.

“മനുഷ്യാവകാശ കമ്മീഷൻ സ്വമേധയാ കേസ് എടുത്തതാ... നാട്ടിൽ ആർക്കും പരാതി ഒന്നും ഇല്ലല്ലോ. അതൊക്കെ കാണിച്ച് അവർക്കൊരു മെയിൽ അയയ്ക്കാം. പിന്നെ നാട്ടുകാരുടെ പ്രതികരണം ഒക്കെ നീ ഒരു വീഡിയോ എടുത്ത് എഡിറ്റ് ചെയ്യ്. സോഷ്യൽ മീഡിയയിൽ ഒക്കെ പോസ്റ്റ് ചെയ്യാം. ഇതുപോലുള്ള കാര്യങ്ങൾക്കൊക്കെ നല്ല റീച്ച് അല്ലേ. നമുക്ക് നോക്കാം. ഏതായാലും മീറ്റിങ്ങിന് ഞാൻ അങ്ങോട്ട് ഇറങ്ങാം. നീ ഇതുവരെ വന്നതല്ലേ? ഞാനിപ്പോൾ ഇതുപോലുള്ള കേസ് ഒന്നും ഏൽക്കാറില്ല. ഇതു പിന്നെ ഇവർക്കൊന്നും വേണ്ടി പറയാൻ ആരും ഇല്ലെടാ. നമ്മളൊക്കെ ഇപ്പൊ ഇവരുടെ കൂടെയങ്ങ് കയറി നിന്നില്ലെങ്കിൽ നാളെ സ്റ്റേജ് തെയ്യവും ഇൻസ്റ്റന്റ് തെയ്യവും ഘോഷയാത്ര തെയ്യവും ഒക്കെയേ നമ്മുടെ മക്കൾക്ക് കാണാൻ ബാക്കിയുണ്ടാകൂ. അവർക്കും ഇതൊക്കെ ബാക്കി വേണ്ടേ.. ആ സ്വാർത്ഥതയ്ക്ക് വേണ്ടിയെങ്കിലും ഇറങ്ങാം. നീ പോകല്ലേ... ഒരു സെക്കന്റ്. ഞാനിപ്പോൾ വരാം.”

ഞാൻ കുടിച്ചു വെച്ച ഗ്ലാസ് വിരലിൽ കോർത്തെടുത്ത് അനിലേട്ടൻ തിടുക്കപ്പെട്ട് കടയുടെ പിൻവശത്തേക്ക് ഇറങ്ങിപ്പോയി. അനിലേട്ടൻ പറഞ്ഞതു പോലെ ഒരു വീഡിയോ എടുക്കുന്നത് നല്ല ആശയം ആണേന്ന് എനിക്കും തോന്നി. തിരിച്ചു വന്നപ്പോൾ അനിലേട്ടന്റെ കയ്യിൽ ഒരു വലിയ കവറും ഉണ്ടായിരുന്നു.

"ആപ്പിളിന്റെ ഒരു ലാപ്ടോപ്പാ... ഏതോ ഹൈ എന്റ് മോഡൽ ആണെന്ന് തോന്നുന്നു. ഞാൻ അൺ ബോക്സ് ചെയ്തിട്ടൊന്നുമില്ല. മാൾട്ടയിൽ നമ്മുടെ ഒരു പയ്യനുണ്ട്. അവൻ കൊടുത്തയച്ചതാ... ഇവിടെ ഈ പരിപ്പും പഞ്ചാരയും കണക്കു കൂട്ടുന്ന എനിക്കെന്തിനാ ഇത്. എഡിറ്റിങ്ങിനൊക്കെ നല്ലതാണെന്നാ അവൻ പറഞ്ഞത്. ഇത് നീ വെച്ചോ... പകരം നിന്റെ കൈയിൽ ഒരു എൻട്രി ലെവൽ വല്ലതും ഉണ്ടെങ്കിൽ അതെനിക്ക് തന്നാൽ മതി. ഇവിടെ സഹായിക്കാൻ നിൽക്കുന്ന ചേച്ചിയുടെ മോള് പത്താം ക്ലാസ്സിലാ... അവൾക്ക് കൊടുക്കാൻ വെച്ചിരുന്നതാ ഞാൻ. അവൾക്കിത്ര കൂടിയ മോഡൽ ഒന്നും വേണ്ടല്ലോ. പകരം നീ വേറൊരെണ്ണം തന്നാൽ മതി."

അനിലേട്ടൻ ആ വലിയ കവർ എന്നെ ഏൽപ്പിച്ചു. വീട്ടിൽ എത്തിയിട്ട് ഒന്ന് ഉറങ്ങി എഴുന്നേറ്റിട്ട് ചില പരിപാടികൾ മനസ്സിൽ ഉണ്ടായിരുന്നതാണ്. പക്ഷേ ഉദയൻ വന്ന് ഉറക്കത്തിൽ നിന്ന് എഴുന്നേൽപ്പിച്ച് പിടിച്ച പിടി യാലെ ബാറിലേക്കു കൊണ്ടുപോയി. ഞാൻ തെങ്കാശിയിൽനിന്നു വന്നത് അവൻ ഇപ്പോഴാണ് അറിഞ്ഞതെന്ന് തോന്നുന്നു. ബാറിന്റെ റൂഫ് ടോപ്പിലാണ് ഞങ്ങൾ ഇരുന്നത്. ഓരോ ബിയറിനു പറഞ്ഞു. ഞാൻ ഫ്രീ സർവ്വീസിൽ കിട്ടുന്ന ഏതെങ്കിലും ടച്ചിങ്ങ്സ് മതിയെന്നാണ് വെയിറ്ററോട് പറഞ്ഞത്. പക്ഷേ ഉദയൻ കാണാതെ പഠിച്ചതുപോലെ എന്തൊക്കെയോ ഐറ്റംസിന് നെടുനീളത്തിൽ ഓർഡർ കൊടുത്തു.

"ഇതാ നിന്റെ പ്രശ്നം... ബൈക്കിൽ ചെലവു കുറച്ച് ട്രിപ്പ് പോയി ശീലിച്ച് ഇപ്പോ നീ വെറും ഊളയായിപ്പോയി. ഒരമാതിരി എച്ചി സ്വഭാവം. പൈസ ഇറക്കിയിട്ടുള്ള ഒരു പരിപാടിയും ഇല്ല..."

മുന്നിലെ പ്ലേറ്റിൽ നിന്നും മുട്ട ചിക്കി വറുത്തതും ചെറിപ്പഴവും സമം എടുത്ത് വായിലേക്ക് വിതറിക്കൊണ്ട് അവൻ ചിരിച്ചു.

"കണ്ടോടാ... നമ്മൾ ഓർഡർ ചെയ്ത ലിസ്റ്റിന്റെ പവർ. അല്ലെങ്കിൽ ഒരു പ്ലേറ്റ് മിച്ചർ മാത്രം തരുന്നതാ. ഇത് കണ്ടോ ചെറി മുട്ടാ..."

അവൻ ചെറിപ്പഴങ്ങൾക്കിടയിൽ വിരൽ താഴ്ത്തി പാത്രത്തെ ടേബി ളിൽ ഇട്ട് വട്ടത്തിൽ കറക്കിക്കൊണ്ടിരുന്നു.

"നിന്റെ കൈയിൽ എവിടുന്നാ ഇതിനും മാത്രം ക്യാഷ്? ഒരു പണിക്കും നീ പോകുന്നില്ലല്ലോ..."

എന്റെ ചോദ്യം അവനെ ഹരം പിടിപ്പിച്ചെന്നു തോന്നുന്നു. അവൻ കസേര നീക്കി ടേബിളിന് മുന്നിലേക്കിരുന്നു.

"അതിപ്പോ അളിയനെ തല്ലിയാ പെങ്ങള് ചോദിക്കണം. അമ്മയെ തല്ലിയാ അച്ഛൻ ചോദിക്കണം... അതാ നമ്മുടെ ഒരു പോളിസി. ആരുടെ കാര്യത്തിലും നമ്മൾ എടപെടാറില്ല. പിന്നെ പൈസ ഒക്കെ ഇടയ്ക്ക് വരും. ഇപ്പൊ തന്നെ കലക്ടറ് വരുന്നുണ്ട് അറയാക്കാലൊരു മീറ്റിങ്ങിന്. അയാളൊരു പ്രൈവറ്റ് നമ്പറീന്ന് വിളിച്ചാരുന്നു. മനസ്സിൽ എന്തോ കുറ്റ

ബോധം ഉണ്ടെന്ന് തോന്നുന്നു. ഇവിടുത്തെ ഏറ്റവും വലിയ ചെലവുള്ള വഴിപാട് ഏതാന്ന് ചോദിച്ചു. ഞാൻ എടുത്ത വായിക്ക് ഉദയാസ്തമന പടിപൂജ, പതിനായിരത്തൊന്ന് രൂപയാകും എന്ന് പറഞ്ഞു. ഞാൻ മാത്രമേ ഓഫീസിൽ ഉണ്ടായിരുന്നുള്ളൂ. കല്യാണത്തിന് വാടകയ്ക്ക് എടുത്ത ചെമ്പ് തിരികെ വെയ്ക്കാൻ പോയതാ ഞാൻ. അയാൾ ആളൊരു മൊണ്ണ ആണെന്ന് തോന്നുന്നു. അപ്പോ തന്നെ ഗൂഗിൾ പേയിൽ പൈസ അയച്ചു തന്നു. ഇതെന്താ അമ്പലം ആണോ വഴിപാടൊക്കെ കഴിക്കാൻ...”

അവൻ പൊട്ടിച്ച ബിയർ ബോട്ടിൽ ഒരു നീളൻ ഗ്ലാസിലേക്ക് പകർന്നു.

“ആ പതിനായിരം രൂപേലാ ഇപ്പോ ഓടിക്കൊണ്ടിരിക്കുന്നത്. ഈ വല്ല്യ പഠിപ്പ് ഉള്ളവർക്കൊക്കെ വിവരം കുറവായിരിക്കും എന്നു കേട്ടി ട്ടുണ്ട്. ഇപ്പോഴാ അനുഭവത്തിൽ വന്നത്... പക്ഷേ ഒരു കാര്യം എനിക്ക് ഉറപ്പാടാ. അയാളുടെ സംസാരവും വഴിപാടും ഒക്കെ കൂട്ടിയാലോചിച്ചാൽ മീറ്റിങ്ങിലെ തീരുമാനം ഉറപ്പായും നമുക്ക് എതിരായിരിക്കും.”

അവൻ ഫ്രഞ്ച് ഫ്രൈസിന്റെ മേമ്പൊടിയിൽ ബിയർ അല്പാല്പ മായി നുകർന്നു.

“നീ ചെയ്തതിൽ ഞാൻ തെറ്റൊന്നും കാണുന്നില്ല. അല്ലെങ്കിലും ഇപ്പോ പറഞ്ഞ പൂജയും പുഷ്പാഞ്ജലിയും ഒക്കെ ഏറിയാൽ ഒരു ഇരുപതു വർഷത്തിനുള്ളിൽ നമ്മുടെ കോട്ടത്തിലും കാവിലും ഒക്കെ വരും...”

ഞാൻ അനിലേട്ടൻ പറഞ്ഞ കാര്യങ്ങൾ മനസ്സിൽ വെച്ച് പറഞ്ഞു.

“അതിന് അത്രയും കാലം കാവും കോട്ടവും ഒക്കെ ഉണ്ടാകുമോ...? പെരുമലയൻ തെയ്യം കെട്ടി. പെരുമലയന്റെ മകൻ അശോകൻ തെയ്യം കെട്ടി. അശോകന്റെ മകൻ ആദിദേവ് ഇനി തെയ്യം കെട്ടുമോ.”

ചെസ്സ് കളിയിലെ നാടകീയമായ കരുനീക്കങ്ങൾ പോലെ ഉദയൻ മുക്കാലും ബിയർ നിറഞ്ഞ ഗ്ലാസ് എന്റെ മുന്നിലേക്ക് നീക്കി വെച്ചു. ഉത്തരം പറഞ്ഞാൽ നമ്മൾ രണ്ടുപേരും നിരാശപ്പെടുമായിരുന്നു. അതു ഭയന്നിട്ടാകണം ഉദയൻ സംസാരം മറ്റൊരു വശത്തേക്ക് തിരിച്ചു വിട്ടു.

“നമ്മുടെ പഴയ ശോഭാ ടാക്കീസ് പൊളിച്ചാ ഈ ബാർ ഹോട്ടൽ പണിതത്. പണ്ടിവിടെ സിനിമേടെ ഇടയ്ക്ക് തുണ്ട് ഇടുന്നത് കാണാൻ വേണ്ടി മാത്രം നമ്മളു സൈക്കിളിൽ ഡബിളു വന്നിരുന്നത് ഓർമ്മയുണ്ടോ? നമ്മളു വന്ന പ്രാവശ്യം ഒന്നും അവര് സിനിമേൽ വീഡിയോ കയറ്റി യില്ല. നമ്മളു കാത്തു കാത്തിരുന്ന് അവസാനം ഒന്നും ഇല്ലാതെ സിനിമ തീർന്നു പോയ ദേഷ്യത്തിന് ഞാൻ പണ്ട് സൈക്കിളിന്റെ ചാവി കൊണ്ട് തിയേറ്ററിലെ സീറ്റ് കുത്തിക്കീറിയത് ഓർമ്മയുണ്ടോ? അതുപോലെ ബൈക്കിന്റെ ചാവി വെച്ച് ഈ സീറ്റും കുത്തിക്കീറട്ടെ...?”

ഉദയൻ അവസാനം പറഞ്ഞതിൽ അപകടകാരിയായ ഒരു ചോദ്യ ചിഹ്നമുണ്ടായിരുന്നു. കുടിച്ച മദ്യം അവന്റെ തലച്ചോറിൽ ചില സ്ഥിരം

നമ്പറുകൾ ഇറക്കിത്തുടങ്ങിയെന്ന് എനിക്ക് മനസ്സിലായി. അധികം ചീയാൻ നിൽക്കാതെ ബിൽ പേ ചെയ്ത് ഞങ്ങളിറങ്ങി. ഉദയൻ പറഞ്ഞപ്പോഴാണ് ഞാൻ സത്യത്തിൽ അശോകേട്ടന്റെ കാര്യം ആലോചിച്ചത്. പെരുമലയന്റെ വീട്ടിൽ പോയപ്പോഴും അശോകേട്ടനെ കണ്ടിരുന്നില്ല. അശോകേട്ടനോടായിരുന്നു ആദ്യം സംസാരിക്കേണ്ടിയിരുന്നത്. ഒരു പക്ഷേ അയാൾക്കെന്റെ സഹായം ആവശ്യമില്ലായിരിക്കും. എങ്കിലും കാര്യങ്ങളെക്കുറിച്ച് ഒരു വ്യക്തത ലഭിക്കും. പെരുമലയൻ പറഞ്ഞത് പൊലീസുകാര് പറയുംപോലെ ചടങ്ങൊക്കെ മാറ്റം വരുത്തി അശോകേട്ടൻ ഇനി തെയ്യം കെട്ടില്ലെന്നാണ്. അന്നേരം തന്നെ അശോകേട്ടനെ കാണേണ്ടതായിരുന്നു. ഇനിയിപ്പോൾ ഇന്ന് കുടിച്ചിട്ട് അശോകേട്ടനെ കാണാൻ പറ്റില്ല. നാളെയോ മറ്റന്നാളോ പെരുമലയന്റെ വീട്ടിലേക്കിറങ്ങണം. ഉദയനെ വീട്ടിൽ വിട്ട് വന്ന ശേഷം കുറച്ചു സമയം വീഡിയോ ഒക്കെ എഡിറ്റ് ചെയ്ത് ആ കസേരയിൽ തന്നെ ഇരുന്ന് ഉറങ്ങിപ്പോയി. എഴുന്നേൽക്കുമ്പോഴേക്കും നേരം പുലർന്നിരുന്നു. ഉദയൻ പറഞ്ഞതിൽ ഒരു കാര്യം രാത്രി മുഴുവൻ കഴിഞ്ഞിട്ടും എന്റെ മനസ്സിൽ തറഞ്ഞു നിന്നിരുന്നു. 'മീറ്റിങ്ങിലെ തീരുമാനം നമ്മൾക്ക് എതിരായിരിക്കും.' അതു ശരിയാണെന്ന് എനിക്കും തോന്നി. ന്യായം നമ്മുടെ ഭാഗത്തും പണം, രാഷ്ട്രീയം, പവർ, പിടിപാട് ഇതിൽ ഏതെങ്കിലും ഒന്നോ ഒന്നിൽക്കൂടുതലോ എതിർഭാഗത്തും വരുന്ന കേസുകളിൽ ഒരു തവണ എങ്കിലും ഇവിടുത്തെ സിസ്റ്റവും ആയി ഇടപഴകേണ്ടി വന്ന ആർക്കും അങ്ങനയേ തോന്നൂ.

ആഴ്ച്ചപ്പതിപ്പിൽ എഴുതിയിരുന്നപ്പോഴും മുൻപ് പത്രത്തിൽ കോളം ചെയ്തിരുന്ന കാലത്തും അത്തരം കെട്ടുകണക്കിന് അനുഭവങ്ങൾ എന്റെ മെയിലിൽ എന്നെത്തേടി എത്തിയിരുന്നു. പൊലീസിനും ഓഫീസർമാർക്കും എതിരെ ആയിരുന്നു നിരന്തരം എഴുതിയിരുന്നത്. അതുകൊണ്ടു തന്നെ അത് അധികകാലം തുടർന്നില്ല. ഒരു കാര്യത്തിൽ ശ്രദ്ധ കൊടുത്താൽ മുഴുവൻ സമയവും ഞാൻ അതിന്റെ പിറകിൽ തന്നെ ആയിരിക്കും. എന്നാൽ ജീവിതത്തിലെ ചില മോശം അനുഭവങ്ങൾ എന്റെ വേഗവും ഫോക്കസും തകർത്തു. മിനിമം ഒരു മൂന്നു വർഷം മുൻപെങ്കിലും പെരുമലയൻ എന്നെ തേടി വരണമായിരുന്നു. വരാൻ പോകുന്ന ചർച്ചയിൽ പെരുമലയന്റെ ഭാഗം ഞാൻ പറഞ്ഞാൽ അതു വലിയ അബദ്ധമാകുമെന്ന് എനിക്കു തോന്നി. ഒരു കാര്യം ചെയ്യുന്നതിനു മുൻപുള്ള പരാജയഭീതി ഇപ്പോൾ എന്റെ പതിവാണ്. അനിലേട്ടൻ പറഞ്ഞതു പോലെ ഒരു വീഡിയോ തയ്യാറാക്കുന്നതായിരിക്കും നല്ലത്. അതാണ് എനിക്ക് പറ്റിയ പണി. പല്ല് തേപ്പ് കഴിഞ്ഞ് ബ്രഷ് തിരികെ വെയ്ക്കുമ്പോഴേക്കും വീഡിയോയുടെ കാര്യം ഞാൻ തീരുമാനിച്ച് ഉറപ്പിച്ചിരുന്നു. പക്ഷേ ഉദയൻ എന്റെ എല്ലാ പദ്ധതികളും കശക്കിയെറിഞ്ഞു. ചിന്തിച്ചാൽ അവനെ കുറ്റം പറയാനാകില്ല. ഓർക്കാപ്പുറത്ത് എന്റെ നെറ്റിയിലേക്ക് കവണയിൽ കല്ല് കൊരുത്ത് അടിക്കുന്നത് ജീവിതത്തിന് ഒരു ശീലമായിരിക്കുന്നു. ഉദയൻ ചോര ഛർദ്ദിച്ച് മെഡിക്കൽ കോളേജിൽ ആണെന്ന് അമ്മ വന്നു പറഞ്ഞപ്പോൾ ഞാൻ ആദ്യം വിശ്വസിച്ചില്ല.

“ഒരു തുള്ളി പോലും കുടിക്കരുതെന്ന് ഡോക്ടർ അവനോട് നിർബന്ധം പറഞ്ഞിരുന്നു... ഇപ്പോഴത്തെ പിള്ളേർക്ക് ജീവനിൽപ്പോലും കൊതിയില്ല. നിന്റെ കൂട്ടകാരൻ അല്ലേ...? ആരെങ്കിലും എന്തെങ്കിലും പറഞ്ഞാൽ അനുസരിക്കുന്ന സ്വഭാവം നിനക്കും ഇല്ലല്ലോ... ഒരു ഉത്തരവാദിത്വവും ഇല്ലാതെ നടക്കും. അതു പോട്ടെ... നീയും ഉദയനും ഒരുമിച്ച് ടൗണിൽ പോയിരുന്നോ....?”

ഞാൻ ഒന്നും പറഞ്ഞില്ല. എനിക്ക് ആകെ സമനില തെറ്റുന്നത് പോലെ തോന്നി. അമ്മയുടെ ചോദ്യത്തിന് അമ്മ തന്നെ മൗനം കൊണ്ട് മറുപടി പറഞ്ഞു. ഞങ്ങൾ ഒരുമിച്ച് ബാറിൽ പോയെന്ന് അറിഞ്ഞാൽ ഞാൻ നിർബന്ധിച്ച് അവനെ കഴിപ്പിച്ചതാണെന്നേ ആളുകൾ കരുതൂ. ആവശ്യത്തിലധികം സ്വാതന്ത്ര്യം അവന്റെ കാര്യത്തിൽ അവന്റെ വീട്ടിൽ നിന്നും എനിക്ക് അനുവദിച്ച് തന്നിട്ടുണ്ട്. ആ ഞാൻ അവന്റെ അസുഖ ത്തിന്റെ കാര്യം അറിയില്ലെന്ന് പറഞ്ഞാൽ ആരും വിശ്വസിക്കില്ല. നാട്ടിൽനിന്ന് മാറിയിട്ട് രണ്ടാഴ്ച തികഞ്ഞിട്ടില്ല. അതിനുള്ളിൽ ഉദയന് എന്താണ് സംഭവിച്ചത്. എന്റെ ഹൃദയമിടിപ്പിന്റെ ശബ്ദം വീക്ക് ചെണ്ട പോലെ ഹൃദയത്തിൽ മുഴങ്ങിക്കേട്ടു. ഹോസ്പിറ്റലിൽ എത്തും വരെ മനസ്സിന് ഒരു സമാധാനവും ഉണ്ടായില്ല. പക്ഷേ ആരും ഒന്നും അറിഞ്ഞി ട്ടില്ല. ഉദയൻ ഐ.സി.യുവിൽ ആയിരുന്നു. വിതറിയ കൽക്കണ്ടത്തരി കൾക്ക് ചുറ്റും ഉറുമ്പുവന്ന് കൂടുംപോലെ നാട്ടുകാരുടെ ചെറുതും വലുതുമായ കൂട്ടങ്ങൾ ഹോസ്പിറ്റലിന് ചുറ്റും ഉണ്ട്. ഞാൻ അവർക്ക് ഇടയിലൂടെ ഒന്ന് നടന്നു നോക്കി. മിക്കവരും എന്റെ കൈയ്യിൽ പിടിക്കു കയും കുശലം പറയുകയും ഒക്കെ ചെയ്തു.

ഞാനും ഉദയനും ഒരുമിച്ച് മദ്യപിച്ച കഥയൊന്നും ആളുകൾ അറിഞ്ഞിട്ടില്ലെന്ന് ഉറപ്പായി. അനുസരണയുള്ള വളർത്തുനായ ഉടമയെ ചുറ്റിപ്പറ്റി നിൽക്കുന്നതു പോലെ രാത്രി വരെ ഞാൻ ഹോസ്പിറ്റലിൽ തന്നെ നിന്നു. രാത്രി ഉദയന് എന്തെങ്കിലും അത്യാവശ്യം ഉണ്ടെങ്കിൽ വിളിക്കാൻ പാകത്തിന് ഒരാൾ രാത്രി മുഴുവൻ ഉറക്കം ഒഴിഞ്ഞ് ഐ.സി.യുവിന് മുന്നിൽ ഇരിക്കണമായിരുന്നു. എന്റെ ഭാഗ്യത്തിന് ആ അവസരം എനിക്കു തന്നെ ലഭിച്ചു. അതിൽ രണ്ട് ലാഭം ഉണ്ടെന്ന് തുടക്കത്തിൽ തന്നെ എനിക്കു മനസ്സിലായി. ഒന്നാമത് ഉദയൻ എന്റെ സുഹൃത്താണ് അവനൊരു ആവശ്യം വന്നാൽ ന്യായമായും ഞാൻ തന്നെ വേണം എന്തിനും ഏതിനും മുൻപിൽ ഇറങ്ങി നിൽക്കാൻ. മറ്റൊരു കാര്യം ഹോസ്പിറ്റലിൽ തന്നെ നിന്നാൽ ഉദയനെ ഏറ്റവും ആദ്യം കാണാനാകും. ബാറിലെ കാര്യം പുറത്തു പറയരുതെന്ന് അവനോട് ആദ്യം തന്നെ ഒരു ഉറപ്പു വാങ്ങണം. ഓരോന്ന് കൂട്ടിയും കിഴിച്ചും മൂന്നാം നിലയിലെ വലിയ ഹാളിൽ ഞാൻ ചുമരും ചാരി ഇരുന്നു. ഐ.സി.യു വാർഡിന് മുന്നിലെ സ്ഥലപരിമിതി കാരണം മറ്റൊരു ഹാളിൽ ആണ് ഇരിക്കുന്നത്. എന്തെങ്കിലും ആവശ്യം ഉണ്ടെങ്കിൽ മൈക്കിലൂടെ നമ്മുടെ പേഷ്യന്റിന്റെ പേരു വിളിക്കും. എനിക്ക് ഇതെല്ലാം പുതിയ അനുഭവം ആയിരുന്നു. ഇത്രയും കാലത്തിനിടയ്ക്ക് എന്റെ വേണ്ടപ്പെട്ട ആരും

ഇതുവരെ ഐ.സി.യുവിൽ കിടന്നിട്ടില്ല. അതുകൊണ്ടുതന്നെ അല്പം കൗതുകവും പ്രസരിപ്പുമാർന്ന കണ്ണുകളുമായി ഓരോന്ന് നോക്കിയും കണ്ടും ഞാൻ ഇരുന്നു. എന്റെ അരികിൽ ഉള്ള ചെറുപ്പക്കാരൻ അവന്റെ അച്ഛന്റെ പേരു പറഞ്ഞു തന്ന് അയാളുടെ പേര് വിളിച്ചാൽ അവനെ വിളിച്ചുണർത്തണമെന്ന് എന്നെ ചട്ടം കെട്ടി നേരത്തേ തന്നെ ഉറക്കം പിടിച്ചു കഴിഞ്ഞു. ചെറിയ തുണിയും മുണ്ടും വിരിച്ച് പല പ്രായത്തിലുള്ള ആളുകൾ മുറിയുടെ പല ഭാഗത്ത് ചുരുണ്ടുകൂടിക്കിടക്കുന്നു. പാത്രത്തിൽ അടച്ച പാറ്റയെപ്പോലെ പുറത്തു കടക്കാൻ പഴുതില്ലാതെ ക്ലോക്കിനുള്ളിൽ കിടന്ന് വട്ടം തിരിയുന്ന സൂചികളിലേക്ക് നോക്കി ഞാൻ ഓരോന്ന് ചിന്തിച്ച് ഇരുന്നു.

പുലർച്ചെ അഞ്ച് മണിക്കാണ് ഉദയനെ റൂമിലേക്ക് മാറ്റിയത്. ഒരു നഴ്സിന്റെ കൂടെ ഞാൻ തന്നെ അവനെ സ്കാൻ ചെയ്യാനും കൊണ്ടു പോയി. റൂമിലേക്ക് മാറിയെങ്കിലും ഉദയൻ മുഴുവൻ സമയവും കിടപ്പിൽ ആയിരുന്നു. കിടക്കയുടെ ഒരു മൂലയിൽ അഴിച്ചു വെച്ച ഒലിയുടുപ്പുപോലെ അവൻ അങ്ങനെ ചുരുണ്ടുകൂടി കിടക്കും. ഞാൻ നിർബന്ധിച്ചാൽ മാത്രം പേരിന് എന്തെങ്കിലും ഒക്കെ കഴിക്കും. വെറും രണ്ടു ദിവസം കൊണ്ട് അവനിങ്ങനെ മാറിപ്പോയത് ഓർത്ത് എനിക്ക് സങ്കടം വന്നു. ഞാൻ ആണെങ്കിൽ പൊതുവേ അല്പം ഉൾവലിഞ്ഞ കൂട്ടത്തിൽ ആണ്. ഉദയൻ അങ്ങനെയല്ല ഒരിടത്തും അടങ്ങി ഇരിക്കാതെ തെറിച്ചു നടക്കുന്ന സ്വഭാവം ആയിരുന്നു. ഹോസ്പിറ്റലിലെ താമസം മടുപ്പിക്കുമെന്ന് ആദ്യം കരുതി യെങ്കിലും ഈ മുറിയും ഇവിടുത്തെ അന്തരീക്ഷവും ഒക്കെ പൊതുവേ സുഖകരമാണ്.

ജനലിനരികിൽ ഇരുന്നാൽ താഴെ ആക്സിഡന്റ് എമർജൻസിക്ക് മുന്നിൽ ആംബുലൻസുകൾ വന്ന് നിൽക്കുന്ന ഭാഗം കാണാം.അവിടെ പത്തോ പതിനഞ്ചോ മിനിറ്റു കൂടുമ്പോൾ ഒരു ആക്സിഡന്റ് കേസെ ങ്കിലും കൊണ്ടുവരും. അമ്മ ലാപ്ടോപ്പ് കൊടുത്തു വിട്ടതുകൊണ്ട് സമാധാനമയി വളരെ സമയമെടുത്ത് വീഡിയോ എഡിറ്റ് ചെയ്യാം. നമ്മൾ എന്തോ ത്യാഗം ചെയ്യുന്ന മട്ടിൽ വളരെ സ്നേഹത്തോടെയുള്ള ഉദയന്റെ വീട്ടുകാരുടെ പെരുമാറ്റം. എല്ലാം കൊണ്ടും വളരെ സുഖകരമായ അന്തരീക്ഷം. പക്ഷേ അതിനിടയ്ക്ക് കലക്ടറുടെ മീറ്റിങ്ങിന്റെ കാര്യം മറന്നുപോയി. അനിലേട്ടൻ വിളിച്ചപ്പോൾ ആണ് ഇന്ന് വെള്ളിയാഴ്ച്ച ആണെന്ന് പോലും ഓർമ്മ വന്നത്. പാസ് കൈമാറാൻ ഉദയന്റെ അനിയൻ വരുന്നതും കാത്ത് അര മണിക്കൂർ പിന്നെയും മെഡിക്കൽ കോളേജിന്റെ ഗേറ്റിൽ കാത്തു നിന്നു. പോകുന്ന വഴിക്ക് അവന്റെ വീട്ടിൽ ഏല്പിച്ചാൽ മതിയായിരുന്നു. പക്ഷേ ആ സമയത്ത് അങ്ങനെയൊരു ചിന്ത പോയില്ല. കോട്ടത്തിനു മുന്നിൽ ബൈക്ക് സൈഡ് സ്റ്റാന്റിനെ ഏല്പിച്ച് ഇറങ്ങിയ പ്പോൾ തന്നെ മൈക്കിലൂടെ ആരുടെയോ പരുഷമായ ശബ്ദം കേട്ടു.

“നിങ്ങളുടെ തെയ്യം കഥയും നാടൻ പാട്ടും കേൾക്കാനല്ല ഞങ്ങൾ വന്നത്. വാലിച്ചേരി കോട്ടം ഇവിടെ വളരെ അടുത്തല്ലേ? കഴിഞ്ഞതിനു

രണ്ടു വർഷം മുൻപ് വരെ അവിടെ നായാട്ടുകാർ വെടിവെച്ചു കൊണ്ടു വരുന്ന പന്നിയുടെ തല അറുത്തു വെച്ചതിന് ശേഷം മാത്രമേ തെയ്യം മുടിയെടുക്കൂ. അതായിരുന്നു ആചാരം. എന്നിട്ടിപ്പോൾ എന്തായി? നായാട്ടും നിരോധിച്ച് നാലഞ്ചെണ്ണം അകത്ത് കിടന്നപ്പോൾ ആചാരം ഒക്കെ തനിയെ മാറി. ഇപ്പോ കാട്ടുപന്നിയുടെ തല അറുക്കുന്നതിന് പകരം തെയ്യം താമരമൊട്ട് തണ്ടിൽനിന്ന് പൊട്ടിച്ചെടുക്കുന്നതാണ് ആചാരം. ആചാരത്തിന്റെ ഒക്കെ കാര്യം ഇത്രയേ ഉള്ളൂ. നിങ്ങളുടെ തെയ്യവും ഇതു പോലെ ആളെ അടിക്കുന്നതിന് പകരം വല്ല കല്ലിനെയോ മരത്തിനെയോ തല്ലുന്ന രീതിയിൽ ആചാരത്തിൽ മാറ്റം വരുത്തിയാൽ മതി. അല്ലെങ്കിൽ അടുത്ത പ്രാവശ്യം തെയ്യക്കാരൻ മാത്രമല്ല കമ്മറ്റിക്കാരും കൂടെ അകത്തു പോകേണ്ടി വരും..."

കസേരയിൽ പിന്നിലേക്ക് ചാരിയിരുന്ന് വളരെ ഒഴുക്കൻ മട്ടിലാണ് അയാൾ സംസാരിക്കുന്നത്. കൈയിലെ മൈക്ക് ഓഫ് ചെയ്ത് ടേബിളി ലേക്ക് വെച്ച് അയാൾ പിന്നിലേക്ക് ചാഞ്ഞിരുന്നു. അയാൾക്ക് പകരം മറ്റൊരാൾ സംസാരിച്ചു തുടങ്ങി. മേശയുടെ മുന്നിൽ ഇരിക്കുന്നവർ മാത്ര മാണ് മൈക്ക് കൈകാര്യം ചെയ്യുന്നത്. എതിരെ നിൽക്കുന്ന വലിയ ജന ക്കൂട്ടം വെറും വായിൽ സംസാരിക്കുകയാണ്. അവരുടെ സഭാകമ്പവും ആത്മവിശ്വാസക്കുറവും ഉള്ള ശബ്ദം ശരിക്ക് മുന്നിലേക്ക് കേൾക്കുന്നതു പോലുമില്ല. അവസാനം ആളുകളെ തട്ടുന്നതിന് പകരം ഒരു സങ്കല്പ ത്തിന് മറ്റെന്തെങ്കിലും രീതികൾ പ്രശ്ന ചിന്ത നടത്തി കണ്ടുപിടിക്കാം എന്നൊരു ചിന്തയിൽ ചർച്ച ഏകദേശം അവസാനിച്ചു തുടങ്ങി. തോർത്ത് അരയിൽ ചുറ്റിയ ചിലർ ജനക്കൂട്ടത്തിനിടയിൽ ചായയും സമൂസയും വിതരണം ചെയ്തു കൊണ്ട് തലങ്ങും വിലങ്ങും നടക്കുന്നു. അനിലേട്ടൻ അർത്ഥം വെച്ച് എന്റെ മുഖത്തേക്ക് നോക്കി. ഞാൻ ചോര വാർന്ന പോയതു പോലെ മതിലും ചാരി നിന്നു.

പെട്ടെന്ന് ആൾക്കൂട്ടത്തിനിടയിൽ ഒരു ഓളം ഉണ്ടായി. എല്ലായിടത്തും ശബ്ദം താഴ്ത്തിയുള്ള സംസാരങ്ങളും മുറുമുറുപ്പും ഉയർന്നു. ഒരാൾ ചെവിയിൽ എന്തോ പറഞ്ഞപ്പോൾ മേശമേൽ വെച്ച രണ്ടാംമുണ്ട് എടുത്ത് തോളിലേക്കിട്ട് അന്ത്രിശ്ശൻ വാലിനു തീ കൊടുത്തതുപോലെ ഭണ്ഡാര പ്പുരയിലേക്ക് പാഞ്ഞു കയറി. ആൾക്കൂട്ടത്തിനിടയിലൂടെ നൂണ്ടും ഞെരു ങ്ങിയും ഞാൻ അനിലേട്ടന്റെ അടുത്തു ചെന്നു.

"എടാ... പെരുമലയന്റെ വീട്ടിൽ നിന്നും ഇങ്ങോട്ട് തെയ്യം വരുന്നുണ്ട്."

അനിലേട്ടൻ എന്റെ ചെവിയിൽ കൈപ്പടം കൊണ്ട് മറവുണ്ടാക്കി വളരെ ഉച്ചത്തിൽ പറഞ്ഞു.

"ഇത് ഏപ്രിൽ അല്ലേ.. ഈ സമയത്ത് എന്ത് തെയ്യം...?"

ഞാൻ അനിലേട്ടന്റെ മുഖത്തേക്ക് നോക്കി.

"എടാ.. അശോകൻ വീട്ടിൽ നിന്ന് തെയ്യം കെട്ടിയിട്ടാണ് പോലും ഇങ്ങോട്ട് വരുന്നത്.''

അനിലേട്ടൻ അലറുന്നതുപോലെ പറഞ്ഞു. തലയ്ക്കു മുകളിൽ കൊള്ളിയാൻ ഇറങ്ങിയതുപോലെ ഞാൻ തരിച്ചു നിന്നു. ഒന്നും മനസ്സിലാകുന്നില്ല. എന്തൊക്കെയാണ് സംഭവിക്കുന്നത്.

"ആ നായീന്റെ മോന് പ്രാന്താന്ന്. എന്ത്ന്നിത് പിള്ളേര് കളിയാന്ന്."

അനിലേട്ടന്റെ അരികിൽ നിന്ന സതീശൻ മുണ്ട് മാടിക്കെട്ടി മുന്നിലേക്ക് ഇറങ്ങി നിന്നു. ആൾക്കൂട്ടത്തിനിടയിൽ ഒര വേലിയേറ്റം തന്നെ ഉണ്ടായി. ജനക്കൂട്ടം കലക്ടറുടെ മേലേക്ക് ഇരമ്പിക്കയറി. പൊലീസുകാർ വട്ടം പിടിക്കാൻ ശ്രമിച്ചെങ്കിലും നടന്നില്ല. പൊലീസുകാരുടെ തൊപ്പിയും ലാത്തിയും പൂഴി വാരിയിട്ടാൽ താഴാത്ത ജനസഞ്ചയത്തിന് മുകളിൽ ബലൂണുകൾ പോലെ പറന്നു കളിച്ചു. ദൂരെ ടാർ റോഡിന്റെ അതിരിൽ ഒരു ചുവന്ന രൂപം കണ്ടപ്പോൾ ജനം മത്തു പിടിച്ചതുപോലെ ഇരമ്പിമറിഞ്ഞു. ഒരു വലിയ ജനക്കൂട്ടത്തിന്റെ അകമ്പടിയിൽ തെയ്യം പടിപ്പുര വാതിലിനു മുന്നിൽ വന്നു നിന്നു. അടച്ച പടിപ്പുരയുടെ വാതിലിന്റെ താക്കോൽ ദ്വാരത്തിനുള്ളിലേക്ക് ചാവി കടത്താനാകാതെ അന്ത്രിശ്ശന്റെ കൈകൾ വിറച്ചു.

"എനിക്കും മലങ്കാറ്റിനും വന്ന് വട്ടം നിൽക്കണ്ടാ... നന്ദ്യാർകോട്ടം എന്ന കാപ്പിനകത്തെ പിടിയൻ തന്നെ ഞാൻ..."

തെയ്യം പടിപ്പുരയുടെ ഇരുമ്പു വാതിലിനപ്പുറം കാലുകൾ വിറപ്പിച്ച് നിന്നു. തെയ്യത്തിന്റെ ശരീരത്തിൽ അശോകേട്ടന്റെ മുഖം തന്നെയാണോ എന്ന് ഞാൻ സംശയിച്ചു. പെരുമലയന്മാരുടെ മുഖത്തെഴുത്തുകളിൽ പ്രശസ്തമായ ഇരട്ട നാഗം താഴ്ത്തലിന്റെ സമ്പന്നമായ ചിത്രപ്പണികൾ തെയ്യത്തിന്റെ മുഖത്തിനു മുന്നിൽ ഒരു മറപിടിച്ചിരുന്നു. പടിപ്പുര വാതിൽ കിരികിരി ശബ്ദത്തോടെ വലിഞ്ഞ് തുറന്നു. തെയ്യം അകത്തേക്ക് നടക്കുന്ന കിലകിലാരവം മുഴങ്ങി. ഒലിയുടപ്പ് കാറ്റിൽ പതറി. ചെക്കിപ്പൂത്തണ്ടകൾ കെട്ടിയ ഇടം കൈ ഉയർത്തി തെയ്യം ജനസഞ്ചയത്തിനിടയിലേക്ക് തുരക്കുന്ന ഒരു നോട്ടം അയച്ചു. വില്ലിൽ നിന്ന് തൊടുത്തയച്ചതു പോലെ കല്ലുകൾ മൂളിപ്പറന്ന് വന്ന് കലക്ടറുടെ കാറിന്റെ മുന്നിലെ ഗ്ലാസിൽ ചിലന്തിവല കെട്ടി. ആൾക്കൂട്ടം മദയാനയെപ്പോലെ കോട്ടത്തിനകത്തേക്ക് പാഞ്ഞു കയറി. പടിപ്പുരയ്ക്ക് താഴെ ചെമ്പകമരത്തിനരികിൽ നിന്ന് വടക്കോട്ട് തെയ്യം തട്ട് തുടങ്ങി. വലം കൈയ്യിലെ വടി ചുഴറ്റി ചെക്കിപ്പൂകാടുകൾക്ക് മുകളിൽ വണ്ട് വട്ടമിടും പോലെ തെയ്യം ജനക്കൂട്ടത്തിനിടയിൽ മൂളിപ്പറന്ന് നടന്നു. തീനാളത്തിനു നേർക്ക് ഈയാംപാറ്റകൾ പറക്കുംപോലെ ജനം തെയ്യത്തിനു മുന്നിലേക്ക് ഒഴുകി നിറയുന്നത് കണ്ടപ്പോൾ എനിക്കും ഹരം പിടിച്ചു. മുണ്ട് ഉയരത്തിൽ മാടി ഉടുത്ത് അനിലേട്ടനും ഇറങ്ങി. തളിപ്പറമ്പ് സ്റ്റേഷനിൽനിന്നും വിവരം ലഭിച്ച് പൊലീസുകാരെ കുത്തി നിറച്ച ബസ്സ് പയ്യന്നൂരിൽനിന്ന് പുറപ്പെടുമ്പോൾ തെയ്യത്തിന്റെ കയ്യിൽനിന്ന് തട്ട് വാങ്ങാൻ ജനക്കൂട്ടത്തിനൊപ്പം കലർന്ന് ആർത്തു വിളിച്ച് പൊലീസുകാരുടെ കൂടെ കലക്റ്ററും തെയ്യത്തിന് നേരെ ഓടുകയായിരുന്നു. ■

നരനായാട്ട്

വയസ്സന്മാരുടെ കൈ പോലെയാണ് ടാറ്റ നാന്നൂറ്റി ഏഴിന്റെ ഗിയർ ലിവർ, സ്റ്റാർട്ട് ചെയ്തിട്ടാൽ ഒരു കാര്യവുമില്ലാതെ വെറുതെ വിറച്ചു കൊണ്ടിരിക്കും. ആ ഗിയർ ലിവറിൽ പിടിച്ചിരിക്കുമ്പോൾ എന്റെ മനസ്സും അതു പോലെ വിറകൊള്ളുകയാണെന്ന് എനിക്കു തോന്നി. എന്താണ് വരാനിരിക്കുന്നതെന്ന് അറിയില്ല. എങ്കിലും ഒരു കളി തുടങ്ങുകയാണെന്ന് എനിക്കറിയാം.

"നമ്മളെപ്പോലെ മൂന്നു നരന്തു പയ്യന്മാർ സ്ഥലം എസ്.ഐയെ അതും സുബാഷ് ഗഗനേപ്പോലെ ഒരുത്തനെ കേറി വെട്ടുകയെന്ന് പറഞ്ഞാൽ അത് വലിയ മണ്ടത്തരം ആയിരിക്കും. ആ മണ്ടത്തരം ആണു നമ്മളിപ്പോ ചെയ്യാൻ പോകുന്നത്. നീ അവനെ കൃത്യം തുറയിലെത്തിച്ചോണം. സംഭവം പാളിയാലും മുഖം ആ ചെന്നായയ്ക്ക് കാണിച്ചു കൊടുക്കരുത്. എന്നു കരുതി പേടിക്കുവൊന്നും വേണ്ടാ. അന്ത്രു നിന്റെ ചുറ്റുവട്ടത്തു തന്നെ ഉണ്ടാകും. ഹെഡ് ഫോൺ ചെവീന്നെടുക്കരുത്. ഒരു അരമണിക്കൂർ കഴിഞ്ഞിട്ട് ഞാൻ വിളിക്കും. അപ്പോ വണ്ടി എടുത്താൽ മതി. അവന്റെ കൈയിൽ തോക്ക് കാണും. പക്ഷേ ആദ്യം ഒന്നും പുറത്തെടുത്ത് പൊട്ടിക്കുകേല. അവനെ ആക്രമിക്കുവാണെന്ന് ഒരിക്കലും തോന്നരുത്. നീ രക്ഷപ്പെടുവാന്ന് എപ്പോഴും തോന്നിക്കണം. തുറേൽ എത്തിക്കണം. ബാക്കി നമുക്ക് പൂളാം."

അവനെന്റെ കൈയിൽപ്പിടിച്ചു കുലുക്കി ഇരുട്ടിലേക്ക് ഇറങ്ങിപ്പോയി. ഞാൻ വണ്ടി ഓഫ് ചെയ്ത് കർച്ചീഫ് മുഖത്ത് വലിച്ചു കെട്ടി. ചെട്ടിക്കുളം ക്ലേ ഫാക്റ്ററി മുതൽ തുറവരെയുള്ള വഴി ഗഗനേയും കൊണ്ട് ഓടിയെത്തുക എന്നതാണ് വലിയ വെല്ലുവിളി. ഏത് കൂടിയ മോനായാലും തുറയിൽ കയറിയിൽ ദിശ തെറ്റിപ്പോകും. അരമുക്കാൽ മണിക്കൂർ സമയം ഉണ്ടെങ്കിലും ഞാൻ ചൂണ്ടുവിരൽ വണ്ടിയുടെ സെൽഫിനു മുകളിൽ വെച്ച് വിരലിന്റെ ഞൊട്ടകൾ പൊട്ടിച്ച് കാത്തിരുന്നു. അന്ത്രുമാൻ നേരത്തേ തന്നെ പൂഴിവണ്ടി വരുന്ന കാര്യം സ്റ്റേഷനിൽ വിളിച്ച് ഒറ്റിക്കാണും. പന്തീരംകടവ് തൊട്ട് ക്ലേ ഫാക്റ്ററി വരെ എവിടെ വെച്ചും വണ്ടിക്ക് പൊലീസ് വട്ടം വെയ്ക്കാം. അവിടെ വച്ച് ആയാൽ ലോറിയിൽ ഉള്ളവർ

ഏത് ദിശയിൽ ഓടിയാലും വലിയ വയൽ ആയതു കൊണ്ട് പൊലീസുകാർക്ക് എളുപ്പത്തിൽ മാർക്ക് ചെയ്യാനും ഓടിച്ചിട്ട് പിടിക്കാനുമാകും. കള്ളന്മാരെപ്പോലെ പൊലീസിനും ഓരോ മോഡസ് ഓപ്പറാണ്ടിയുണ്ട്. ഗഗൻ ബൊലേറോയുടെ ബോണറ്റ് കൊണ്ടു വന്ന് ടൊമ്പോയുടെ ഡ്രൈവർ സൈഡ് ഡോറിൽ ഇടിപ്പിച്ച് ഡോർ ലോക്ക് ചെയ്ത് വെയ്ക്കും. ഡ്രൈവർക്ക് പുറത്തിറങ്ങാൻ പറ്റില്ല. എതിർവശത്ത് പണിക്കാർ ഇറങ്ങി ഓടിയാലും ഡ്രൈവർ ഇറങ്ങുമ്പോഴേക്കും പൊലീസുകാർ ഡോറിനരികിൽ എത്തിയിട്ടുണ്ടാകും. ആ ടീമിൽ രണ്ടു വണ്ടിയുണ്ടാകും. നമ്മുടെ വണ്ടിക്ക് വട്ടം വെയ്ക്കുന്ന ജീപ്പിൽ ബൂട്ടും ചെരുപ്പുമിടാതെ നാലു പൊലീസുകാരെങ്കിലും ഉണ്ടാകും. നല്ല ഓട്ടക്കാർ ആയിരിക്കും. നമ്മൾ വയലിൽ ഇറങ്ങിയാൽ അവരായിരിക്കും നമ്മളെ ഓടിച്ചിട്ട് പിടിക്കുക. വല്ല വിധത്തിലും ഡ്രൈവർ ഇറങ്ങി ഓടിയാൽ മാത്രമേ ഗഗൻ പിന്നാലെ ഓടൂ. ഇല്ലെങ്കിൽ അയാൾ വണ്ടിയിൽ തന്നെ ഇരിക്കും.

ടെമ്പോ നമ്മൾ കോഴിക്കോട് ഫിനാൻസുകാർ പിടിച്ച മിനിലോറികളുടെ ലേലം നടക്കുന്ന സ്ഥലത്തു നിന്ന് വാങ്ങിച്ചതാണ്. അതിന്റെ പെയിന്റും നമ്പറും മാറ്റി എഞ്ചിൻ നമ്പറും ചേസ് നമ്പറും അഞ്ചരക്കണ്ടിയിൽ കൊണ്ടു പോയി മാറ്റിക്കൊത്തിച്ചു. വണ്ടിയുടെ ഡോർ ലോക്ക് ചെയ്തിട്ടാലും വിൻ ഡോയ്ക്ക് ഉള്ളിലൂടെ പുറത്തേക്കിറങ്ങാൻ ഞാൻ കുറേ നാളെടുത്ത് പരിശീലിച്ചു. വണ്ടിയുടെ റൂഫിൽ ഒരു വടം വലിച്ചുകെട്ടി കൈ അതിൽപ്പിടിച്ച് മുകളിലേക്ക് പൊങ്ങി ചാട്ടുളിപോലെ പുറത്തേക്കിറങ്ങുന്ന രീതിയാണ്. വളരെ പാടുപെട്ടാണ് അതിൽ ഒരു വഴക്കം ഉണ്ടായത്. പല പ്രാവശ്യം വയൽ മുറിച്ചു കടന്ന് തുറവരെ ഓടി പരിശീലിച്ചു. നന്ദുവും അന്ത്രുമാനും ചെയ്യാൻ പോകുന്ന കാര്യങ്ങൾ വിശദമായി മനസ്സിലാക്കി എല്ലാ കാര്യങ്ങളെയും കുറിച്ച് മനസ്സിൽ വിപുലമായ ഒരു ചിത്രം ഉണ്ടാക്കിയെടുത്തു. കൃത്യം ഇരുപതു മിനിറ്റു കഴിഞ്ഞപ്പോൾ നന്ദുവിന്റെ വിളി വന്നു. ക്ലേ ഫാക്റ്ററി കഴിഞ്ഞുള്ള വളവിൽ പൊലീസ് എത്തിയിട്ടുണ്ടെന്ന് പറഞ്ഞു. വണ്ടിയിൽ ഗഗൻ ഉണ്ടെന്ന് അന്ത്രുമാൻ നേരിട്ട് കണ്ട് ഉറപ്പാക്കിയിട്ടുണ്ട്.

ഞാൻ കോൾ കട്ട് ചെയ്ത് ചാവിക്കൂട്ടം തിരിച്ചു വെച്ചു. വണ്ടിയുടെ ഗേജിലെ ചില ലൈറ്റുകൾ മുനിഞ്ഞു കത്തി. എല്ലാ കാര്യങ്ങളും ഒരു വട്ടം കൂടി ആലോചിച്ചുറപ്പിച്ച ശേഷം പെരുവിരൽ സെൽഫിനു കൊടുത്തു. കാനങ്ങാടി വളവ് ഇറങ്ങി വയൽ തുടങ്ങിയപ്പോൾ തൊട്ട് ഹൃദയം വലിച്ച് അടിച്ചു തുടങ്ങി. ക്ലേ ഫാക്റ്ററി എത്തിയപ്പോൾ ഞാൻ വണ്ടി ഒന്ന് സ്ലോ ചെയ്തു. ചൂണ്ടയിൽ മീൻ കുടുങ്ങിയാലും വലിക്കും മുൻപ് ഒന്ന് അയച്ചു കൊടുക്കണം നേരിട്ട് ബലം പിടിച്ചാൽ മീനും കൊളുത്തും കണ്ണിയിൽ നിന്ന് പൊട്ടിപ്പോകും. പൊലീസ് ജീപ്പിന് എന്റെ വണ്ടിക്ക് വട്ടം വെയ്ക്കാൻ പാകത്തിന് ഞാൻ ആവശ്യത്തിന് സമയം കൊടുത്തു. എന്തോ വലിയ കാര്യം ചെയ്യുന്ന മട്ടിൽ സിനിമാ സ്റ്റൈലിൽ അവന്മാർ ജീപ്പ് റോഡിനു കുറുകെ കയറ്റി. ഇരപ്പിച്ച് കയറ്റി ചവിട്ടിയതു

കൊണ്ട് ജീപ്പ് ആകെ ആടിയുലഞ്ഞ് മുന്നിൽ നിന്നു. ഒരു വളവ് കഴിഞ്ഞ് ഉടനെ ആണ്. മുന്നിൽ വണ്ടി വട്ടം കാണുമ്പോൾ ഏത് ഡ്രൈവറും ബ്രേക്കിൽ അറിയാതെ കാലമർത്തും. വണ്ടി ഒരു വിധത്തിൽ നിൽക്കും. ആ സമയത്ത് വലതു വശത്തെ റോഡിൽ നിന്ന് ഇറങ്ങി വരുന്ന രണ്ടാമത്തെ വണ്ടി നേരിട്ട് കൊണ്ടു വന്ന് ഡോറിൽ ഇടിപ്പിച്ച് നിർത്തും. ഇനി അഥവാ പൊലീസ് ജീപ്പ് കണ്ട് വലതു വശത്തെ വഴിയിലേക്ക് വെട്ടിച്ച് കയറ്റിയാൽ പൊലീസിനു കാര്യങ്ങൾ എളുപ്പമാണ്. ആ വഴിയിലാണ് ഡോറിൽ ഇടിച്ചു നിർത്താനുള്ള വണ്ടിയുള്ളത്. അതിനു മുന്നിൽ ചെന്നു പെടും. പിറകുവശത്ത് ജീപ്പ് വന്ന് നിൽക്കുന്നതോടെ നമ്മൾ ആദ്യത്തേതിനേക്കാൾ വലിയ കെണിയിൽ വീണു കഴിഞ്ഞു. അനങ്ങാൻ പോലുമാകില്ല. ഇത് നമ്മൾ മുൻപ് പിടിച്ച പല പൂഴി വണ്ടി ഡ്രൈവർമാരോട് ചോദിച്ചറിഞ്ഞതാണ്. ഇതാണ് ഗഗന്റെ മോഡസ് ഓപ്പറാണ്ടി.

ഞാൻ ഒന്നു രണ്ടു തവണ ഹോൺ മുഴക്കി. ഒരു ഗിയർ ഡൗൺ ചെയ്ത് ജീപ്പിൽ പതുക്കെ കൊണ്ട് ഇടിച്ചു. മറിഞ്ഞു വീഴാൻ തക്ക ബലമൊന്നും കൊടുത്തില്ല. പക്ഷേ കൊടുങ്കാറ്റ് കപ്പലിനെ വലിക്കും പോലെ ജീപ്പ് ഒന്ന് ആടിയുലഞ്ഞു. പെട്ടെന്ന് പൊലീസുകാർക്ക് പുറത്തി റങ്ങാൻ പറ്റില്ലെന്ന് എനിക്കുറപ്പായിരുന്നു. ഗഗന്റെ ബൊലേറോ വന്ന് വണ്ടിയിൽ ഇടിപ്പിക്കും വരെ ഞാൻ അവിടെത്തന്നെ ഇരുന്നു. അതിനു ശേഷം വിന്റോ വഴി ഗഗന്റെ വണ്ടിയുടെ ബോണറ്റിലേക്ക് ചാടി. വണ്ടി യുടെ റൂഫിൽ കയറി താഴേക്ക് ഉരുണ്ടിറങ്ങി അതു വഴി വയലിലേക്ക് ചാടിയിറങ്ങി. തിരിഞ്ഞു നോക്കാതെ മുഴുവൻ ശക്തിയുമെടുത്ത് മുന്നിലേക്ക് കുതിച്ചു. അല്പം അകലത്തിൽ എത്തിയ ശേഷം തല വെട്ടിച്ചു നോക്കിയപ്പോൾ പൊലീസുകാർ ഒരു നിരയായി പിന്നാലെയുണ്ട്. അതിൽ ഗഗൻ ഇല്ല.

ഒരു സെക്കന്റ് നിരാശ തോന്നിയെങ്കിലും ഞാൻ മനസ്സിനു ധൈര്യം കൊടുത്ത് മുന്നിലേക്ക് തന്നെ പാഞ്ഞു. അല്പം കഴിഞ്ഞപ്പോഴാണ് കാര്യങ്ങളുടെ കിടപ്പുവശം മനസ്സിലായത്. എനിക്ക് രണ്ടു മൂന്നു കണ്ടം മാറി വലതു വശത്തുകൂടെ ഗഗൻ എന്നെ പിന്തുടരുന്നുണ്ട്. പോയ ഊർജ്ജമെല്ലാം ഒരു ലഹരി പോലെ ഉള്ളിലേക്ക് നുരഞ്ഞു കയറി. കാര്യങ്ങൾ വിചാരിച്ചതിലും എളുപ്പമാകുകയാണ്. പോക്കറ്റിൽ നിന്നും നേരത്തേ ശേഖരിച്ച കുപ്പിച്ചില്ലിൻ കഷ്ണങ്ങൾ ഒരു വരമ്പിൽ കയറിയ പ്പോൾ ഞാൻ പിന്നിൽ വിതറി. പിറകിൽ ഓടിവന്ന പൊലീസുകാർ രണ്ടു മൂന്നു പേർ ഭയങ്കര നിലവിളിയോടെ കടപുഴകും പോലെ വയലിലേക്ക് മറിഞ്ഞു വീണു. ഗഗനും പൊലീസുകാർക്കൊപ്പം ആണെങ്കിൽ ഇത്രയും ധൈര്യത്തിൽ ചില്ല് വിതറാൻ കഴിയില്ലായിരുന്നു. അയാളുടെ കാലിൽ കീറലുണ്ടായാൽ അയാൾ അവിടെ ഇരിക്കും. മറ്റു പൊലീസുകാർ പിന്തുടർന്ന് വന്നാൽ ഇതുവരെ ചെയ്തതിനൊന്നും യാതൊരു അർത്ഥവും ഇല്ലാതാകും. പകൽ അയാളെ ഒന്ന് രണ്ടിടത്ത് വെച്ച്

പൊക്കാൻ നോക്കിയിട്ട് ഒരു വഴിക്കും നടക്കാത്തപ്പോൾ ആണ് ഇങ്ങനെയൊരു പ്ലാൻ ഉണ്ടാക്കിയത്. പക്ഷേ ഭാഗ്യം ഞങ്ങളുടെ കൂടെ ആയിരുന്നു. വയലിൽ പുല്ലുകൾ മുള്ളൻപന്നിയുടെ മുള്ളുകൾ പോലെ അനുസരണയില്ലാതെ മുകളിലേക്ക് ഉയർന്നു നിന്നിരുന്നു. അവയെല്ലാം ചവിട്ടിക്കുഴച്ച് നായാട്ടുനായയെപ്പോലെ അയാൾ എന്റെ പിറകേയോടുന്നു. പിന്നിലേക്ക് തിരിഞ്ഞു നോക്കുന്തോറും എനിക്ക് ആവേശം കയറി. പെട്ടെന്ന് പിറകിൽ ഒരു സ്ഫോടന ശബ്ദം കേട്ടു. മുന്നിൽ തെങ്ങിൻ തലപ്പുകളിൽ വരെ മഞ്ഞവെളിച്ചം പ്രതിഫലിച്ചു. പിറകിൽ കുപ്പിച്ചില്ലും കടന്നുവന്ന രണ്ടു പൊലീസകാർ ഉണ്ടായിരുന്നു. അവരും ഗഗനും ഉറപ്പായും ഞെട്ടിക്കാണും. അന്ത്രു ടെമ്പോ തോട്ടയടിച്ച് പൊട്ടിച്ചതാണ്. പൊലീസുകാർ ഒരാൾ എങ്കിലും തിരികെ ഓടുമെന്നായിരുന്നു പ്രതീക്ഷ. പക്ഷേ അവർ രണ്ടു പേരും തിരികെ പോയെന്നു തോന്നുന്നു. അല്പം കഴിഞ്ഞ് നോക്കുമ്പോൾ എന്റെ പിന്നിൽ ഗഗൻ മാത്രമേ ഉണ്ടായിരുന്നുള്ളൂ. അയാളാണെങ്കിൽ വളരെ പിറകിലായിരുന്നു. ഞാൻ അല്പം പതുക്കെയാക്കി. തുറയിലേക്ക് ഒന്നു ചുറ്റി വളച്ച് വേണം അയാളെ കൊണ്ടു പോകാൻ. അയാൾ ഫോണിൽ വല്ല പൊലീസുകാരെയും വിളിച്ചാൽ തന്നെ വഴിയുടെ കാര്യത്തിൽ ഒരു കൺഫ്യൂഷൻ ഉണ്ടാക്കണം. മാത്രമല്ല ടെമ്പോ ഇപ്പോ ആണ് പൊട്ടിയത്. അതിനർത്ഥം അന്ത്രുവിനു പിന്നിൽ ഓടി എത്തുവാൻ അല്പം സമയം എടുക്കും. അന്ത്രു കൂടെ ഉണ്ടെങ്കിലേ ഒരു ആൾബലം ഉണ്ടാകൂ. അവനോട് ഗഗൻ കാണാതെ പിറകിലൂടെ പിന്തുടരാനാണു പറഞ്ഞിരിക്കുന്നത്. കൂടുതൽ ആളുകൾ ഉണ്ടെന്ന് അറിഞ്ഞാൽ ഗഗൻ ഒരുപക്ഷേ തിരിച്ചു പോകാനും മതി. ഇടതുവശത്തെ നീർച്ചാൽ ഇറങ്ങി.

ഞാൻ തെങ്ങിൻതോപ്പിലേക്ക് കയറി. പിറകേ ഗഗനുമുണ്ട്. തിരിഞ്ഞു നോക്കേണ്ട ആവശ്യമൊന്നുമില്ല. അയാൾ വിളിക്കുന്ന അറക്കുന്ന തെറികൾ പിറകിൽ നിന്നു കേട്ടു കൊണ്ടിരുന്നു. തെങ്ങിൻ തോപ്പുകൾ മാറിമാറിക്കയറി ഞാൻ തുറയിലേക്ക് ഓടി. നേരെ വഴികൾ ഉണ്ട്. പക്ഷേ അൽപ്പം ചുറ്റിച്ചു കൊണ്ടു പോകാൻ ആണ് നന്ദു പറഞ്ഞിരിക്കുന്നത്. തെങ്ങിൻ തോപ്പ് ഇറങ്ങി ഞാൻ കുറ്റിക്കാടുകൾ തിങ്ങിയ ഭാഗത്തേക്ക് ഇറങ്ങി. ഇവിടുന്ന് ഏക്കർ കണക്കിന് ഭൂമി എറണാകുളത്ത് ഉള്ള ഒരു വലിയ കൺസ്ട്രക്ഷൻ കമ്പനി വാങ്ങിയിട്ടിരിക്കുകയാണ്. ഭാവിയിൽ ഇതുവഴി ഒരു ആറുവരിപ്പാത കടന്നുപോകുമെന്നു പറഞ്ഞു കേൾക്കുന്നു. ഏതായാലും ഇപ്പോൾ വൈദ്യുതിയോ ആൾപ്പാർപ്പോ ഇല്ലാത്ത വിജന ഭൂമിയാണ്. ഇരുട്ടും നിലാവും അവിടെ കെട്ടി മറിഞ്ഞ് കിടക്കുകയായിരുന്നു. വലിയ ഉയരമില്ലാതെ നിലംപറ്റി വളരുന്ന കാടുകൾ ആയതുകൊണ്ട് ഗഗന് വളരെ ദൂരത്തു നിന്നു തന്നെ എന്നെ മാർക്ക് ചെയ്യാനാകും. റൂബീസിന്റെ കർണ്ണിവൽ സിനിമാസിന് മുന്നിൽ തട്ടുകടയായിരുന്നു അന്ത്രുമാന്റെ ഉപ്പ അബ്ദുൽ മലിക്കിന്. ആദ്യമൊക്കെ പുലരും വരെയായിരുന്നു കച്ചവടം. തിയേറ്ററിനു മുന്നിൽ പാർക്കിങ്ങ് ഉള്ളതുകൊണ്ട് രാത്രി

ഓടുന്ന ലോറികൾ ധാരാളം നിർത്തും. പിന്നീട് പൊലീസ് രാത്രിക്കച്ചവടം നിയന്ത്രിച്ചപ്പോൾ ഒരു മണിക്ക് കട പൂട്ടിത്തുടങ്ങി. കട പൂട്ടി പാലവും കടന്ന് ടൗണിന്റെ താഴെ വരെ ഇച്ച നടന്നു വരും. അവിടെ മിൽമയുടെ കടയിലാണ് സ്കൂട്ടർ വെയ്ക്കുന്നത്.

തിരക്കിൽ ഓടിച്ചു പോകാൻ പേടി ആയതിനാൽ സ്കൂട്ടർ കട വരെ കൊണ്ടു പോകാറില്ല. പാലു കൊണ്ടു പോകുന്ന വലിയ തൂക്കും പിറകിൽ സ്കൂൾ കുട്ടികൾ ഉപയോഗിക്കുന്നതു പോലൊരു ബാഗും ഒക്കെയായി നടന്ന് വരും. വഴിയിൽ നാദിൽ മാർട്ടിന്റെ ഷോപ്പിങ്ങ് കോംപ്ലക്സിലെ സെക്യൂരിറ്റിക്കാർക്കുള്ള ചായ ഫ്ളാസ്ക്കിൽ നിറച്ചു കൊണ്ടു വരും. അന്ന് പാലം ഇറങ്ങിയപ്പോൾ ഇച്ചയ്ക്ക് ഒരു നെഞ്ചുവേദന പോലെ തോന്നി. ഒരു പ്രാവശ്യം അറ്റാക്ക് വന്ന് പോയതുകൊണ്ട് ആകെ ഭയവും പരവേശവുമായി. കയ്യിലെ പാലിന്റെ തൂക്ക് നിലത്തു വെച്ച് അതിന്റെ മുകളിലേക്കിരുന്നു. വേദനയടങ്ങും വരെ അങ്ങനെ തന്നെ ഇരുന്നു. അസ്വസ്ഥത മാറിയതു പോലെ അനുഭവപ്പെട്ടെങ്കിലും പെട്ടെന്ന് എഴുന്നേറ്റാൽ ഹൃദയം വീണ്ടും പിടിച്ചുപോകുമെന്ന് ഇച്ചയ്ക്ക് തോന്നി. കടയിൽ വരുന്ന ലോട്ടറി വിൽക്കുന്ന ബാലൻ അങ്ങനെ ഒരു അനുഭവം പറഞ്ഞിട്ടുണ്ട്. ആ ഇരിപ്പ് കുറച്ചുനേരം കൂടി ഇരുന്നു. അന്നേരമാണ് വലിയ വേഗതയിൽ ഒരു പൊലീസ് വാഹനം തുടരെ ഹോൺ മുഴക്കി മറ്റൊരു വാഹനത്തെ ഓവർടേക്ക് ചെയ്തു വരുന്നത്. ആംബുലൻസിന് എസ്കോർട്ട് വരികയാണെന്നാണ് ആദ്യം കരുതിയത്. പക്ഷേ അവർ മുന്നിലുള്ള വാഹനത്തെ പിന്തുടരുകയായിരുന്നു.

പൊലീസ് മുൻപിലെ വാഹനത്തെ മറികടന്ന് കുറുകേയിട്ട് ചവിട്ടി. വലിയ കഞ്ചാവ് വേട്ടയായിരുന്നു. പിറ്റേന്ന് പത്രത്തിൽ വാർത്തയും ഫോട്ടോയും ഒക്കെ വന്നു. അന്ന് ഗഗൻ ടൗൺ സ്റ്റേഷനിൽ എസ്.ഐ യായി ചാർജെടുത്തിട്ട് പത്തു ദിവസം തികഞ്ഞിട്ടില്ല. പക്ഷേ പൊലീസുകാർ വണ്ടിയിൽ നിന്ന് കണ്ടെടുത്ത നീലപ്പൊതി പൊലീസുകാർ തന്നെ കൊണ്ടുവന്നതാണെന്ന് ഇക്ക കണ്ടു. മിൽമയിലെ മധുവേട്ടൻ എത്ര പിന്തിരിപ്പിക്കാൻ ശ്രമിച്ചിട്ടും ഇക്ക പിന്തിരിഞ്ഞില്ല. സി.ഐയെ ചെന്ന് കണ്ടു പറഞ്ഞു. ഇച്ച വിചാരിച്ചതു പോലെ അന്വേഷണം ഒന്നുമുണ്ടായില്ല.

പക്ഷേ ഒരാഴ്ച കഴിഞ്ഞപ്പോൾ മധ്യവയസ്സ് പിന്നിട്ട രണ്ടു പേർ ഒരു ചെറുപ്പക്കാരന്റെ കൂടെ ഇച്ചയെ രാത്രി വീട്ടിൽ വന്നു കണ്ടു. അവർ ഗഗനോട് താത്പര്യക്കുറവുള്ള ഏതോ ഓഫീസർമാരായിരുന്നു. അവർ പ്രശ്നം വഷളാക്കി. ഗഗനെതിരെ യാതൊരു തെളിവും കിട്ടിയില്ല. പക്ഷേ ഇച്ചയെ വർഷങ്ങളായിട്ട് ടൗണിൽ എല്ലാവർക്കും നല്ലതു പോലെ അറിയാമായിരുന്നു. ഇച്ച കള്ളം പറയില്ല. നിയമത്തിന്റെ വഴിക്ക് ഒന്നും തെളിഞ്ഞില്ലെങ്കിലും ജനങ്ങളുടെ ഇടയിൽ ഗഗൻ നല്ല രീതിയിൽ നാറി. എല്ലാം ഒന്ന് ഒതുങ്ങാൻ അയാൾ കാത്തിരുന്നു. മൂന്നു മാസം കഴിഞ്ഞപ്പോൾ ഇച്ചയ്ക്ക് നിരോധിച്ച ലഹരിമരുന്നിന്റെ ആമ്പ്യൂളിന്റെ

കച്ചവടമുണ്ടെന്ന് പറഞ്ഞ് പൊലീസ് അറസ്റ്റ് ചെയ്തു. കസ്റ്റഡിൽ വെച്ച് ഇച്ച വേറേയും ചില കുറ്റങ്ങൾ ഏറ്റു.

ഇച്ച ഉപയോഗിക്കുന്ന സ്കൂട്ടർ മകൻ അന്ത്രുമാൻ കാസർഗോഡ് നിന്ന് മോഷ്ടിച്ചതാണ്. മോഷണ മുതൽ ആളുകൾ തിരിച്ചറിയുമോ എന്ന ഭയം കൊണ്ടാണത്രെ വണ്ടി ടൗണിലേക്ക് എടുക്കാതെ മിൽമയുടെ ചായക്കടയുടെ ചായ്പ്പിൽ ഒളിച്ചു വെച്ച് നടന്ന് ജോലിക്കു പോകുന്നത്. അന്ത്രുമാനെയും നന്ദുവിനെയും അന്ന് രാത്രി തന്നെ പൊലീസ് പൊക്കി. അന്ന് നന്ദുവിന്റെ കൈയിൽ ഉണ്ടായിരുന്ന ഒരു നീല പൾസർ ബൈക്കും പൊലീസ് കൊണ്ടു പോയി. കോടതിയിൽ എത്തുമ്പോഴേക്കും പൊലീസ് വണ്ടി മാറ്റിയിരുന്നു.

മൂന്നു മാസത്തേക്ക് നന്ദുവും അന്ത്രുമാനും ജയിലിൽ പോയി. ഇക്കയുടെ കേസ് ഫ്രെയിം ചെയ്തതാണെന്ന് പറഞ്ഞ് കേടാതി തള്ളി. പക്ഷേ എട്ട് ദിവസം കഴിഞ്ഞപ്പോൾ ഇച്ച തിയേറ്ററിനു താഴെ മരമില്ലിൽ പുഴയിലേക്ക് ഇറക്കിയിട്ട കൂറ്റൻമരങ്ങൾക്കൊപ്പം ചത്തു മലച്ചു കിടന്നു. മരിക്കും മുൻപ് കൊല്ലാക്കൊല ചെയ്തിരുന്നു. മലദ്വാരത്തിൽ ബിയർ ബോട്ടിൽ കയറ്റി ഉള്ളിൽ നിന്ന് അടിച്ചു പൊട്ടിച്ചിരുന്നു. പിറ്റേന്ന് പത്രത്തിൽ ലഹരി മാഫിയ തങ്ങളിലേക്കുള്ള കണ്ണി മുറിക്കാൻ ഇച്ചയെ അരുംകൊല ചെയ്തതിന്റെ പല വിധത്തിലുള്ള വാർത്തകൾ വന്നു. മില്ലിൽ മരം വലിക്കുന്ന നന്ദനാർ ഗഗൻ ഇച്ചയെ ജീപ്പിൽ കൊണ്ടുവന്ന് തള്ളുന്നത് മില്ലിന്റെ മുകളിലെ തട്ടിൽ നിന്ന് വ്യക്തമായി കണ്ടിരുന്നു. ഗഗന്റെ കൂടെ ആ സമയത്ത് വെളുത്തു മെലിഞ്ഞ ഒരു സ്ത്രീയും ഉണ്ടായിരുന്നു. പക്ഷേ പത്രത്തിൽ ഇച്ചയുടെ ബോഡി പോസ്റ്റുമോർട്ടം ചെയ്ത ഡോക്ടർ എഴുതിയ ഒരു കുറിപ്പ് വായിച്ചതോടെ നന്ദനാർ കണ്ട കാര്യം ഒരാളോടും പറയാതെ പിടിച്ചു വെച്ചു.

രണ്ടാഴ്ച കഴിഞ്ഞ് രാവിലത്തെ ട്രെയിൻ പിടിച്ച് കണ്ണൂർ ജയിലിൽ പോയി അന്ത്രുമാനെ കണ്ട് എല്ലാ കാര്യങ്ങളും വിശദമായി പറഞ്ഞു. ഞാനന്ന് അമരാവതിയിൽ നിന്ന് വരും വഴി ലോറി ആക്സിഡന്റായി മംഗലാപുരത്ത് ഒരു ഹോസ്പിറ്റലിൽ കിടക്കുകയാണ്. ജയിലിൽനിന്ന് ഇറങ്ങിയതുതൊട്ട് ഞങ്ങൾ മൂന്നു പേരും ഗഗനെ പൂട്ടാൻ ഒരു അവസരം കാത്തു നടന്നു. അധികം വൈകിയാൽ അയാൾ സ്റ്റേഷൻ മാറിപ്പോകുമെന്ന് മനസ്സിലായതോടെ കോഴിക്കോട് ചെന്ന് ഒരു പഴയ ടെമ്പോ അറുപതിനായിരം രൂപയ്ക്ക് ലേലത്തിൽപ്പിടിച്ചു.

എന്തെങ്കിലും കാരണവശാൽ അവസാന നിമിഷം ആദ്യം തീരുമാനിച്ച സ്ഥലത്തിൽ മാറ്റം ഉണ്ടായാൽ ആകാശത്തേക്ക് ഒരു എലിവാണം കത്തിച്ചയച്ച് സിഗ്നൽ തരാമെന്ന് നന്ദു പറഞ്ഞിട്ടുണ്ട്. തോട്ടിൽ മീൻപിടിക്കുന്ന വല്ല ഇടത്തരം സംഘങ്ങളും പെട്ടെന്ന് കയറി വന്നേക്കാം. അങ്ങനെ എങ്കിൽ സിഗ്നൽ വരും. സിഗ്നൽ വന്നാൽ തുറയുടെ താഴത്തെ അരയാലിന്റെ ചുവട്ടിലേക്കാണ് ഗഗനെ കൊണ്ടു പോകേണ്ടത്. ഫോണിൽ വിളിച്ചാൽ ആളു കൂടുകയാണെന്ന് ഗഗന് സംശയം തോന്നും.

ആകാശത്തേക്ക് ഞാൻ തലയുയർത്തി നോക്കി. ഇരുട്ടിന്റെ തൊലി വലിച്ചു കീറിയതുപോലെ നിലാവെളിച്ചം പടർന്നു കിടക്കുന്നു. പിന്നിലേക്ക് നോക്കുമ്പോൾ ഗഗൻ പുഞ്ചപ്പണി കഴിഞ്ഞ് കയറിയതുപോലെ വരമ്പിൽ ക്ഷീണിച്ചു നിൽക്കുകയാണ്. അയാൾ ഓടിത്തുടങ്ങും വരെ ഞാനും അല്പനേരം നിന്നു. ഇനി ഏറിയാൽ അര കിലോമീറ്റർ. തുറ തുടങ്ങുകയായി. അടിമുടി ടൈറ്റ് യൂണിഫോമിൽ നിൽക്കുന്ന ഗഗൻ തുറയെ സംബന്ധിച്ചിടത്തോളം ഒരു കോമാളിമാത്രമാണ്. അയാൾ കിതപ്പാറ്റുന്നതും കാൽമുട്ടിനു കൈ കൊടുത്ത് തളർന്നു കൂമ്പിനിൽക്കുന്നതുമെല്ലാം ഞാൻ തെങ്ങിൽച്ചാരി നിന്ന് തമാശപ്പടംപോലെ കണ്ടു. അതിനകം പോളക്കാടുകളുടെ മറവിൽ ഗഗന് അല്പം പിറകിലായി അന്ത്രുമാന്റെ തല പൊങ്ങിക്കണ്ടിരുന്നു. അന്ത്രുമാനെ കണ്ടതോടുകൂടി ഞാൻ നടപ്പു തുടങ്ങി. ഞാൻ നടന്നപ്പോൾ ഗഗനും പിന്നാലെ നടന്നു. ഞാൻ ഓടിയപ്പോൾ അയാളും പിറകേയോടി.

സമയം കടന്നുപോകുമ്പോൾ ഞാൻ തളരുമെന്ന വിശ്വാസം കൊണ്ടായിരിക്കണം ഒരേ നൂലിൽ കോർത്തപോലെ അയാൾ എന്റെ പിറകെ തന്നെ സഞ്ചരിച്ചു. പതുക്കെ വാലൻതോടിന്റെ ചളിയിലൂടെ ഞാൻ തുറയുടെ അതിരിലേക്ക് പൊത്തിപ്പിടിച്ചു കയറി. ഇനി തുറയാണ്. സ്ഥിരം പരിചയമുള്ളവർക്ക് പോലും രാത്രി വഴിതെറ്റുന്ന, കണ്ണിന് മതിഭ്രമമുണ്ടാക്കുന്ന വിശാല ഭൂമി. കരയിൽ കയറിക്കിടക്കുന്ന കൂറ്റൻ മുതലയെപ്പോലെ അതങ്ങനെ വണ്ണാത്തിപ്പുഴയുടെ കരയിൽ നീണ്ടു നിവർന്നു കിടക്കുന്നു. പക്ഷേ പിന്നീടുള്ള ഒന്നു രണ്ടു നീക്കങ്ങളിൽ എന്റെ കണക്കുകൂട്ടലുകൾ ആകെ തെറ്റിപ്പോയി. പെട്ടെന്ന് അയാൾ ഒറ്റക്കുതിപ്പിന് എന്റെ പിന്നിലെത്തി. ഞാൻ പരമാവധി വേഗത്തിൽ ഓടി. പക്ഷേ ഇടത്തേ കാലിൽ കൊളുത്തി വലിച്ച് അയാൾ എന്നെ താഴേക്കിട്ടു. കഴുത്തിൽ കൈയിട്ട് വരിഞ്ഞു മുറുക്കി. എന്റെ കണ്ണുകൾ പുറത്തേക്ക് തുറിച്ച് വന്നു. ആക്സിഡന്റിൽ വലതുകൈ രണ്ടിടത്ത് പൊട്ടിയതുകൊണ്ട് എനിക്ക് ബലം പിടിക്കാൻ പേടിയായി. പിറകിൽ നിന്നും പൈപ്പ് ലീക്കായതുപോലെ ഒരു ശബ്ദം കേട്ടപ്പോൾ പിടുത്തം അല്പം അയച്ച് ഗഗൻ പിന്നിലേക്ക് നോക്കി. അന്ത്രുവിന്റെ കൈയ്യിൽ നിന്നും കത്തിച്ചു പിടിച്ച എലിവാണം ഒരു മിസൈൽ കണക്കിനെ മുകളിലേക്ക് കുതിച്ചുയർന്നു. കാലിനു ചാരി വെച്ച ഇരുമ്പു പൈപ്പ് അന്ത്രു വലതു കൈയ്യിലേക്കെടുത്തു. പുകയുന്ന അഗ്നിപർവ്വതംപോലെ അന്ത്രുമാൻ ഗഗന്റെ മുന്നിൽ നിന്നു. എന്റെ കഴുത്തിൽ അയാൾ കൂടുതൽ ഇറുക്കിപ്പിടിച്ചു.

“ഏതാടാ നീ... നായിന്റെ മക്കളെ തരത്തിൽ കളിച്ചോ...” ഗഗൻ അലറി.

“പറയെടാ ആരാടാ നീയൊക്കെ....” അയാളൊരു കാട്ടുമൃഗത്തെപോലെ എന്റെ കഴുത്ത് പിടിച്ചു കുടഞ്ഞു.

“അന്റെ വാപ്പ... മച്ചാനെ വിടെടാ.. ഇല്ലേൽ നിന്നെ പൂളി ഇന്ന് മുളക് തേയ്ക്കും...”

അന്ത്രുമാൻ കയ്യിലെ ഇരുമ്പ് പൈപ്പ് ഭീഷണമായി മുന്നിലേക്കുയർത്തി.

'കയ്യിലു ലോഡ് ചെയ്ത തോക്ക്ണ്ട്... അനങ്ങിയാ ഈ പുണ്ടച്ചി മോന്റെ നെഞ്ചത്ത് ഓട്ടയിടും. നിനക്കൊന്നും ഗഗനെ ശരിക്ക് അറിയാൻ പാടില്ല."

അയാൾ അന്ത്രുവിനു നേരെ പരമാവധി നീളത്തിൽ കാർക്കിച്ചു തുപ്പി.

"എന്നാ നീയെടുത്ത് പൊട്ടിക്കെടാ കാണട്ടെ..."

അന്ത്രു കൂസലില്ലാതെ പറഞ്ഞു. കാൽച്ചുവട്ടിൽ പാമ്പുകൾ ഇഴയും പോലെ ഒരു വിറയൽ എന്റെ ശരീരത്തിലൂടെ കടന്നു പോയി.

"പൊട്ടിക്കെടാ..." അന്ത്രുവിന്റെ ശബ്ദം അലമാല പോലെ ഇരമ്പി.

"നീയെല്ലാം മുഖം മറച്ചു വെച്ചിരിക്കുന്നത് തന്നെ നിനക്കൊക്കെ കോൺഫിഡൻസ് ഇല്ലാത്തതു കൊണ്ടാണ് നീയൊന്നും വിചാരിച്ചാൽ എന്നെ ഒരു ചുക്കും ചെയ്യാൻ പറ്റില്ല."

ഗഗന്റെ ശബ്ദത്തിന് അത്ര നേരവും ഇല്ലാത്ത ഒരു ശാന്തത ഉണ്ടായിരുന്നു. അന്ത്രുമാൻ അതിനു മറുപടിയൊന്നും പറഞ്ഞില്ല. അവന്റെ കൈയിലുള്ള ഇരുമ്പ് പൈപ്പ് കൈയ്യിലിട്ടു വിറപ്പിച്ചുകൊണ്ട് വെറുതെ നിന്നു. അന്ത്രുവിന് ഉള്ളിൽ നല്ല പേടി ഉണ്ടെന്ന് എനിക്കാദ്യമേ തന്നെ മനസ്സിലായിരുന്നു. നന്ദു വരുംവരെ കാര്യങ്ങൾ എങ്ങനെയെങ്കിലും നീട്ടിക്കൊണ്ടുപോകാനാണ് അവൻ ശ്രമിക്കുന്നത്. അന്ത്രുവും ഗഗനും അവിടെ മുഖത്തോടു മുഖം നോക്കി നിന്നു. രണ്ടുപേരും സംസാരിച്ചില്ല. കാറ്റിൽ ഇലകൾ ഉലയുന്ന ശബ്ദം ഒഴിച്ചാൽ ഒരു തരം നശിച്ച നിശ്ശബ്ദതയിൽ അവിടമാകെ ഉറയുന്നതുപോലെ തോന്നി. പെട്ടെന്ന് ഇടതു വശത്തെ പൊന്തക്കാടുകളുടെ വിടവിലൂടെ ഒര സൂചി ബാണം കണക്കെ സ്പൈഡർ ഇറങ്ങി വന്നു. അവന്റെ ദേഹത്ത് രണ്ടു വശത്തും തൂക്കിയിട്ട സഞ്ചികളിൽ വടിവാളുകളും കമ്പിപ്പാരകളും പിക്കാസും കയറും ഒക്കെ കുത്തിനിറച്ചിരിക്കുന്നു. എന്റെ ശരീരത്തിലേക്ക് ഒരുതരം തണുത്ത കാറ്റടിച്ചു. സ്പൈഡർ വന്നെങ്കിൽ പിറകേ നന്ദുവും ഉണ്ടാകും.

ലോകത്തിൽ പലയിടത്തും നിരോധിച്ച മുൻനിര വേട്ടനായ ആയ അർജന്റീൻ ഡോഗോ ഇനത്തിൽപെട്ടവനാണ് സ്പൈഡർ. സ്പൈഡറിന് ചെവി കേൾക്കില്ലെങ്കിലും ഇപ്പോഴും നന്ദു അവനെ വേട്ടയ്ക്കു തന്നെയാണ് ഉപയോഗിക്കുന്നത്. കാട്ടുപന്നികളെ എത്ര ദൂരം വേണമെങ്കിലും ഓടിച്ചിട്ടു പിടിക്കും. പക്ഷേ ആരോടും അടുക്കാത്ത പ്രത്യേക പ്രകൃതമാണ്. സ്പൈഡറിന്റെ പിന്നാലെ കാട്ടുചെടികൾ വകഞ്ഞു മാറ്റി നന്ദുവും കയറി വന്നു. അവൻ മുഖം മറച്ചിരുന്നില്ല. ഒരു നീല ജീൻസ് മാത്രമാണ് വേഷം. ചുണ്ടിൽ എരിയുന്ന സിഗരറ്റ് വലിച്ചെടുത്ത് അവന്റെ ജീൻസിൽ തന്നെ കുത്തിക്കെടുത്തി നന്ദു മുന്നിലേക്ക് കയറി നിന്നു. എന്റെ കഴുത്തിലെ പിടി വിടാൻ ആഗ്യം കാണിച്ചു. അപ്പോൾ തന്നെ ഗഗനെന്റെ

കഴുത്തിൽ ചുറ്റിപ്പിടിച്ച കൈകൾ അഴിച്ചുവിട്ടു. ഞാൻ എഴുന്നേറ്റ് നന്ദുവിന്റെ പിന്നിൽ ചെന്നു നിന്നു. നന്ദു അവന്റെ കൈയിൽ ഉള്ള നീളൻ വടിവാളുകൾ തമ്മിൽ ഉരച്ചുകൊണ്ട് അന്ത്രുവിന്റെ അരികിലേക്ക് ചെന്നു. അതിൽ ഒരെണ്ണം അന്ത്രു അവന്റെ കൈയിലേക്ക് വാങ്ങി. ഞാൻ സ്പൈഡറിന്റെ കൂടെ പിന്നിലേക്ക് മാറി നിന്നു. ആളുകൾ എന്തു കൊണ്ടാണ് പ്രതികാരം ചെയ്യുന്നതെന്ന് എനിക്കിപ്പോൾ വ്യക്തമായി അറിയാം.

അന്തരീക്ഷത്തിൽ പോലും ഒരുതരം ഉന്മാദം കലർന്നിരുന്നു. നന്ദു മുന്നിലേക്ക് നീങ്ങി. വളരെ പതുക്കയാണ്. പക്ഷേ പെട്ടെന്ന് കാതു തുളയുന്ന ശബ്ദത്തോടെ ഒരു വെടിപൊട്ടി. ഗഗന്റെ കാൽമുട്ടിൽ നിന്നും പൈപ്പ് പൊട്ടിയതുപോലെ ചോര ചീറ്റി. വലിച്ചു പിടിച്ചതുപോലെ നന്ദു നിന്നു. വെപ്രാളത്തോടെ അവൻ പിറകിലേക്ക് തിരിഞ്ഞു നോക്കി. അന്ത്രുവും പിറകിലേക്ക് തിരിഞ്ഞു നോക്കി അവന്റെ കൈയിൽ നിന്നും വടിവാൾ താഴേക്ക് ഊർന്നു വീണു. ഞാൻ താഴ്ത്തിയിട്ട കൈകൾ രണ്ടും ഉയർത്തിക്കാണിച്ചു. ആരാണു വെടിവെച്ചതെന്നറിയില്ല. ചുറ്റും മദയാന യെപ്പോലെ നിൽക്കുന്ന ഇരുട്ടിൽ ഞാൻ വിശദമായി പരതി ആരെയും കാണാനില്ല. ഗഗൻ വലിയ അലർച്ചയോടെ നിലത്തു വീണുരുണ്ടു. ശേഷം കൈകൾ കൂപ്പി നന്ദുവിനെ തൊഴുതു. അയാൾ ജീവനു വേണ്ടി യാചിക്കുകയാണ്. ഞങ്ങൾ മൂന്നു പേരും അല്ലാതെ ഈ കാര്യങ്ങൾ അറിയാവുന്നത് സ്പൈഡറിനു മാത്രമാണ്. വേറെ ഒരു മനുഷ്യനോടും ഞങ്ങളൊന്നും സൂചിപ്പിച്ചിട്ടു പോലുമില്ല. ഇത്ര നേരവും ഭാഗ്യം യജമാന നോട് കൂറുള്ള വളർത്തുമൃഗത്തെപ്പോലെ ഞങ്ങളുടെ കൂടെ നടന്നു. ഇപ്പോൾ മാത്രം എന്താണ് സംഭവിക്കുന്നത്. തലയ്ക്ക് അടികിട്ടിയതു പോലെ എനിക്കൊരുതരം മന്ദിപ്പ് അനുഭവപ്പെട്ടു.

“അയാളുടെ കൂടെയുള്ള പൊലീസുകാർ ആരോ അണെന്ന് തോന്നുന്നു. നിന്റെ പിറകിൽ ആരെങ്കിലും ഉണ്ടായിരുന്നോ...”

ഞാൻ അന്ത്രുവിനോട് ചോദിച്ചു.

“പൊലീസുകാരാണെങ്കിൽ നമ്മളെ അല്ലേ ഷൂട്ട് ചെയ്യേണ്ടത്?”

അവൻ പറഞ്ഞു തീരും മുൻപേ ഒരെണ്ണം കൂടി പൊട്ടി. ഗഗന്റെ മറ്റേ കാലിലും ഉണ്ട കയറി.

“ഇതേതോ നാടൻ തോക്കാടാ... പൊലീസുകാരുടെ തോക്കിന് ഇതു പോലെ ഒച്ചയുണ്ടാകില്ല.”

അന്ത്രു എന്റെ അരികിലേക്ക് നീങ്ങി നിന്നു.

“സ്പൈഡർന്റെ സഞ്ചിയിൽ ഒരു ടോർച്ചുണ്ട്. അതെടുത്ത് ശരിക്ക് നോക്കെടാ മറ്റവനെ...”

നന്ദു അലറി വിളിച്ചു. അന്ത്രു ടോർച്ചെടുത്ത് നാലുപാടും വീശിയടിച്ചു.

“മുകളിലോട്ട് അടിക്കെടാ...”

നന്ദു ഓടി വന്ന് ടോർച്ച് പിടിച്ചു വാങ്ങി മരങ്ങളുടെ മുകളിലേക്കടിച്ചു. ഞങ്ങളുടെ പിറകിൽ ഇടതുവശത്തായി ഒരു തടിയൻ മരത്തിന്റെ താഴ്ന്ന ചില്ലയിൽ ഒരാൾ ഇരിക്കുന്നുണ്ടായിരുന്നു. കൃഷ്ണൻ ഗോപസ്ത്രീ കളുടെ ചേലയും വാരി അരയാലിൻ കൊമ്പിൽ ഇരുന്നപോലെ ഒരു കൂറ്റൻ പുളിമരത്തിന്റെ ചായുന്ന കൊമ്പിൽ അയാളങ്ങനെ യാതൊരു കൂസലം ഇല്ലാതെ ഇരിക്കുകയാണ്. നന്ദു അയാളുടെ മുഖത്തേക്ക് ടോർച്ച് ഉയർത്തിപ്പിടിച്ചു. അത് കാശൻ ആയിരുന്നു. ഒരു അളിഞ്ഞ തെറി എന്റെ നാവിന്റെ തുമ്പുവരെ കയറി വന്നു. നന്ദു ടോർച്ച് ഓഫ് ചെയ്തു. ഞാണിൽനിന്നും വലിച്ചുവിട്ടപോലെ ആ ചില്ലയെ ഉലച്ചുവിട്ടുകൊണ്ട് കാശൻ താഴേക്ക് വഴുതിയിറങ്ങി.

"കാശനെന്തിനാ ഇപ്പൊ ഇങ്ങോട്ട് വന്നത്....?"

നന്ദു ഒരു അർത്ഥവം ഇല്ലാത്ത ഒരു ചോദ്യം ചോദിച്ചു.

"ഞാനല്ല നിങ്ങളാ ഇങ്ങോട്ട് വന്നത്. ഞാൻ പന്നിക്ക് അടിക്കാൻ ഇരുന്നതാ. ഞാൻ പത്തുമണി തൊട്ട് ഇവിടെയുണ്ട്. ഒളി കെട്ടിയാൽ ഇര വരും. ഇര വന്നാൽ അടിക്കും അത് സുഭാഷ് സാറായാലും ശരി. കാട്ടുപന്നിയായാലും ശരി."

കാശൻ തോക്ക് വീണ്ടും ലോഡ് ചെയ്തു.

"ഇയാളിതെന്തോന്ന്... കോപ്പ്."

നന്ദു വാൾ അരിശം വന്ന് നിലത്തേക്കെറിഞ്ഞു.

"ഏത് അവിഹിതത്തിൽ ഉണ്ടായ കാടൻ കൊല്ലനാടാ ഇത് പണിതത്. ഇതുകൊണ്ട് നഖം വെട്ടാം. ആളെ കൊല്ലാനാകില്ല."

നന്ദു നിലത്തേക്കിട്ട വാള് കാശൻ തേരട്ടയെ എന്നപോലെ കാൽ വിരൽ കൊണ്ട് തട്ടി മുന്നിലേക്കിട്ടു.

"ഞാനും ഈ സാറും ആയിട്ടൊരു പഴയ കഥയുണ്ടെടാ മക്കളേ. ആമ്പടിക്കാവിൽ ഉത്സവത്തിന്റെ ഗാനമേളയ്ക്ക് പെണ്ണുങ്ങളെ തോണ്ടീന്ന് പറഞ്ഞ്. ഈ സാറ് എന്നെ ആളുമാറി പിടിച്ചു. ഞാൻ ജീപ്പിൽ കേറാൻ കൂട്ടാക്കിയില്ല. കോളറ് പിടിയും ഉന്തും തള്ളും ആയി. അവസാനം സാറെന്നെ ഒടിച്ചു മടക്കി വണ്ടീൽ കേറ്റിയെടാ. അവസാനം സ്റ്റേഷനിൽ കൊണ്ടുപോയപ്പോ വെറെ കുറ്റം. സാറിന്റെ രണ്ടര പവന്റെ മാല കാണാനില്ലാ. ഉന്തിലും തള്ളിലും ഞാൻ മാല പൊട്ടിച്ചൂന്ന് യേത്... ഒരു രാത്രി വെളുക്കെ പൊലീസുകാരെന്നെ കെട്ടിയിട്ട് തല്ലിയെടാ. പിറ്റേന്ന് ഈ സാറ് എന്നോടൊരു വർത്താനം പറഞ്ഞെടാ... മാല പൊട്ടിയിട്ട് സാറിന്റെ യൂണിഫോമിന്റെ ഉള്ളിൽ വീണതാണുപോലും. സാറ് ക്വാർ ട്ടേഴ്സിൽ പോയി യൂണിഫോം ഊരിയപ്പോ മാല കിട്ടി. പക്ഷേ സാറ് ആരോടും പറഞ്ഞില്ല. നാണക്കേടല്ലേ... എന്നിട്ട് ഈ സാറ് എന്നോട് പറയുവാണ് 'ഇനി ഏതായാലം കേസ് ആയതല്ലേ... നീ ഏറ്റോന്ന്..'

ഞാൻ ബലം പിടിച്ചെടാ. ചോരത്തെളപ്പല്ലേ. സാറ് അടിച്ചെന്റെ നട്ടെല്ല് പിഴിഞ്ഞ്. അവസാനം എന്റെ ഭാര്യേടെ താലിമാല ഊരിക്കൊടുത്തെടാ തൊണ്ടി ആയിട്ട്... സാറ് കോടതീന്നത് തിരിച്ചറിയുകേം ചെയ്തു. സാറിന്റെ മാല തന്നെ... അല്ലേ സാറേ..."

കാശൻ രണ്ടടി മുന്നിലേക്ക് കയറി നിന്നു.

"ഇനി പറഞ്ഞോ... നിങ്ങളുടെ വിഷയം എന്താണ്?"

ഒരു ന്യായാധിപനെപ്പോലെ കാശൻ ഞങ്ങൾക്കും ഒരു അവസരം തന്നു. നന്ദു എല്ലാം വള്ളിപുള്ളി വിടാതെ പറഞ്ഞു. ഗഗൻ വേദനകൊണ്ട് കിണറിൽ വീണ പന്നിയെപ്പോലെ കിടന്ന തിരിയുകയായിരുന്നു.

"എന്നാൽപ്പിന്നെ നെറ്റിക്കടിക്കാം അതാ നല്ലത്."

എല്ലാം കേട്ടുകഴിഞ്ഞപ്പോൾ കാശൻ തോക്ക് ഒരു കൈക്കുഞ്ഞിനെ എന്ന പോലെ ശ്രദ്ധിച്ച് കൈകളിലേക്കെടുത്തു.

"എന്തേലും പ്രശ്നം ആകുവോ കാശാ..."

നന്ദു ഒരു വിധേയനെപ്പോലെ കാശന്റെ അരികിലേക്ക് നിന്നു.

"അതിരിലെ വീട്ടിലെ ജാനുവമ്മ രാവിലെ കൊട്ടണച്ചേരി അറയിലെ കതിനവെടിയുടെ ശബ്ദം കേട്ടാടാ രാവിലെ പശുവിനെ കറക്കാൻ എഴുന്നേൽക്കുന്നത്. ആ പാവം ഈ വെടിയൊച്ച കേട്ട് നേരത്തേ എഴുന്നേറ്റ് പയ്യിനെ കറന്നേക്കും. അങ്ങനെ ഒരു പ്രശ്നമുണ്ട്. എന്നാലും സാരമില്ല. എന്തായാലും കറക്കേണ്ടതല്ലേ..."

കാശൻ തോക്ക് മുകളിലേക്കുയർത്തി. അഗ്നി സ്തംഭിച്ചതുപോലെ ദീപ്തമായ അയാളുടെ കണ്ണുകൾ ഗഗന്റെ മുഖത്തേക്ക് തിരിഞ്ഞു. നന്ദു കൈയിൽ ബാക്കി വന്ന എലിവാണത്തിന്റെ കൂടെ ചെറിയ മുളങ്കുറ്റിയിൽ കെട്ടിയ നിലയമിട്ടും കത്തിച്ച് മുകളിലേക്കയച്ചു. അത് ആകാശത്ത് ചെന്ന് പൊട്ടി കുങ്കുമച്ഛവി പടർത്തി കുടപോലെ താഴേക്ക് പെയ്തിറങ്ങുമ്പോൾ ഞങ്ങൾ ഓളച്ചെടികൾക്കിടയിലൂടെ സ്പൈഡറിനു പിന്നിൽ നാട്ടിലേക്കുള്ള മടക്കയാത്രയിൽ ആയിരുന്നു. ■

നീലച്ചടയൻ

എയർഹോണിന്റെ മുഴക്കത്തോടെ ഒരു ലോറി മുന്നിലേക്ക് കട്ട് ചെയ്ത് കയറിയപ്പോഴാണ് ഞാൻ ചിന്തകളിൽനിന്ന് ഉണർന്നത്. ചെങ്കല്ലുകൾ നിറയെ അട്ടിവെച്ച് അതങ്ങനെ അടികൊണ്ട ചേരയെപ്പോലെ കാറിന് മുന്നിൽ പുളഞ്ഞ് കളിക്കുന്നു. സ്റ്റിയറിങ്ങ് വലതുവശത്തേക്ക് വെട്ടിച്ച് ഒരു ഗിയർ ഡൗൺ ചെയ്ത് കൊടുത്ത് ഞാനതിനെ മറികടന്നു. ഇടതു വശത്തെ ഡോറിനോട് ചേർന്നിരുന്ന അനിതേച്ചി ചെറുതായി ഒന്ന് ഉലഞ്ഞു. അവളുടെ കരച്ചിൽ കഴിഞ്ഞ് തോർന്ന കൺപീലികളിൽ നിറയെ കണ്ണുനീർതുള്ളികൾ കൂടുവെച്ചിരുന്നു. അനിതയുടെ വലതുകാലിലെ സ്വർണ്ണത്തിന്റെ നേർത്ത പാദസരത്തിന് ചുറ്റും വിയർപ്പുതുള്ളികൾ പൊടിഞ്ഞിരുന്നു. അവൾ സാരി വലിച്ചു താഴ്ത്തി കാല്പാദങ്ങളെ മറക്കും വരെയും ഞാനവളുടെ കാലുകളിൽ തന്നെ നോക്കുകയായിരുന്നു.

ചേച്ചിയെ വീട്ടിൽ വിട്ട് ഞാൻ നേരെ ഉളിയത്ത് കടവിന് വെച്ചുപിടിച്ചു. ഗേറ്റ് കടന്ന് ചെല്ലുമ്പോൾ തന്നെ വിമോദും കപ്പിയും പുഴവക്കത്തെ നീർമരുതിനോട് ചേർന്ന് എന്തോ സംസാരിച്ച് നിൽക്കുന്നതാണ് കാഴ്ച. കാർ മതിലിനോട് ചേർത്ത് പാർക്ക് ചെയ്ത് ഞാൻ ആംബുലൻസിലേക്ക് കയറി. കൈയിലുണ്ടായിരുന്ന പടക്കം നിറച്ച പ്ലാസ്റ്റിക്ക് കവർ ആംബുലൻസിന്റെ തുറന്നിട്ട ഡോറിൽ തൂക്കി. ഐ.ആർ.എട്ടും വിമോദം പുറത്ത് പടക്കം പൊട്ടിക്കുന്ന നേരത്തും ഞാനും കുപ്പിയും ആംബുലൻസിനുള്ളിൽ തന്നെ ഇരിക്കുകയായിരുന്നു.

കടന്നുപോകുന്നത് കാലങ്ങളിൽ വെച്ചേറ്റവും പ്രിയമുള്ള കാലമാണെന്ന് എനിക്ക് തോന്നി. നാളെ, വിഷുവാണ്. മധുരം മടുക്കുന്ന ദിവസം. കുപ്പി കൊണ്ടുവന്ന ജോയിന്റ് കത്തിച്ച് വലിച്ചു. കഴുത്തിന് മുകളിൽ തലയൊരു പൂത്തണ്ടുപോലെ വിടർന്നു. മൂന്ന് ബിയിൽ പഠിക്കുമ്പോൾ കണക്കിലെ ഓമന ടീച്ചറെ വധിക്കാൻ തയ്യാറാക്കിയ 'ഓപ്പറേഷൻ - ഓമന'യുമായി ബന്ധപ്പെട്ടാണ്. സമാനചിന്താഗതിക്കാർ എന്ന നിലയിൽ കുപ്പിയും അഭിയും ഐ.ആർ.എട്ടുമായി പരിചയത്തിൽ ആകുന്നത്.

കൃഷ്ണകുമാർ, അഭിജിത്ത്.പി, അശ്വിൻചന്ദ് എന്നിവയാകുന്നു യഥാക്രമം അവരുടെ ശാസ്ത്രനാമങ്ങൾ. ടീച്ചർ ക്ലാസിൽ വന്നാലുടനെ മേശയിൽ ചാരി നിന്നുകൊണ്ടാണ് സംസാരിച്ച് തുടങ്ങുക. ഈ അവസരം മുതലെടുത്ത് മേശയുടെ കാലിന് താഴെ ചുരുൾ നിവർത്തിയ പൊട്ടാസുകൾ ആദ്യംതന്നെ ഞങ്ങൾ സ്ഥാപിച്ചു. ടീച്ചർ വന്ന് ചാരുമ്പോൾ മേശ നിരങ്ങുന്ന നേരത്ത് പൊട്ടാസ് പൊട്ടുന്ന ശബ്ദം കേട്ട് രണ്ട് അറ്റാക്ക് കഴിഞ്ഞ ടീച്ചർ പേടിച്ച്, ഹാർട്ട് അറ്റാക്ക് വന്ന് മരിക്കുന്നതായിരുന്നു ഞങ്ങൾ ഭാവനയിൽ കണ്ട കഥാന്ത്യം. ആ പ്ലാൻ പക്ഷേ പാളാനുള്ളതായിരുന്നു. സ്റ്റാഫ് റൂമിൽ നിർത്തി ഹെഡ് മാഷ് അഭിയെ മൂക്കുകൊണ്ട് എക്സും എമ്മും വരപ്പിച്ചു. ജീവിതത്തിലെ തോൽവികൾ കൂട്ടുകാരെ മാത്രം കൂടുതൽ അടുപ്പിക്കുകയാണ് ചെയ്യുക. കുപ്പിയും അഭിയും ഐ.ആർ.എട്ടും എനിക്ക് ചങ്കും കരളുമായി.

എല്ലാം കഴിഞ്ഞ് വീട്ടിൽ എത്തുമ്പോഴേക്കും സമയം ഏതാണ്ട് പന്ത്രണ്ട് മണി കഴിഞ്ഞിരുന്നു. കോളിങ് ബെല്ലിൽ വിരലമർത്തി ഏറെ നേരത്തെ കാത്തിരിപ്പിന് ശേഷമാണ് ചേച്ചി വന്ന് വാതിൽ തുറന്നത്. ഗോവണി കയറി മുകളിലേക്ക് നടക്കുമ്പോൾ രാത്രിയുടുപ്പിൽ അനിത കൂടുതൽ സുന്ദരിയായതുപോലെ തോന്നി. അവളെ പിടിച്ചു വലിച്ച് കിടക്കയിലേക്ക് കൊണ്ടുപോകണമെന്നും കാടുപടർത്തിയ വള്ളികൾ വലിച്ചു കളയുന്നതുപോലെ അവളുടെ ഉടുപ്പ് പറിച്ചെറിയണമെന്നും തോന്നി. ഒരു വിധത്തിൽ ഞാനെന്നെ സ്വയം കൺട്രോൾ ചെയ്തു. മുഖം നന്നായി കഴുകി കിടക്കയിലേക്ക് കിടന്നു. തലയുടെ ഭാരം ഇനിയും ഒഴിഞ്ഞിട്ടില്ല. പുലർച്ചെ കുപ്പി വിളിച്ചിട്ട് 'അഭിക്ക് എന്തെങ്കിലും മാനസികപ്രശ്നങ്ങൾ ഉള്ളതായിട്ട് തോന്നിയിട്ടുണ്ടോ' എന്ന് ചോദിച്ചു. രാവിലെ തന്നെ വിളിച്ചെഴുന്നേൽപ്പിച്ച് ആളെ വടിയാക്കു'ന്നതിന് അവനെ ആവശ്യത്തിൽക്കൂടുതൽ തെറി പറഞ്ഞാണ് ഞാൻ അവന്റെ കോൾ കട്ട് ചെയ്തത്.

പതിവില്ലാതെ പുലർച്ചെ എഴുന്നേറ്റതുകൊണ്ടും ഇന്നലെ വലിച്ച് കയറ്റിയ സാധനത്തിന്റെ പിടി അയയാത്തതുകൊണ്ടും പിന്നെ കിടന്നിട്ട് ഉറക്കം വന്നില്ല. ഓരോന്ന് ഓർത്ത് കിടന്നപ്പോൾ എനിക്കൊരു സംഭവം ഓർമ്മ വന്നു. ഒരാഴ്ച്ച മുൻപ് പാലസ് റോഡിൽ വെച്ച് ഒരു സംഭവമുണ്ടായി. പച്ചക്കറി കയറ്റി വന്ന നാഷണൽ പെർമിറ്റ് ലോറിയിൽ പുലിയെ കണ്ടെന്ന് പറഞ്ഞ് അഭി വലിയ ബഹളം ഉണ്ടാക്കി. കീറിയ ചാക്കിനുള്ളിലെ വെള്ളരിക്കയുടെ തൊലി കണ്ട് പുലി ആണെന്ന് അവൻ തെറ്റിദ്ധരിച്ചതാണ്. ഈ സംഭവം പറഞ്ഞ് ഞാൻ കുപ്പിക്കൊരു വോയ്സ് മെസേജ് അയച്ചു. കിടക്കയിൽ നിന്ന് എഴുന്നേൽക്കാൻ തോന്നാത്ത വിധത്തിൽ ശരീരത്തിന് ഒരു ക്ഷീണം തോന്നുന്നുണ്ട്. എന്നാൽ ഒട്ട് ഉറങ്ങാനും തോന്നുന്നില്ല. ആകപ്പാടെ ഒരു ചടച്ച ദിവസം തന്നെ. നല്ല ദിവസങ്ങൾ പോലും ഇങ്ങനെ നശിപ്പിച്ചുകളയുകയാണ്. അല്ലെങ്കിലും മനുഷ്യർ അങ്ങനെയാണല്ലോ. ജീവിതത്തിലെ നല്ല ദിവസങ്ങളെയെല്ലാം പല

കാരണങ്ങൾ പറഞ്ഞ് നമ്മൾ ആദ്യം തന്നെ തല്ലിക്കൊല്ലും. അവസാനം ഓർമ്മകളെന്ന് പേരിട്ട ശവക്കല്ലറയ്ക്ക് മുന്നിൽ കാലമേറെക്കഴിഞ്ഞ് നിറകണ്ണുകളോടെ ചെന്ന് നിൽക്കും. രാവിലെ അനിത റൂമിലേക്ക് കയറി വന്നപ്പോൾ ഞാൻ ഉറക്കം നടിച്ചു കിടന്നു. വിളിച്ചെഴുന്നേൽപ്പിച്ച് എന്റെ കണ്ണുകൾ മൂടിയ ശേഷം അവൾ എന്നെ താഴെ പൂജാമുറിയിലേക്ക് നടത്തിച്ചു. ഗോവണി ഇറങ്ങി താഴേക്ക് നടക്കുന്ന അത്രയും നേരം അനിതയുടെ ശരീരം എന്റെ ദേഹത്ത് മുട്ടിയുരുമ്മിക്കൊണ്ടിരുന്നു. അവളുടെ സാമീപ്യം എന്നെ മത്തുപിടിപ്പിച്ചു. ഈ നിമിഷങ്ങൾ ആസ്വദിച്ചില്ലെങ്കിൽ നരകവാതിലിൽ പോലും ഞാൻ ചോദ്യം ചെയ്യപ്പെടുമെന്ന് തോന്നി. കണി കാണിക്കുവാൻ വേണ്ടി അവൾ കൈകൾ പിൻവലിച്ചപ്പോൾ ഞാൻ കൺനിറയെ കണ്ടത് അനിതയെ തന്നെ ആയിരുന്നു. അവളുടെ വടിവുകൾ എടുത്ത് കാണിക്കുന്ന നേർത്ത സെറ്റ് സാരിയിൽ ചേച്ചി അത്രയും സുന്ദരി ആയിരുന്നു.

“നമ്മുടെ അഭിക്ക് ഏതാണ്ട് പ്രശ്നമുണ്ടെടാ... നീ മിനിഞ്ഞാന്ന് പറഞ്ഞ പുലിയുടെ കാര്യം കൂടെ വെച്ച് നോക്കുമ്പോൾ എനിക്ക് ഉറപ്പായി. ഇന്നലെ തന്നെ ഞങ്ങള് രണ്ടുപേരും കാനം വയലിന്റെ അവിടെ നിൽക്കുകയായിരുന്നു. അപ്പോൾ അവിടെ രണ്ട് മൂന്ന് ടിപ്പറ് വയലിൽ മണ്ണടിക്കുന്നുണ്ട്. എടാ, നമ്മുടെ അങ്ങാടിപ്പറമ്പിലെ ഹരിയേട്ടൻ ഇല്ലേ.. പുള്ളീടെ ടിപ്പർ ആണ്. അപ്പോ പെട്ടെന്ന് ഇവൻ വയലിലേക്ക് നോക്കി നിന്നിട്ട് ഒരു ഡയലോഗ്... ‘ആ വയൽ ഇല്ലേ.. അതാണ് ദ്രൗപതി. അവർ അവളുടെ മാനം കെടുത്തുന്നു. അവൾ കരയുകയാണ്. അവൾ എന്നെയാണ് വിളിക്കുന്നത്...!’ എന്നിട്ട് അവന്റെ കൈയിലുള്ള സാംസങ്ങിന്റെ മൊബൈൽ കാണിച്ചിട്ട് പറയുകയാണ്. ഇതാണെന്റെ സുദർശനചക്രംന്ന്...”

കുപ്പി കാലുകൾ ഡാഷ് ബോർഡിലേക്ക് കയറ്റിവെച്ചു. ഞങ്ങൾ ഐ.ആർ.എട്ടിനെ എയർപ്പോർട്ടിൽ കൊണ്ടുവിട്ട് നാട്ടിലേക്ക് മടങ്ങുകയായിരുന്നു.

“എന്നിട്ടോ..?”

ഞാൻ ഉമിനീരീറക്കിക്കൊണ്ട് അവനോട് ചോദിച്ചു.

“എന്നിട്ടെന്താ അവൻ വില്ലേജ് ഓഫീസിൽ വിളിച്ച് പറഞ്ഞ് എല്ലാ ടിപ്പറും പിടിപ്പിച്ചു. തെരുവ് നാടകത്തിൽപോലും ഇതുപോലെ നാറിയ ഡയലോഗ് ഞാൻ കേട്ടിട്ടില്ല. നീ പറഞ്ഞ പുലിയുടെ വിഷയവുമായി ചേർത്ത് ആലോചിക്കുമ്പോൾ എവിടെയോ ഒരു സ്പെല്ലിങ്ങ് മിസ്റ്റേക്ക് ഉണ്ട്.”

കുപ്പി കൈവിരലിന്റെ ഞൊട്ടകൾ അമർത്തിപ്പൊട്ടിച്ചു. എഞ്ചിന്റെ മർമരങ്ങൾക്ക് കാതു കൊടുത്ത് ഞാൻ ആലോചനകളിൽ മുഴുകിയിരുന്നു. കഞ്ചാവ് സ്ഥിരമായി ഉപയോഗിച്ചാൽ മനസ്സിന്റെ സമനില തെറ്റും എന്ന് കേട്ടിട്ടുണ്ട്. ഓരോന്ന് ഓർത്തപ്പോൾ എനിക്കാകെ പേടി തോന്നി. കുപ്പിയെ

ക്ലബ്ബിൽ വിട്ട് ഞാൻ വീട്ടിലേക്ക് മടങ്ങി. പിളർത്തിപ്പിടിച്ച വായയുമായി വീട്ടിലെ കാർ പോർച്ച് എന്നെയും കാത്തിരിക്കുകയായിരുന്നു. ഗിയർ ലിവറിന് തൽക്കാലം വിശ്രമം അനുവദിച്ച് ഞാൻ ഡോർ തുറന്ന് ഇറങ്ങി. രാത്രി ഉറക്കം തലയ്ക്ക് തട്ടുന്നതും കാത്ത് തിരിഞ്ഞും മറിഞ്ഞും കിടക്കുമ്പോൾ ഞാൻ അഭിയെക്കുറിച്ചുതന്നെ ഓർത്തുകൊണ്ടിരുന്നു. എത്ര മറക്കാൻ ശ്രമിച്ചാലും അഭിയെക്കുറിച്ചുള്ള ഓർമ്മകൾ ഒരു മുങ്ങിക്കപ്പൽ പോലെ ഓർമ്മകളിലേക്ക് പൊങ്ങിവന്നു.

പിറ്റേന്ന് അലാറം വെച്ചാണ് എഴുന്നേറ്റത്. നേരം പുലർന്നിട്ടില്ല. ജനലിനപ്പുറം നിലയുറപ്പിച്ച ശത്രുവിനെപ്പോലെ ഇരുട്ട് വെളിച്ചത്തെയും കാത്തുകിടക്കുകയാണ്. തിടുക്കത്തിൽ ഒരു കോഫിയിട്ട് ചേച്ചിയുടെ റൂമിലേക്ക് നടന്നു. അവളെ രാത്രിയുടുപ്പിൽ കിടക്കയിൽ വെച്ച് കാണാനുള്ള ആഗ്രഹംകൊണ്ടാണ് ഇത്ര നേരത്തേ എഴുന്നേറ്റത്. തെറ്റാണെന്ന് അറിയാം. പക്ഷേ കാട്ടരുവിയിൽപെട്ട പന്തു പോലെയാണ് മനസ്സ്. അത് ഏതിലൂടെയാണ് പോകുന്നത്. എവിടെയാണ് ചെന്നു നിൽക്കുന്നതെന്ന് ആർക്കും പറയാനാകില്ല.

റൂമിൽ അനിത ഉറക്കത്തിന്റെ തൊട്ടിലിൽ ആയിരുന്നു. ടേബിളിലെ ചെറിയ ലൈറ്റ് ഓൺ ചെയ്തപ്പോൾ അവളുടെ കാലിലെ സ്വർണ്ണത്തിന്റെ നേർത്ത കൊലുസ് തീവെട്ടി പോലെ തിളങ്ങി. ഓർമ്മയിൽ ഞാനാദ്യം പ്രണയിച്ചത് അവളുടെ നേർത്ത സ്വർണ്ണത്തിൽ പണിത ആ കൊലുസുകളെ ആയിരുന്നു. അവളുടെ അരികിൽ നിൽക്കുമ്പോൾ എന്റെ ഹൃദയം താളം തെറ്റി മിടിക്കുന്നത് ഞാനറിഞ്ഞു. സീലിങ്ങ് ഫാനിന്റെ ശബ്ദം ഒരു ചിറകടിയൊച്ച പോലെ കാതുകളിൽ വന്ന് പതിച്ചു. അത് തള്ളിവിടുന്ന കാറ്റിൽ ജനലിന്റെ കർട്ടനുകൾ പ്രാവുകൾപോലെ പറന്നു കളിച്ചു. നൈറ്റി ഉയർത്തി അനിതയുടെ മെലിഞ്ഞ കാലുകളെ കൂടുതൽ ഉയരത്തിലേക്ക് കാണണമെന്ന് മനസ്സിൽ ഒരു മോഹം തോന്നി. കോഫി അവളുടെ ടേബിളിലേക്ക് വച്ച്. അവളുടെ തുടകൾക്കിടയിലെ ഏഴിലംപാല പൂത്ത മാദകഗന്ധത്തിനുള്ളിൽ ഹൃദയത്തെ വിശ്രമിക്കാൻ അനുവദിച്ച് ഞാൻ പുറത്തേക്കിറങ്ങി. ആ കാഴ്ച എന്നെ ശരിക്ക് കീഴ്പ്പെടുത്തിക്കളഞ്ഞു. അവൾ ഒരു പുതപ്പുപോലും പുതയ്ക്കാതെയാണ് കിടന്നിരുന്നത്.

ഇനിയും വീട്ടിൽ നിന്നാൽ കുഴപ്പം ആകുമെന്ന് തോന്നിയതുകൊണ്ട് ഞാൻ കാറുമെടുത്ത് ഇറങ്ങി. ഡാഷിൽ നിന്നം വലിച്ചെടുത്ത പെൻ ഡ്രൈവ് സ്റ്റീരിയോയിൽ കണക്റ്റ് ചെയ്ത് സ്വയംഭോഗം ചെയ്യുന്നതു പോലെ മൂന്ന നാലു തവണ ചലിപ്പിച്ച ശേഷം ഗ്ലാസ് താഴ്ത്തി അത് പുറത്തേക്ക് വലിച്ചെറിഞ്ഞു. അതിൽ നിറയെ ചേട്ടന്റെ ചില ഗസലുകൾ ആണ്. അതൊക്കെ കേട്ടാൽ തല പുഴുത്തു പോകും. മാക്സിമം കാലു കൊടുത്ത് പുലർകാലത്തെ തിരക്കൊഴിഞ്ഞ റോഡിലൂടെ കാറിനെ ഒന്ന് പറത്തി. ആളു മാറിപ്പൂട്ടുന്ന കാളയെപ്പോലെ വണ്ടി എന്നെയും വലിച്ച്

പായുകയായിരുന്നു. അനിതയെ മാത്രമല്ല കാറും അവന് ശരിക്ക് ഉപയോഗിക്കാൻ അറിയില്ല. എഴുപതിന് മുകളിൽ സ്പീഡിൽ അവൻ ഡ്രൈവ് ചെയ്യാറില്ല.

കല്ല്യാണം കഴിഞ്ഞ് നാലു വർഷം കഴിഞ്ഞിട്ടും അനിതയും ഒട്ടും ഉടഞ്ഞിട്ടില്ല. അവൻ ദുബൈയിൽ പോയിട്ട് ഒരാഴ്ച കഴിഞ്ഞിട്ടും ഇതു വരെ ഒന്ന് വിളിക്കാത്തതിൽ എനിക്ക് അത്ഭുതം തോന്നി. അനിതയെ ദിവസവും വിളിക്കുന്നുണ്ടാകും. എന്നെ പണ്ടേ അവൻ എഴുതിത്തള്ളിയ താണ്. ഒരു ചെറിയ ഡ്രൈവ് കഴിഞ്ഞ് നിസാർക്കയുടെ കടയോട് ചേർന്നുള്ള പാർക്കിങ്ങിൽ വണ്ടി ഒതുക്കി. ഉയർന്ന ഹാന്റ് ബ്രേക്കിനൊപ്പം വലതുവശത്തേക്ക് പൂർണ്ണവൃത്തത്തിൽ കറങ്ങി സ്റ്റിയറിങ്ങ് വീലും നിശ്ചലമായി.

ടേബിളിൽ അസുഖമുള്ള എഞ്ചിൻപോലെ പുക പറത്തുന്ന ഒരു കാപ്പിയും ഇലഞ്ഞിപ്പൂക്കൾ പോലെ ചോക്ലേറ്റ് തരികൾ വീണു കിടക്കുന്ന ഒര പ്ലേറ്റ് ഉപ്പുമാവും ഓർഡർ ചെയ്യാതെ തന്നെ വന്നു. അതെന്റെ പതിവാണ്. പോകാൻ നേരം കഞ്ചാവ് തെറുക്കാനുള്ള കേക്ക് പൊതിഞ്ഞു വരുന്ന മിനുസക്കടലാസും നിസാർക്ക എടുത്ത് തന്നു. അനിതയെക്കുറിച്ച് ഓർക്കുമ്പോൾ നിയന്ത്രണം നഷ്ടപ്പെട്ട ബഹിരാകാശനിലയം പോലെയാണ് എന്റെ മനസ്സ്. പല സങ്കീർണ്ണമായ പ്രവർത്തനങ്ങളും അതിൽ നടക്കുന്നുണ്ട്. പക്ഷേ ഒന്നുംതന്നെ എന്റെ നിയന്ത്രണത്തിൽ അല്ല.

അഭിയുടെ ഫോൺ സ്വിച്ച് ഓഫ് ആയതുകൊണ്ട് ഞാൻ വൈകുന്നേരം ഒന്ന് അവന്റെ വീട്ടിൽ ചെന്നു നോക്കി. അവൻ ബാംഗ്ലൂരിൽ ഒരു ഇന്റർവ്യൂവിന് പോയിരിക്കുകയാണെന്ന് അവന്റെ അമ്മ പറഞ്ഞു. അത് കളവാണെന്ന് എനിക്ക് അപ്പോൾ തന്നെ മനസ്സിലായി. പക്ഷേ ഞാനതു പുറത്തു കാണിച്ചില്ല. 'ഞാനും അവനും പ്ലസ്ടു ഒരുമിച്ചാ തോറ്റത്. ആ അവൻ ഏത് ഇന്റർവ്യൂവിന് പോകാനാണ്...?' രാത്രി ആംബുലൻസിൽ ഇരുന്ന് മെഴുകുതിരി നാളത്തിന് മുകളിൽ പിടിച്ച് സിഗരറ്റ് ചൂടാക്കുന്നതിനിടയിൽ കുപ്പി സംശയം പറഞ്ഞു. ചൂടായ സിഗരറ്റ് കൈ വെള്ളയിലിട്ട് തിരുമ്മി അകത്തെ പുകയിലക്കൂട്ട് ഉതിർത്തെടുക്കുന്നതിനിടയിൽ കുപ്പിയുടെ ഫോണിലേക്ക് ഒരു കോൾ വന്നു. ഫോണിൽ സംസാരിച്ചു കൊണ്ടിരിക്കേ അവന്റെ മുഖത്തിന് കടുപ്പമേറുന്നത് ഞാൻ ശ്രദ്ധിച്ചു.

"ഐ.ആർ.എട്ടാ വിളിച്ചത്. അവൻ നിന്റെ ഫോണിലേക്ക് ഒരു ഫോട്ടോ അയച്ചിട്ടുണ്ട്. നമ്മുടെ പമ്പിന് താഴെയുള്ള സാൽവിയുടെ ഓട്ടോ ആരോ കത്തിച്ചു. അതിന്റെ അരികിൽ ഒരു ബോർഡ് വെച്ചിട്ടുണ്ട്. അത് അഭി എഴുതിയതാണോന്നാ ഐ.ആർ.എട്ട് ചോദിക്കുന്നത്."

കുപ്പിയുടെ ശബ്ദം ഇടറി. ഞാൻ ഫോണിലെ വാട്ട്സ്ആപ്പ് തുറന്ന് ഐ.ആർ.എട്ട് അയച്ച ഫോട്ടോയിലെ എഴുത്ത് ഉറക്കെ വായിച്ചു. മീറ്റർ ചാർജിൽ കൂടുതൽ വാടക വാങ്ങുന്നു എന്ന് ആരോപിച്ചായിരുന്നു ഓട്ടോ

കത്തിച്ചത്. അടുത്തുള്ള ചുമരിൽ പെയിന്റ് ഉപയോഗിച്ചാണ് എഴുതിയിരിക്കുന്നത്. അതിൽ അവസാനത്തെ വാചകം ഞാൻ വീണ്ടും വീണ്ടും വായിച്ചു. 'പുരോചനൻ ആണ് ഞാൻ... എല്ലാ അരക്കില്ലങ്ങളും ഞാൻ അടിമുടി കത്തിക്കും!'

പിന്നീട് രണ്ട് ദിവസം എനിക്ക് കലശലായ പനിയായിരുന്നു. അനിതയാണെങ്കിൽ ഹരിയേട്ടന്റെ വീട്ടിലും. ആകെ ഒരുതരം മടുപ്പ് തോന്നി. ശരീരത്തിന്റെ അസ്വസ്ഥതകളെ എനിക്ക് സഹിക്കാനാവില്ല. ഇരുന്ന് മടുത്തപ്പോൾ ഒരു കൗതുകത്തിന് ഞാൻ അനിതയുടെ മുറിയിൽ കയറി. വളരെ നേരം തിരഞ്ഞ് അനിതയുടെ ഒരു പഴയ പാന്റീസ് എനിക്കവിടെ നിന്ന് കിട്ടി. ഷെൽഫുകൾ എല്ലാം അവൾ ലോക്ക് ചെയ്തിരുന്നു. ചീഞ്ഞ മുല്ലമാല പോലെ അതാകെ കോലംകെട്ടിരുന്നു. എങ്കിലും ഞാനത് വളരെ ശ്രദ്ധിച്ച് എന്റെ മുറിയിലേക്ക് കൊണ്ടുവന്നു. അതിൽ നോക്കിയിരുന്നപ്പോൾ എനിക്ക് സഹിക്കാൻ പറ്റിയില്ല. കുപ്പിയെ ഫോണിൽ വിളിച്ച് ഞാൻ എല്ലാം പറഞ്ഞു. അവനൊരു വഴി കാണുമെന്ന് എനിക്കുറപ്പായിരുന്നു. പക്ഷേ ഞാൻ പ്രതീക്ഷിച്ചതിലും വളരെ നേരത്തേ വെറും മൂന്ന് മണിക്കൂർ കൊണ്ടുതന്നെ അവൻ അതിനൊരു പരിഹാരം കണ്ടെത്തി. കോളിംഗ് ബെൽ കേട്ട് ഞാൻ ഡോർ തുറന്നപ്പോൾ പുറത്ത് ചിരിച്ച മുഖവുമായി കുപ്പി നിൽക്കുന്നു. അനിതയാണെന്ന് വിചാരിച്ചാണ് ഞാൻ വാതിൽ തുറന്നത്. എന്നെ തള്ളി മാറ്റി അവൻ അകത്തേക്ക് കയറി. അനിതയുടെ റൂം എവിടെയാണെന്ന് മാത്രം അവൻ ചോദിച്ചു. അവളുടെ ബാത്ത്റൂമിനുള്ളിലെ ലൈറ്റിന്റെ ഹോളിനിടയിൽ അവൻ ഈർക്കിലോളം നേർത്ത ക്യാമറ ഫിറ്റു ചെയ്യുന്നത് ഞാൻ ആരാധനയോടെ നോക്കി നിന്നു.

"നിന്റെ ഫോണിൽ ഇതിന്റെ ആപ്പ് അയച്ചു തരാം. ചേച്ചി കുളിക്കാൻ കയറുമ്പോൾ നീ ഫോണിലെ ആപ്പ് തുറന്ന് റെക്കോർഡ് ഓപ്ഷൻ ക്ലിക്ക് ചെയ്താൽ മതി."

ഓരോ കാര്യങ്ങളും പടിപടിയായി അവനെനിക്ക് വിശദീകരിച്ച് തന്നു. ക്യാമറ റിമൂവ് ചെയ്ത ദിവസം ക്യാമറയും ലാപ്ടോപ്പുമായി ഞാൻ നേരത്തേ തന്നെ ഉളിയത്തു കടവിൽ എത്തി. പക്ഷേ ക്യാമറയിൽ അല്ല എന്റെ ഫോണിലാണ് വിഷ്വൽ സേവ് ആയിരിക്കുന്നതെന്ന് കുപ്പി പറഞ്ഞപ്പോഴാണ് ഞാൻ അറിഞ്ഞത്. എന്റെ മൊബൈൽ കമ്പ്യൂട്ടറിലേക്ക് കണക്റ്റ് ചെയ്യുമ്പോൾ കുപ്പിയുടെ കൈ പഴയ ഡീസൽ എഞ്ചിൻ പോലെ വിറച്ചു. ലൈറ്റ് ഓൺ ചെയ്തശേഷം അവൾ ബാത്റൂമിലേക്ക് കയറിയതു മുതലുള്ള ദൃശ്യങ്ങൾ ലാപ്ടോപ്പിൽ കണ്ടുതുടങ്ങി. ക്യാമറയ്ക്ക് നേരെ എതിർഭാഗത്തേക്കാണ് അവൾ നിൽക്കുന്നത്. അങ്ങനെയാണ് ഷവറിന്റെ പൊസിഷൻ അത് അന്ന് ശ്രദ്ധിക്കാതിരുന്നത് മണ്ടത്തരമായി പ്പോയി. ടൗവ്വൽ മുന്നിലെ ഹുക്കിലേക്ക് വെച്ച ശേഷം അവൾ പിറകിലേക്ക് കൈയെത്തിപ്പിടിച്ച് ബ്ലൗസിന്റെ ഹുക്കുകൾ ഓരോന്നായി അഴിച്ചുവിട്ടു.

കുപ്പി എന്റെ കൈയിൽ നിന്നും സിഗരറ്റ് വാങ്ങി ഒന്നിരുത്തി വലിച്ചിട്ട് കാലുകൾ കയറ്റി വെച്ച് പിറകിലേക്ക് നീങ്ങിയിരുന്നു. സെക്കന്റുകൾക്കകം അനിത അരയ്ക്ക് മുകളിൽ പൂർണ്ണമായും നഗ്നയായി. കടഞ്ഞെടുത്തതു പോലുള്ള ശരീരം. ടൗവ്വൽ എടുക്കുവാനോ മറ്റോ അവൾ മുന്നിലേക്ക് തിരിഞ്ഞപ്പോൾ സച്ചി പെട്ടെന്ന് ലാപ്ടോപ്പ് അടച്ചു.

"മതി അവൾ തിരിഞ്ഞു നിൽക്കുന്ന വിഷ്വൽ ഉണ്ട്. ഇത് നമുക്ക് കാണാനുള്ളതല്ല. അവളെ കാണിക്കാനുള്ളതാ. നമുക്ക് നേരിട്ട് കാണാം. അതല്ലേ അതിന്റെ ത്രില്ല്."

എന്നോട് മിണ്ടരുതെന്ന് ആംഗ്യം കാണിച്ച് അവൻ ഫോൺ ഡയൽ ചെയ്ത് ചെവിയോട് ചേർത്തു.

"ആ ചേച്ചീ, ഞാനാ കിച്ചുവാ, മനസ്സിലായോ... ആഹ് അതെ. പിന്നെ ചേച്ചിയൊന്ന് ഉളിയത്തുകടവുവരെ വരാമോ? ഇവിടെ ചെറിയൊരു വിഷയ മുണ്ട്. ഇല്ലാ അവന് പ്രശ്നമൊന്നുമില്ല. പേടിക്കണ്ടാ... പക്ഷേ അവനൊരു പെണ്ണിനേം കൊണ്ടുവന്നിട്ട് ചെറിയൊരു വിഷയം ആയിട്ടുണ്ട്. ചേച്ചി ഒന്ന് ഇങ്ങോട്ട് വരാവോ? വീട്ടിൽ നിന്ന് ആരെങ്കിലും വന്നാലേ അവനെ ഇവിടുന്ന് വിടൂ എന്നാ ഇവരു പറയുന്നത്. വേണ്ടാ, ആരേം വിളിക്കണ്ടാ. എങ്ങനേലും ലീക്ക് ആയാൽ നമ്മുടെ ചെറുക്കന് തന്നല്ലേ അതിന്റെ കേട്. ഇല്ലാ പേടിക്കണ്ട. ഇവിടെ ദാസേട്ടനും ഹരിസാറും ഒക്കെയുണ്ട്. അവിടെ വണ്ടിയുണ്ടോ? ആഹ്, എന്നാൽ ചേച്ചി ഒന്ന് ഇറങ്ങി നിൽക്ക്. ഞാൻ അവന്റെ കാറും എടുത്ത് വരാം. ആ ഓക്കെ."

അവൻ ഫോൺ കട്ട് ചെയ്ത് പോക്കറ്റിലേക്കിട്ടു.

"കാറിന്റെ ചാവിയെടുക്ക്."

അവന്റെ ശബ്ദത്തിന് ലോകം പിടിച്ചടക്കിയ ആവേശമായിരുന്നു.

"നീയാ ക്യാമറ ആംബുലൻസിന്റെ റൂഫിൽ ഫിറ്റ് ചെയ്യ്. നമുക്കൊരു വീഡിയോ കൂടി എടുക്കാം. അവളു വല്ലതും പുറത്തു പറയുമെന്ന് പറ ഞ്ഞാൽ ഒരു തട വേണ്ടേ."

എന്റെ ചുമലിൽ ഒന്നു തട്ടിയ ശേഷം അവൻ കാറിനരികിലേക്ക് നടന്നു. ദൂരെ നിന്നും കാർ കയറി വരുന്നതു കണ്ടപ്പോൾ തന്നെ ഞാൻ മതി ലിനു താഴെ മറഞ്ഞു നിന്നു. കാർ വളരെ ദൂരെയാണ് നിർത്തിയത്. ആദ്യം കുപ്പിയാണ് ഇറങ്ങിയത്. പിറകെ അനിതയും ഇറങ്ങി. ഒരു വയലറ്റ് സാരി യാണ് അവളുടെ വേഷം. കുപ്പി അനിതയ്ക്ക് ദൂരെ നിന്നേ ആംബുലൻസ് ചൂണ്ടിക്കാണിച്ചു കൊടുക്കുന്നുണ്ട്. അവർ ആംബുലൻസിനരികിൽ എത്തുന്നതുവരെ ഞാൻ അവിടെതന്നെ നിന്നു. കുപ്പി അനിതയെ ആംബു ലൻസിലേക്ക് വലിച്ചു കയറ്റുകയായിരുന്നു. അവൻ അതിന്റെ ഡോർ അകത്തു നിന്ന് വലിച്ചടച്ചപ്പോൾ ഞാൻ കാറിലേക്ക് നടന്നു. സബ്ബ് ഓൺ ചെയ്ത് ഫോണിലെ ഒരു പാട്ട് പ്ലേ ചെയ്യാനിട്ട്. ഏസി ഓൺ ചെയ്ത് ഞാൻ കാറിൽ ഇരുന്നു. ഉദ്ദേശ്യം ഒരു അഞ്ച് മിനിറ്റ് കഴിഞ്ഞ് കാണും.

കാറിന്റെ ഇടതുവശത്തെ മിററിൽ ഒരു മഞ്ഞിച്ച വെളിച്ചം തട്ടുന്നതു പോലെ തോന്നി. തലയുയർത്തി നോക്കുമ്പോൾ ആംബുലൻസിന് തീ പിടിച്ചിരിക്കുകയാണ്. വലിയ ഒരു പൊട്ടിത്തെറിയോടെ അത് ഒന്നുകൂടെ വിടർന്നു കത്തി. ഞാൻ തിടുക്കത്തിൽ ഡോർ തുറന്ന് പുറത്തേക്കിറങ്ങാൻ ശ്രമിച്ചപ്പോൾ ആരോ പുറത്തു നിന്നും ഡോർ ചവിട്ടിയടച്ചു. സ്വിച്ചുകളിൽ തപ്പി ഞാൻ പവർ വിൻഡോ താഴ്ത്തുമ്പോൾ പുറത്ത് അനിതയുടെ കൂടെ അഭി നിൽക്കുന്നു.

"അഭീ..." ഞാൻ പോലുമറിയാതെ എന്റെ ചുണ്ടുകൾ വിറച്ചു.

"അഭിയോ... അഭിയൊന്നുമല്ല... ത്രയംബകനാണ് ഞാൻ." അഭിയുടെ ശബ്ദം ഇടിനാദംപോലെ മുഴങ്ങി. ∎

ഇത് ഭൂമിയാണ്

തടഞ്ഞു നിർത്തിയ മതിലിനിപ്പുറം ദൈവം തിരിഞ്ഞു നിന്നു. കൂടി നിന്ന വരുടെ തൊണ്ടകളിൽനിന്നും ആർപ്പുവിളിയും ഉയർന്നു. മഴ കനത്ത ആകാശം പന്തൽപോലെ വലിഞ്ഞു നിന്നു. ശരീരത്തിനു തണുപ്പേകാൻ ചുറ്റുമുള്ളവർ വീശിക്കൊടുക്കുന്ന നനഞ്ഞ തോർത്ത് ഒറ്റനോട്ടത്തിൽ ആലവട്ടവെഞ്ചാമരങ്ങളെപ്പോലെ തോന്നിച്ചു. തുടരെ തല വെട്ടിച്ച് ദൈവം ചില ഭയാനകമായ ചലനങ്ങൾ ഉണ്ടാക്കി. ഒറ്റാലിൽ പിടയുന്ന ചേറ്റുമീൻ കണ്ണിനേയും ഇരയെ കടിച്ചു തുപ്പുന്ന വരയൻപുലിയേയും പീലി വിറപ്പി ക്കുന്ന നാട്ടുമയിലിനേയും അനുകരിച്ച് പൂഴി വാരിയിട്ടാൽ പോലും താഴാത്ത ജനസഞ്ചയത്തിനിടയിലേക്ക് ദൈവം ഒരു പരന്ന നോട്ടമയച്ചു. ആദ്യം തന്നെ പ്രത്യേകം മരങ്ങൾ മുറിച്ചു കൊണ്ടുവന്ന് വലിയ ഉയര ത്തിൽ കൂന കൂട്ടിയിടുന്നു. ഒരു രണ്ടു നില വീടിനോളം ഉയരത്തിൽ മര ക്കുട്ടകൾ കത്തിയമരുന്ന ഈ കനൽ കൂമ്പാരത്തിൽ നൂറിനു മേൽ തവണ വീണ് എഴുന്നേറ്റ് തെയ്യം ഇടത്തട്ട് സ്വരൂപം വാഴുന്ന പുലിദൈവങ്ങളെ കാണാൻ വരുമ്പോഴാണ് വാല്യക്കാർ കൈകോർത്ത് പിടിച്ചും ഇരുമ്പ് ഗേറ്റ് വലിച്ചടച്ചും തെയ്യത്തേയും അതുവഴി കനൽക്കൂനയിൽ വീണെഴു ന്നേറ്റ് ശരീരവും മനസ്സും കലങ്ങി വരുന്ന കോലക്കാരനേയും കയ്യൂക്കു കൊണ്ട് തടഞ്ഞ് നിർത്തുന്നത്.

കാലിൽ പച്ചോലത്തുമ്പിൽ മുക്കിയെടുത്ത തണുത്ത വെള്ളം കുടഞ്ഞും നനഞ്ഞ തോർത്തുകൾ വീശിക്കൊടുത്തും കൂടെയുള്ളവർ കോലക്കാ രന്റെ മനസ്സും ശരീരവും തണുപ്പിക്കാൻ ശ്രമിക്കുന്നു. രണ്ടു ചെറുപ്പക്കാർ മുന്നിൽ കുനിഞ്ഞിരുന്ന് ശ്രദ്ധയോടെ നനഞ്ഞ ചിലമ്പുകൾ കാലിൽ അണിയിച്ച് അതിന്റെ ചുവന്ന ചരടുകൾ വിരലിനോട് ചേർത്തു കെട്ടുന്നു. കാലിലെ നാല് ചെറു വിരലുകളിൽ അധികം പൊള്ളലേറ്റിട്ടില്ലാത്ത വിരൽ തിരഞ്ഞെടുത്താണ് ചിലമ്പിന്റെ ചരട് മുറുക്കുക. ശേഷം തെയ്യം മലയും മല മൂടിയ മഞ്ഞും കടന്ന് തെച്ചിക്കുന്നിന്റെ ഉച്ചിയിലെത്തി മാരി മാറ്റി തിരിച്ചെത്തിയ ശേഷമാണ് പടിപ്പുര തുറന്ന് പ്രധാന ദേവതകളായ പുലി ദൈവങ്ങളെ കാണാൻ അവസരമൊരുങ്ങുക. ഇവിടെ മൃഗാരാധനയാണ്. പുലിവേഷം ധരിച്ച പാർവ്വതി താതനാർ കല്ലിൻ തായ്മടയിൽ അരയോളം

മടമാന്തി പ്രസവിച്ച പുലിക്കിടാങ്ങളാണ് അന്തിത്തിരിയും ചുറ്റുവിളക്കും കൈയ്യേറ്റ് പ്രബലരായി വാഴുന്നത്. ഈ വരവിൽ പഠിപ്പുര കടക്കുന്നതിനു മുൻപ് തന്നെ തെയ്യം 'അന്ത്രിശ്ശാ..' എന്ന് അലറി വിളിക്കുകയും പാഞ്ഞടുക്കുന്ന തെയ്യത്തിന്റെ രൂപഭാവങ്ങളിലുള്ള വ്യത്യാസം മനസ്സിലാക്കുന്ന വാല്യക്കാർ നേരത്തേ കരുതിയ കമ്പക്കയറുകൾ വലിച്ചു പിടിച്ച് തെയ്യത്തെ തടഞ്ഞു നിർത്തുകയും ചെയ്യും. വഴിയിലുള്ള മുഴുവൻ കാരമുള്ളിൻ കാടുകളിലും വീണുരുണ്ട് മാംസം പറിഞ്ഞു തൂങ്ങി ചോരയൊലിക്കുന്ന ശരീരവുമായി മടങ്ങി വരുന്ന തെയ്യം കമ്പക്കയറിനോടും വാല്യക്കാരുടെ കൈക്കരുത്തിനോടും പിടിച്ചു നിൽക്കാൻ കഴിയാതെ വരുമ്പോൾ വലതു കൈയിൽ കരുതിയ ഉരച്ച് മിനുക്കിയ നാളികേരം പ്രധാന ശക്തികൾ കുടിയിരിക്കുന്ന അറയുടെ മുന്നിലെ മണിയിലേക്ക് എറിയുകയും ലക്ഷ്യത്തിലെത്തുന്ന നാളികേരം ഉടഞ്ഞു ചിതറുന്ന മണിക്കിലുക്കത്തിൽ അകത്തെ ദൈവങ്ങൾ വന്നിരിക്കുന്ന ശക്തിചൈതന്യത്തെ തിരിച്ചറിയുകയും അന്തിത്തിരിയൻ മുഖേന അരിയെറിഞ്ഞ് സ്വീകരിക്കുകയും ചെയ്യും.

പിന്നിൽ നിന്ന് ആരോ കൈയിൽ പിടിച്ചു വലിച്ചപ്പോഴാണ് എനിക്ക് സ്ഥലകാല ബോധം ഉണ്ടായത്. തിരിഞ്ഞു നോക്കുമ്പോൾ വിടർന്ന ചിരിയുമായി പിന്നിൽ പൂർണിമ നിൽക്കുന്നു.

"നീ എന്താ ഇവിടെ?"

ഒരു സ്വപ്നത്തിന്റെ തുടർച്ചയിലെന്ന പോലെ ഞാനവളുടെ മുഖത്തേക്ക് നോക്കി. അവൾ കേൾക്കുന്നില്ലെന്ന് ആംഗ്യം കാണിച്ചു. അവളുടെ കൈയിൽനിന്നും ബാഗ് പിടിച്ചു വാങ്ങി ഞാൻ ആൾക്കൂട്ടത്തിനിടയിലൂടെ തിങ്ങിയും നിരങ്ങിയും പുറത്തേക്ക് നടന്നു. എന്റെ വലതു കൈയിലെ ചെറുവിരലിൽ കോർത്തു പിടിച്ച് മുന്നിലേക്ക് നടക്കുമ്പോൾ വന്നു വീഴുന്ന കണ്ണേറുകൾ കണ്ട് അവൾ പതിയെ കണ്ണിറുക്കി ചിരിച്ചു.

"നീയിതെവിടുന്നാ വരുന്നേ... എന്താ ഉദ്ദേശ്യം?"

ഞാനവളെ മഞ്ഞിൽ കുതിർന്നു നിൽക്കുന്ന ചെമ്പകത്തിന്റെ ചുവട്ടിലേക്ക് മാറ്റി നിർത്തി.

"ഒത്തിരി സ്ഥലത്ത് പോയി. കൃത്യം പറഞ്ഞാൽ വീട്ടീന്നിറങ്ങീട്ട് നാളത്തേക്ക് ആറ് മാസം. കുറേ നാൾ ചിറാപ്പുഞ്ചി ആയിരുന്നു. പിന്നെ അവിടം മടുത്തു. മഴ സ്നേഹം പോലെയാണ് അധികമായാൽ സഹിക്കാനാവില്ല. എങ്ങോട്ടേലും ഓടിപ്പോകാൻ തോന്നും."

അവൾ താഴ്ന്നു കിടക്കുന്ന ഒരു ചെമ്പകക്കൊമ്പ് പിടിച്ചു കുലുക്കി. അതിന്റെ കൊമ്പിൽ നിന്നും ഉതിർന്ന മഞ്ഞു തുള്ളികളിൽ നനയാതിരിക്കാൻ ഞാൻ ക്യാമറ ഷർട്ടിനുള്ളിലേക്ക് മാറ്റിപ്പിടിച്ചു.

"നമുക്ക് ഏട്ടായീടെ വീട്ടിലേക്ക് നടക്കാം. കുളിക്കണം, ഒന്നുറങ്ങണം. മനുഷ്യന്മാര് കഴിക്കുന്നത് വല്ലതും കഴിക്കണം."

അവൾ എന്റെ കൈയിൽനിന്നും ക്യാമറ പിടിച്ച് വാങ്ങി.

“ഈ തെയ്യത്തെക്കൊണ്ട് എന്താണുദ്ദേശിക്കുന്നത്, എന്താണിതിന് പിന്നിലെ കഥ. എന്താണിത് നമ്മളോട് കമ്യൂണിക്കേറ്റ് ചെയ്യാൻ ശ്രമിക്കുന്നത്.”

വീട്ടിലേക്ക് നടക്കും നേരം അവളെന്റെ തോളിൽ കൈയിട്ടു പിടിച്ചു.

“അങ്ങനെ കഥയൊന്നുമില്ല.”

ഞാൻ ലെൻസിന്റെ ക്യാപ്പ് ടൈറ്റ് ചെയ്ത് ക്യാമറ കഴുത്തിലേക്കിട്ടു.

“അതു ചുമ്മാ... ഈ കാണുന്ന കല്ലിനും മരത്തിനും എന്തിന് നമ്മളീ നടക്കുന്ന റോഡിനു പോലും ഓരോ കഥകൾ പറയാനുണ്ടാകും. ടാറിട്ടു മൂടി ശ്വാസം മുട്ടിച്ച് ഇതിനെ കൊന്നില്ലായിരുന്നുവെങ്കിൽ ഇതാ കഥകൾ പറഞ്ഞേനേ...”

അവളെന്റെ കഴുത്തിൽ നിന്നും ക്യാമറ ഊരിയെടുത്ത് അവളുടെ കഴുത്തിലേക്കിട്ടു.

“ശിവന്റെ കഴുത്തിൽ പാമ്പ് കിടക്കും പോലെയുണ്ട് അല്ലേ ഏട്ടായീ...”

അവളെന്റെ മുഖത്തേക്ക് നോക്കി.

“നീയാ തെയ്യത്തെ തടഞ്ഞു നിർത്തിയ സ്ഥലത്ത് വലിയൊരു ചെമ്പകമരം കണ്ടിട്ടില്ലേ. അത് പൊട്ടൻ തെയ്യത്തിന്റേതാണ്. ആ തെയ്യത്തെക്കുറിച്ചൊരു കഥയുണ്ട്. തെയ്യം കഥകളുടെ ആമുഖമാണത്. പണ്ടത്തെ കഥയാണ്. പുരാവൃത്തമെന്നാൽ ചരിത്രാതീത ചരിത്രമാണെന്നാണ് അറിവുള്ളവർ പറഞ്ഞിട്ടുള്ളത്. ശങ്കരാചാര്യർ സർവജ്ഞപീഠം കയറാൻ പോകുന്നു എന്നറിഞ്ഞ ശിവൻ അദ്ദേഹത്തെ പരീക്ഷിക്കാൻ തീരുമാനിക്കുന്നു. ശിവൻ പുലയനായും പാർവതി പുലയിയായും ഭൂതഗണങ്ങൾ മക്കളായും രൂപം പൂണ്ട് ശങ്കരാചാര്യർ സഞ്ചരിച്ചിരുന്നതിന് എതിർ വശത്തുനിന്നും അദ്ദേഹത്തിന് അഭിമുഖമായി കടന്നു വരുന്നു. അവർ തൊട്ടു തീണ്ടിയേക്കുമെന്ന് ഭയപ്പെട്ട് ശങ്കരാചാര്യർ അവരോട് വഴി മാറാൻ ആവശ്യപ്പെടുന്നു. ‘ഒക്കത്ത് കുഞ്ഞീണ്ട് തലയില് കള്ള്ണ്ട് എങ്ങനടിയൻ വഴിതിരിയേണ്ട്...’ എന്ന പുലയന്റെ ചോദ്യത്തിന് നിങ്ങൾ വഴിമാറി നിൽക്കേണ്ടവരാണെന്നും മാറിയില്ലെങ്കിൽ പ്രതികരണം ഭയങ്കരമായിരിക്കുമെന്നും ശങ്കരാചാര്യർ ഓർമപ്പെടുത്തുന്നു. നിങ്ങൾ വഴിമാറി നിൽക്കേണ്ട തൊട്ടുകൂടാത്ത മനുഷ്യരാണെന്ന് പറഞ്ഞ് ശങ്കരാചാര്യർ നാക്ക് ഉള്ളിലേക്കെടുത്തതും തീരെ പ്രതീക്ഷിക്കാതെ പുലയനിൽ നിന്നും തുരുതുരെ ചോദ്യങ്ങളുണ്ടായി. തൊട്ടു കൂടാത്ത തങ്ങൾ ഇറുത്തു കൊണ്ടുവരുന്ന പൂവല്ലേ നിങ്ങടെ ദേവന് മാല എന്നും തൊട്ടുകൂടാത്ത ഞങ്ങൾ ചേറിൽ വിളയിച്ചെടുക്കുന്ന ഭക്ഷണമല്ലേ നിങ്ങൾ ആഹരിക്കുന്നതെന്നും. അവിടെയൊന്നും ഈ തൊട്ടുകൂടായ്മ ഇല്ലേയെന്നും ചോദിച്ച ശേഷം ഞങ്ങളെ കൊത്ത്യാലും നിങ്ങളെ കൊത്ത്യാലും ചോരയ്ക്ക് നിറം ചുവപ്പ് തന്നെയല്ലേ എന്ന ചോദ്യം പാർശ്വവൽകൃത

പക്ഷത്തെ പ്രതിനിധാനം ചെയ്തു കൊണ്ട് ഇടിമുഴക്കം പോലെ പുലയൻ മുന്നോട്ടു വെയ്ക്കുന്നു. വാദങ്ങളെ ഖണ്ഡിക്കാനാകാതെ ശങ്കരാചാര്യർ മുട്ടു മടക്കുന്നു. കഥ അവിടെ തീരുന്നില്ല. ഒരു പുലയന് ഇങ്ങനെ സംസാരിക്കാനാകില്ലെന്നും വന്നത് ശിവനാണെന്നും ശങ്കരാചാര്യർ മനസ്സിലാക്കുന്നതായുമാണ് കഥാന്ത്യം. അഥവാ വന്നത് യഥാർത്ഥ പുലയൻ തന്നെ ആയിരുന്നാൽ പോലും അത് ആകാശവാസിയായ ദൈവമായിരുന്നെന്ന് തലമുറകളെ പഠിപ്പിക്കാനായിരുന്നു അന്നത്തെ ബ്രാഹ്മണമേധാവിത്വസമൂഹത്തിന് താത്പര്യം. പക്ഷേ ആദിമ ജനത ചെയ്തത് ആ ശിവനെ ആരാധിക്കുന്നതിനു പകരം നിലവിലുള്ള വ്യവസ്ഥിതിയെ അഴിച്ചു പണിയണമെന്ന് ആവശ്യപ്പെട്ട പുലയനെ തന്നെ ആരാധിക്കുകയും പൊട്ടൻ തെയ്യമായി സംരക്ഷിച്ചു പോരുകയുമായിരുന്നു. തങ്ങളുടെ ദേശത്തിന്റെ പാരമ്പര്യത്തിന്റെ അനുഭവങ്ങളിൽ നിന്ന് ആർജ്ജിച്ചെടുത്ത ജ്ഞാനത്തിന്റെ അധികാര പദവിക്ക് അർഹൻ പുലത്തിന്റെ അവകാശികളായ സാധാരണക്കാരായ മനുഷ്യർ തന്നെയാണെന്ന അടിയുറച്ച വിശ്വാസവും ചെറുത്തുനിൽപ്പുമാണ് പൊട്ടൻ തെയ്യത്തിന്റെ ജീവൻ. പുലം വയലും പുലയൻ പുലത്തിന്റെ അധികാരി അഥവാ പുലത്തിൽ ജീവിച്ചിരുന്നവനുമാണ്. അല്ലാതെ ഇന്ന് കാണും പോലെ അതൊരു തെറിയോ മോശം വാക്കോ ഒന്നുമല്ല."

"പക്ഷേ ചിലരെങ്കിലും അതൊരു നല്ല വാക്കായി കരുതുന്നില്ല അല്ലേ ഏട്ടായീ."

അവൾ നടത്തത്തിന്റെ വേഗത കുറച്ചു.

"മോശമാണെന്ന് കരുതുന്നവരുണ്ട്. പുലയർ ആരായിരുന്നു എന്ന ചോദ്യത്തിന് കോലത്തുനാട്ടിലെ ആദിമർ എന്നാണുത്തരം. പുലത്തിന്റെ അവകാശികൾ എന്ന അർത്ഥത്തിലാണ് പുലയൻ എന്ന സമുദായം രൂപപ്പെടുന്നത്. മൂഷികവംശം പുലത്തിന്റെ കാവൽക്കാർ കൂടിയായ ഇവരെ നാലാൾ എന്ന് സംബോധന ചെയ്തു വന്നു; വീടെത്തി."

ഞാൻ പോക്കറ്റിൽ നിന്നും ചാവി വലിച്ചെടുത്ത് ഗേറ്റ് തുറന്നു. പിന്നിൽ വെള്ളോട്ടു ചിലമ്പിന്റെ കലമ്പലുകളുയർന്നപ്പോൾ അവൾ വലിയ കൗതുകത്തിൽ റോഡിലേക്കിറങ്ങി കണ്ണുമിഴിച്ചു നിന്നു. തെയ്യം മാരി മാറ്റാനുള്ള യാത്രയിലാണ്. പതിവില്ലാത്ത വിധം കിളികളുടെ ബഹളങ്ങളും ചിലമ്പിന്റെ താളവും ചേർന്ന് അന്തരീക്ഷം കൊതിപ്പിക്കുന്ന വിധത്തിൽ ചടുലമായി തോന്നി. തെച്ചിക്കുന്നിനു മുകളിൽ കിഴക്കിന്റെ ആകാശത്ത് മഞ്ഞിച്ചതും ചുവന്നു ശോഭിച്ചതുമായ ഒരു നേർരേഖ വരച്ചു കൊണ്ട് സൂര്യൻ തന്റെ വരവറിയിച്ചു കഴിഞ്ഞു.

"ഏട്ടായീ. ഞാനും ഇവരുടെ കൂടെ പോയേച്ചും വരാം. തെച്ചിക്കുന്നും നരിമടയും ഒക്കെ എനിക്ക് കാണണം. കണ്ട് മനസ്സീന്ന് ഒഴിക്കണം. കാണാത്ത അത്രയും നാൾ അത് മനസ്സിൽ കനം വെച്ച് കിടക്കും. എല്ലാ

ഭാരവും ഒഴിഞ്ഞ മനസ്സുമായിട്ട് വേണം എനിക്കെന്റെ അന്റാർട്ടിക്കയിലേക്ക് പോകാൻ."

ക്യാമറ എന്റെ കൈകളിലേല്പിച്ച് അനുവാദത്തിന് കാത്തു നിൽക്കാതെ അവൾ ഇരുട്ടിലേക്കിറങ്ങി നടന്നു. ഗേറ്റ് വലിച്ചടച്ച് ഞാനും കൂടെയിറങ്ങി.

"പോയാൽ പിന്നെ നീ തിരിച്ച് വരില്ലേ..."

ക്യാമറ ഒരു ചെറിയ ഗദ പോലെ ഇടതു ചുമലിൽ ചാരി വെച്ച് ഞാനവളുടെ കൂടെ നടന്നു.

"അവിടെ അധികനാൾ തങ്ങാനാവില്ല. എങ്കിലും തിരിച്ചുവരാൻ സാധ്യതയില്ല. ഏട്ടായിയെ അവസാനമായിട്ടൊന്ന് കാണാൻ കൂടിയാ ഈ വരവ്."

അവൾ ചിരിക്കാൻ ശ്രമിച്ചു. എന്റെ മനസ്സ് വല്ലാത്ത പിരിമുറുക്കത്തിലായിരുന്നു. മറുപടി പറയാൻ വാക്കുകൾ കിട്ടാതെ ഞാൻ ദൂരെ വൃദ്ധവൃക്ഷങ്ങൾക്കിടയിലൂടെ അരിച്ചിറങ്ങന്ന വെളിച്ചക്കീറിലേക്ക് കണ്ണു നട്ടു. പിന്നിൽ നിന്നും ഒരാൾ ഓടിക്കിതച്ചു വന്ന് എന്റെ ചുമലിൽ താങ്ങിപ്പിടിച്ചു. എന്റെ ശരീരത്തിലൂടെ ഒരു വിറയൽ കടന്നു പോയി. എന്റെ ഉയർന്ന ശ്വാസഗതിയെ പൂർവസ്ഥിതിയിലാക്കിക്കൊണ്ട് അഭിയുടെ മുഖം മിന്നിക്കത്തുന്ന റ്റ്യൂബിന്റെ വെളിച്ചത്തിൽ വെയിലേറ്റതു പോലെ തിളങ്ങി.

"നിനക്കൊന്ന് വിളിച്ചിട്ട് പൊയ്ക്കൂടേ?"

അവനെന്റെ വലതുതോളിൽ താങ്ങിപ്പിടിച്ച് ഷൂസിന്റെ ലെയ്സ് മുറുക്കി.

"ഇത് പൂർണിമ. ഋതൂന്ന് വിളിക്കും എന്റെ സിസ്റ്ററാ."

അവളെ ഞാനവന് പരിചയപ്പെടുത്തി.

"അനിയത്തിയോ... ഏത് വകയിൽ?"

അവന്റെ കണ്ണുകൾ വിടർന്നു.

"ഫേസ് ബുക്കിൽ പരിചയപ്പെട്ടതാ."

ഞാനെന്റെ ഷർട്ടിന്റെ കോളർ ഉയർത്തി വെച്ചു.

"ആണോ, ഞാൻ അഭിജിത്ത്. അഭീന്ന് വിളിക്കും. ഇവന്റെ കസിനാ."

അവൻ ഋതുവിനെ പരിചയപ്പെട്ടു. തെയ്യത്തിന്റെ കൂടെ നടക്കുന്നവരിൽ തല മുതിർന്ന ഒരാൾ പിന്നിലേക്ക് തിരിഞ്ഞു നോക്കി. അയാളുടെ മുഖം ചുളിഞ്ഞു. നെറ്റിയുടെ മടക്കുകളെ അനിഷ്ടം കൂടുതൽ കടുപ്പിച്ചതായി തോന്നി. സംസാരിക്കരുതെന്ന് ഞാൻ അഭിയെ ആംഗ്യം കൊണ്ടു വിലക്കി. സംസാരങ്ങൾ മുറിഞ്ഞു. ഞങ്ങളുടെ ശ്രദ്ധ മുന്നിൽ നടക്കുന്ന തെയ്യത്തിലേക്ക് കേന്ദ്രീകരിച്ചു. ഏറ്റവും മുന്നിൽ നീട്ടിപ്പിടിച്ച

കുത്തുവിളക്കുമായി ഒരാൾ നടക്കുന്നു. അതിനു പിന്നിൽ വഴിയിലെ കല്ലും കുപ്പിച്ചില്ലുമൊക്കെ തട്ടി മാറ്റിക്കൊണ്ട് മറ്റൊരാൾ. ഒരു വേട്ട നായയെ അനുസ്മരിപ്പിക്കും വിധമാണ് അയാളുടെ ചലനങ്ങൾ. അതിനും പിന്നിലായാണ് കാഴ്ചയിൽ ഭയാദരങ്ങളുളവാക്കുന്ന ഒരു യോദ്ധാവിനെപ്പോലെ തെയ്യം പതിയെ നടന്നു നീങ്ങുന്നത്. കാൽച്ചിലമ്പും വാളും കൈയിൽപ്പിടിച്ച് മറ്റു രണ്ടുപേർ തെയ്യത്തെ അനുഗമിക്കുന്നു. അതിനും പിന്നിൽ മഞ്ഞൾക്കുറി നിറഞ്ഞ തട്ടും താങ്ങിപ്പിടിച്ച് ഒരു പയ്യൻ. വഴിയിലെ റ്റ്യൂബുകൾ അവസാനിച്ച് ചെത്തിപ്പൂക്കൾ അതിരിടുന്ന കാട്ടുപാത ആരംഭിച്ചപ്പോൾ ചിലമ്പും വാളും പിടിച്ച് നടന്നവർ ചെറിയൊരു ലൈറ്റർ ഉപയോഗിച്ച് കൈയിൽ കരുതിയ ചൂട്ടിലേക്ക് അഗ്നി പകർന്നു.

വാളും ചിലമ്പും സൂക്ഷിക്കാനായി എന്റേയും അഭിയുടേയും കൈകളിലേല്പിച്ചു. അവർ ചൂട്ടുകൾ വിടർത്തിപ്പിടിച്ച് തമ്മിലടിച്ചപ്പോൾ കാട്ടുകടന്നൽക്കൂടിന്ഏറു കിട്ടിയതു പോലെ ചുറ്റും വലിയ വൃത്തത്തിൽ തീപ്പൊരി പറന്നു. ഇടത്തട്ട് കഴിഞ്ഞ് തെച്ചിക്കുന്നിന് മുകളിലേക്ക് വഴി തിരിഞ്ഞപ്പോൾ പിടിച്ചു നിർത്തിയതുപോലെ തെയ്യം തിരിഞ്ഞു നിന്നു. നെറ്റിയോളം ഉയർന്നു നിൽക്കുന്ന കൊടുംപുരികത്തിനുള്ളിൽ കൃഷ്ണമണികൾ പൂർണ്ണവൃത്തത്തിൽ കറങ്ങി മറിഞ്ഞു. കവിളിന്റെ ഇരുവശത്തേക്കും കടന്നുനിൽക്കുന്ന ചുരുൾ കൂടുതൽ വിടർന്നു ചലിച്ചു. ശാന്തമായി നടക്കുമ്പോൾ പെട്ടെന്ന് മുഖത്ത് വന്ന ജാഗ്രതാഭാവത്തിന് മാറ്റുകൂട്ടാനെന്ന വിധം വരഞ്ഞ കോഴീപുഷ്പത്തിനു മുകളിൽ വിയർപ്പുത്തുള്ളികൾ ചലനമറ്റ് നിന്നു. വരാനിരിക്കുന്ന എന്തിന്റെയോ മുന്നോടിയായി പ്രകൃതി ഒരു തരം കൃത്രിമ ഗൗരവം പൂണ്ടതു പോലെ തോന്നി. അടുത്തൊന്നും ഇലകൾപോലും അനങ്ങുന്നില്ല. ദൂരെ കാവടിയാടി നിൽക്കുന്ന കവുങ്ങിൻ തലപ്പുകൾക്ക് മുകളിൽ കാറ്റ് വട്ടമിട്ടു പറന്നു. പരിചിതമല്ലാത്ത ഭയാനകമായ ഒരു മൂളൽ കാതിലൂടെ കടന്നുപോയതായി തോന്നി.

ഒരേ സമയം അസംഖ്യം ലക്ഷ്യങ്ങളിൽ ഉന്നംപിടിച്ച സൂചി ബാണം കണക്കെ തെയ്യം പല ദിക്കുകളിലേക്കും തന്റെ നോട്ടത്തെ അയച്ചു. പെട്ടെന്ന് വലതു വശത്തുനിന്നും വീണ്ടുമൊരു മുരൾച്ച കേട്ടു. തല വെട്ടിച്ച് നോക്കിയപ്പോൾ വലതുവശത്തെ പാറക്കെട്ടിനു മുകളിൽ ഒരു പ്രതിമ കണക്കെ കൂറ്റനൊരു പുലി നിൽക്കുന്നു. എനിക്ക് സ്വപ്നം കാണുന്നതു പോലെയാണ് തോന്നിയത്. നല്ലവണ്ണം തലകുടഞ്ഞ് ഞാനൊരിക്കൽക്കൂടി നോക്കി. പാറക്കെട്ടിനു മുകളിൽ അത് ഗർവോടെ ശിരസ്സുയർത്തി നിൽക്കുന്നു. മുന്നിലേക്ക് കുതിക്കാനൊരുങ്ങി നിൽക്കുന്ന പോർവിമാനങ്ങളെ അനുകരിക്കുന്നതായിരുന്നു അതിന്റെ ശരീരഭാഷ. അതിന്റെ കണ്ണുകൾ നേർത്ത ചന്ദ്രക്കല പോലെ മിന്നുന്നു. ഋതു എന്റെ കയ്യിൽ ഇറുക്കിപ്പിടിച്ചു. അവളുടെ വിറ പൂണ്ട കൈകളിലേക്ക് ഞാനും എന്റെ പിടുത്തത്തെ മുറുക്കി. മരണം തൊട്ടരികിൽ മൃഗരൂപം പൂണ്ടു നിൽക്കുന്നു. എന്റെ നെഞ്ചിടിപ്പ് കാതുകളിൽ വ്യക്തമായി പ്രതിദ്ധ്വനിച്ചു. ഇലപ്പടർപ്പുകൾക്കിടയിലൂടെ പെയ്യുന്ന നേർത്ത വെളിച്ചം അതിനെ കൂടുതൽ ഉജ്ജ്വലനാക്കുന്നതുപോലെ തോന്നി. പ്രതാപത്തോടെ തല കുടഞ്ഞ് അത്

ഞങ്ങൾക്കരികിൽ ഒരു മദയാനയെപ്പോലെ നിൽക്കുന്നു. മുന്നിലേക്ക് നോക്കുമ്പോൾ തെയ്യം അതിനെ സാകൂതം നോക്കി നിൽക്കുന്നതാണ് കാഴ്ച. കാൽച്ചുവട്ടിൽ പാമ്പുകൾ ഇഴയുന്നതുപോലെ എന്റെ ശരീരത്തിലൂടെ ഒരു തണുപ്പ് കയറിപ്പോയി. പെട്ടെന്ന് തെയ്യത്തിന്റെ മുഖം കനത്തു. പിന്തിരിയുകയാണെന്ന് തോന്നിപ്പിക്കുംവിധം ചില ചലനങ്ങൾ പുലിയിൽ നിന്നുമുണ്ടായി. പക്ഷേ തീരെ പ്രതീക്ഷിക്കാതെ കൽക്കെട്ടിനു മുകളിലൂടെ വഴുതിയിറങ്ങിക്കൊണ്ട് തീപ്പൂട്ടിയ തേരു കണക്കെ അത് ഞങ്ങൾക്കിടയിലേക്ക് കുതിച്ചു. വില്ലിൽനിന്ന് തൊടുത്തുവിട്ട ശരംപോലെ മൂളിപ്പറന്നു വന്ന അത് തെയ്യത്തിന് ഏതാനും അടി അകലെയെത്തിയപ്പോൾ മൂക്കുകയറിട്ടു പിടിച്ചതുപോലെ പൊടിമണ്ണിൽ നിരങ്ങി നിന്നു. പതിഞ്ഞ കാൽവെയ്പുകളോടെ അത് തെയ്യത്തിനരികിലേക്ക് നീങ്ങി.

ഹിമാലയശിഖരങ്ങളെപ്പോലും ലജ്ജിപ്പിക്കുന്ന തലയെടുപ്പോടെ തെയ്യം അതിന്റെ മുന്നിൽ കുലുക്കമില്ലാതെ നിൽക്കുന്നു. ഏറെക്കുറെ ഇതിന് സമാനമായ ഒരു ദൃശ്യം ഞാൻ ഓർമ്മയിൽ നിന്ന് ചികഞ്ഞെടുത്തു. ഇവിടുത്തെ ജനങ്ങൾ ആദരവോടെ തമ്പുരാട്ടി എന്നു വിളിക്കുന്ന ദൈവം മരത്തിൽ നിർമ്മിച്ച ഒരു പുലിരൂപത്തിനു മുന്നിൽ മുഖാമുഖം നിന്നുകൊണ്ട് പുലിയെ ചൊല്ലിയയയ്ക്കുന്ന ഒരു ചടങ്ങുണ്ട്. വിശ്വാസപ്രകാരം പുലി ആ ദേവതയുടെ വാഹനമാണ്.

മരത്തിൽ നിർമ്മിച്ച പുലിയുടെ ശിരസ്സിനു മുകളിൽ അരിയും പൂവും ചേർത്ത് കൈയ്യമർത്തി ഇപ്രകാരം സംസാരിക്കും. 'അന്ന് താതനാർ കല്ലിന്റെ തായ്മടയിൽ ഖഡ്ഗത്തിന് പിടി പോലെ, പിടിക്ക് ഖഡ്ഗം പോലെ, വൃക്ഷത്തിന് വേരു പോലെ, വേരിന് ജലം പോലെ, ഞാണിന് വില്ലുപോലെ, വില്ലിന് ശരം പോലെ, കണ്ണിനിമ പോലെ, ഇമയ്ക്ക് പുരികം പോലെ പറിച്ചാൽ പറിയാതെയും കണ്ടാൽ, വിളിച്ചാൽ വിളിക്കൊന്നിനൊൻപത് കൂറ്റു കാട്ടി നമ്മൾ ജയിച്ചും നയിച്ചും പിന്നെ ഭുജിച്ചും ഒന്നിനൊന്നു പോലെ താമരക്കു തണ്ടുപോലെ, തണ്ടിനില പോലെ, ഇലയ്ക്ക് വെളിച്ചം പോലെ, വെളിച്ചത്തിനിരുട്ടുപോലെ, ഇരുട്ടിനു നിലാവുപോലെ നമ്മൾ ഒന്നിനൊന്നു പോലെ വിളക്കിനു തിരിപോലെ, തിരിക്ക് പ്രകാശം പോലെ, രഥത്തിന് ചക്രം പോലെ, ചക്രത്തിന് നിലം പോലെ നമ്മൾ മഴ പെയ്യുമ്പോൾ കുടയായും പെയ്ത് വെയിൽ വീഴുമ്പോൾ തണലായും നിന്നു. പിന്നീടിങ്ങോട്ട് കൈയ്യെടുത്ത കാലത്ത് നമ്മൾ പൂവുമന്തിത്തിരിയുമന്ന്പേരും പെരുമയും കൈയ്യേറ്റ കാലത്തും എന്റെ പടിഞ്ഞാറേ കൊട്ടിലകത്ത് നിന്നെ വിളിച്ചാൽ വിളിപ്പുറത്തെത്തും പോലെ ഇടത്തട്ടിലെ ചെറിയ മനുഷ്യർക്കും കുഞ്ഞുകുട്ടിക്കിടാങ്ങൾക്കും വിഷപ്പല്ലേൽക്കാതെ, തട്ടാതെ തൊടാതെ, ജയം പോലെ ശക്തി പോലെ, ഒരു പോലെ, ഒന്നു പോലെ കാണാനുള്ള യോഗം ഉണ്ടാക്കിത്തരാം. കേട്ടോ എതിർവാഹനേ' എന്നു പറഞ്ഞ് കൈ തിരികെയെടുക്കുമ്പോൾ ചെണ്ടയ്ക്കു മുകളിൽ ചോൽക്കെട്ട് മുറുകും. അത് പക്ഷേ മരത്തിൽ കൊത്തിയെടുത്ത പുലിയാണ്. ഇവിടെ ജീവനുള്ള പുലി കൈയ്യകലത്തിൽ നിൽക്കുന്നു. ഒന്ന്

അനങ്ങിയാൽ മുളകിന്റെ ഞെട്ടു പൊട്ടിക്കുന്ന ലാഘവത്തിൽ അത് ഞങ്ങളുടെ ചങ്കും തലയും വെവ്വേറെയാക്കും. കൈയ്യിലുണ്ടായിരുന്ന വാൾ ഒരു പരിച പോലെ ഞാൻ നെഞ്ചിനു മുന്നിൽ അമർത്തിപ്പിടിച്ചു. ചടുലമായി ഞങ്ങൾക്കിടയിലേക്ക് തല വെട്ടിച്ചു നോക്കിയ ശേഷം കഴുത്ത് ആവുന്നത്ര താഴ്ത്തി പൊടിമണ്ണിൽ മുഖം ഉരച്ചു കൊണ്ട് പുലി കാറ്റിൽ ഇളകിക്കളിക്കുന്ന ചെടികൾക്കിടയിൽ അപ്രത്യക്ഷമായി. സമാധാനത്തേക്കാളധികം എനിക്കൊരു തരം ശൂന്യതയാണ് തോന്നിയത്. കാരണമൊന്നുമില്ലാതെ ഒരു തരം കനം വെച്ച നിരാശ എന്നെ പൂർണ്ണമായും കീഴടക്കി. ചുറ്റും നടക്കുന്ന സംഭവങ്ങളിലൊന്നും മനസ്സ് ഉറച്ചു നിന്നില്ല. വീട്ടിലെത്തിയ ഉടനെ ഞാൻ കതകടച്ച് കിടന്നു. രണ്ടു ദിവസത്തെ ക്ഷീണമുണ്ടായിരുന്നതുകൊണ്ട് പെട്ടെന്നു തന്നെ ഉറങ്ങിയെന്നു തോന്നുന്നു.

വാതിലിൽ തെരുതെരെയുള്ള മുട്ടുകേട്ടാണ് ഉറക്കം ഞെട്ടിയത്. മൊബൈൽ വലിച്ചെടുത്തു നോക്കുമ്പോൾ സമയം ഒന്നേ പത്ത്. ബുള്ളറ്റിന്റെ സൈലൻസർ ഘടിപ്പിച്ചതു പോലെ വാതിൽ തുടരെ ശബ്ദിച്ചു കൊണ്ടിരുന്നു. ബെഡ്ഡിൽ നിന്നും ഷർട്ട് തപ്പിയെടുത്ത് ഞാൻ ഡോറിനു നേരെ നടന്നു. റൂമിനു പുറത്ത് ലൂതു നിൽക്കുന്നുണ്ടായിരുന്നു. അവളുടെ കണ്ണുകൾ വിടർന്നു തുറിച്ചിരുന്നു. ശ്വാസോച്ഛ്വാസം അതിന്റെ പരമാവധി വേഗതയിലാണ്. നെറ്റിയിലേക്ക് വീണു കിടന്നിരുന്ന ഏതാനും മുടിയിഴകൾ പതാകകൾ പോലെ പാറുന്നു. ആദ്യമൊന്നും അവൾ പറയുന്നത് എനിക്കു വ്യക്തമായി മനസ്സിലായില്ല. രണ്ടു മൂന്നു പ്രാവശ്യം അവൾ ആവർത്തിച്ചപ്പോഴാണ് കാര്യങ്ങളെക്കുറിച്ച് ഒരേകദേശചിത്രം ലഭിച്ചത്.

സംഭവം വലിയ തമാശയാണ്, കിടക്കുന്നതിനു മുൻപ് കർട്ടൻ അടക്കാൻ അവൾ ജനലിനരികിലേക്ക് ചെന്നപ്പോൾ അസാധാരണമായ ഒരു കാഴ്ച കണ്ടു. ജനലിനപ്പുറം അകത്തേക്ക് തുറിച്ചു നോക്കിക്കൊണ്ട് ഒരു ചെറിയ പയ്യൻ നിൽക്കുന്നു. ഏറിയാൽ പത്തോ പന്ത്രണ്ടോ വയസ് പ്രായം. മെലിഞ്ഞ് കറുത്തൊരു പയ്യൻ. അവൾ ജനൽ തുറന്ന് അവനോട് സംസാരിക്കാൻ ശ്രമിച്ചു. അവൻ പക്ഷേ പ്രതികരിക്കുന്നില്ല. മരിച്ചതു പോലെ ഒരു നിൽപ്പാണ്. അവൾ വല്ലാതെ ഭയന്നു. ആ സമയത്ത് എന്തോ എന്നെ വിളിക്കാൻ തോന്നിയില്ല. കർട്ടൻ വലിച്ചടച്ച് കിടക്കയിൽ വന്നു കിടന്നു. പക്ഷേ ഉറങ്ങാനായില്ല. മൂന്ന് നാല് മണിക്കൂർ കഴിഞ്ഞപ്പോൾ അവൾ ഒരു സമാധാനത്തിനു വേണ്ടി ഒരിക്കൽക്കൂടി ജനലിനരികിലേക്ക് ചെന്ന് നോക്കിയതാണ്. കർട്ടൻ നീക്കിയപ്പോൾ പയ്യൻ അവിടെ തന്നെയുണ്ട്. നേരത്തെ കണ്ടതു പോലെ അനക്കമില്ലാതെ നിൽക്കുന്നു. പേരിനു പോലും പയ്യൻ നിന്ന ഇടത്തു നിന്നും അനങ്ങിയിട്ടില്ല. കണ്ണുകൾ അതു പോലെ തന്നെ എന്തോ കണ്ടു പേടിച്ചതുപോലെ തുറന്ന് തുറിച്ചിരിക്കുകയാണ്. അവൾ എന്നെ വിളിക്കാൻ ഇവിടേക്ക് വരുമ്പോഴും പയ്യൻ പുറത്തു തന്നെയുണ്ട്. ഇതാണ് പ്രശ്നം.

“വന്നു കയറിയിട്ട് ഒരു ദിവസം തികച്ചില്ല; അപ്പോഴേക്കും നീ ജനലിനരികിൽ വരെ പയ്യന്മാരെ എത്തിച്ചോ?”

ഞാനവളുടെ തലയിൽ ഒരു കിഴുക്കു കൊടുത്തു.

“ഏട്ടായി കളിക്കല്ലേ... ഞാൻ സീരിയസായിട്ട് പറയുവാ.”

അവളെന്റെ കൈയിൽ പിടിച്ചു വലിച്ചു. അവളുടെ പിന്നാലെ ഞാൻ മുകളിലേക്ക് നടന്നു. റൂമിനകം വളരെ ശാന്തമായിരുന്നു. ഞാൻ പതിയെ ജനലിനരികിലേക്ക് നടന്നു. ജനലിനപ്പുറം കാഞ്ഞിരമരത്തിന്റെ തലപ്പിൽ കെട്ടിയ നക്ഷത്രത്തിനുള്ളിൽ നിന്നും മഞ്ഞിച്ച ബൾബിന്റെ പ്രകാശം കുത്തിച്ചോർത്തിയതു പോലെ പുറത്തേക്ക് തെറിക്കുന്നുണ്ട്. ചുറ്റുപാടും വളരെ വ്യക്തമായി കാണാം, അവിടെങ്ങും ആരുമില്ല.

“ഈ റൂം വീടിന്റെ മുകൾ നിലയിലല്ലേ. പിന്നെങ്ങനാ ജനലിനപ്പുറത്ത് മറ്റൊരാൾക്ക് വന്ന് നിൽക്കാൻ സാധിക്കുന്നത്...?”

ഞാനവളുടെ നേരെ തിരിഞ്ഞു നിന്നു. അവൾ മറുപടിയൊന്നും പറയാതെ ജനലിനരികിൽ വന്ന് താഴേക്ക് നോക്കി നിന്നു. ചാർജറിൽ നിന്നും ടോർച്ച് വലിച്ചെടുത്ത് ഞാൻ പുറത്തേക്കിറങ്ങി. എന്റെ ഷർട്ടിന്റെ തുമ്പും പിടിച്ച് നിഴൽ പോലെ അവളും പുറകേയുണ്ട്. വീടിനു ചുറ്റും ഒന്നു നടന്നു നോക്കിയ ശേഷം അവളെ തിരികെ റൂമിൽ കൊണ്ടു വന്ന് വിട്ട് ഞാൻ എന്റെ മുറിയിൽ വന്നു കിടന്നു. റിമോട്ട് തപ്പിയെടുത്ത് വിരലമർത്തി. ഒരു കാലത്ത് എന്റെ മാനസസ്വപ്നമായിരുന്ന; നിലവിൽ മറ്റാരുടേതോ ആയ കൂട്ടുകാരിയുടെ ശബ്ദം റിപ്പീറ്റ് മോഡിൽ പാടിത്തുടങ്ങി. ഞാൻ കണ്ണുകൾ അമർത്തിയടച്ച് പതിയെ ചുമരിനോട് ചേർന്നു കിടന്നു.

മനസ്സിൽ മമ്മിയാക്കി സൂക്ഷിച്ച ചില പഴയ ഓർമ്മകൾ അതിന്റെ കെട്ടു പൊട്ടിക്കുന്നതായി തോന്നി. പ്രധാനമായും പ്രണയത്തെക്കുറിച്ചുള്ള ഓർമ്മകളാണ്. അവളിപ്പോൾ അവളുടെ പുരുഷന്റെ നെഞ്ചിൽ തല ചായ്ച്ച് ശാന്തമായി ഉറങ്ങുകയായിരിക്കും. ഒരുപക്ഷേ ഉണർന്നിരിക്കുകയാവാം, അറിയില്ല. എങ്ങനെ നോക്കിയാലും ഓർമ്മകൾ അപകടം പിടിച്ച സംഗതിയാണ്. ഗ്രനേഡുകൾ പോലുള്ളവ പൊട്ടിത്തെറിച്ചുണ്ടാകുന്ന ചില അപകടങ്ങളിൽ എത്ര നീണ്ട ശസ്ത്രക്രിയകൾ നടത്തിയാലും ശ്വാസകോശം പോലുള്ള ചില അവയവങ്ങളോട് തൊട്ടും അമർന്നുമിരിക്കുന്ന ചില ചീളുകൾ ഒരിക്കലും നീക്കം ചെയ്യാൻ സാധിക്കില്ല. ജീവിതകാലം മുഴുവൻ അതങ്ങനെ ശരീരത്തോട് ചേർന്ന് കിടക്കും. അതു പോലെ തന്നെയാണ് ചില ഓർമ്മകളും.

ഒരിക്കലും അത് മനസ്സിൽ നിന്ന് അടർത്തിമാറ്റാനാവില്ല. ഞാനൊരു എഴുത്തുകാരനായിരുന്നെങ്കിൽ അവളെക്കുറിച്ചുള്ള ഓർമ്മകളെ ഞാൻ അനായാസം വിവരിച്ചേനേ. നിർഭാഗ്യവശാൽ ഞാനൊരു ഫോട്ടോഗ്രാഫർ മാത്രമാണ്. ആലോചിച്ചാൽ നല്ലൊരു ഫോട്ടോഗ്രാഫർ പോലുമല്ല. ആയിരുന്നെങ്കിൽ പുലിയും തെയ്യവും ഒറ്റ ഫ്രെയിമിൽ നേർക്കുനേർ നിന്ന ചിത്രം ഞാൻ സ്വാഭാവികമായും പകർത്തുമായിരുന്നു. ഞാനൊരു നല്ല

ഫോട്ടോഗ്രാഫറുമല്ല. പരാജയങ്ങളുടെ ഒരു തുരുത്ത് മാത്രമാണ് ഞാൻ, ഓർമ്മകളുടെ ഒരു കെട്ട്.

“ഏട്ടായി ഉറങ്ങിയില്ലേ.”

അവൾ കാലുകൾ കയറ്റിവച്ച് പതിയെ ബെഡ്ഡിലേക്കിരുന്നു.

“ഇല്ല, ഞാനാ പയ്യനെക്കുറിച്ച് ആലോചിക്കുകയായിരുന്നു.”

ഞാനൊരു കള്ളം പറഞ്ഞു.

“ഉം എനിക്കു തോന്നി. ഞാൻ വന്നിട്ട് ഒത്തിരി നേരമായി. ഏട്ടായി എന്തോ ആലോചിച്ചിരിക്കുവാരുന്നു. അതാ ഞാൻ വിളിക്കാഞ്ഞേ.”

അവളുടെ സംസാരത്തിൽ വലിയ ഉത്സാഹമില്ലാത്തതുപോലെ തോന്നി.

“നമ്മൾ നേരത്തേ കണ്ടില്ലേ. ആ തെയ്യവുമായി ബന്ധപ്പെട്ട് ഇവിടെയൊരു ദുർമരണം നടന്നിട്ടുണ്ട്. രണ്ട് വർഷങ്ങൾക്കു മുൻപാണ്. കുട്ടികളുടെ സ്വഭാവം അറിയാമല്ലോ. കൗതുകം തോന്നുന്ന എന്തു കണ്ടാലും അവരത് കളികളിൽ അനുകരിക്കും. അങ്ങനെ ഇവിടുത്തെ കുട്ടികൾ തെയ്യത്തെ അനുകരിച്ച് കളിച്ചതാണ്. ചെറിയ മരക്കൊമ്പുകളും മറ്റും എടുത്തുകൊണ്ട് വന്ന് തീക്കൂനയും നിർമ്മിച്ചു. കളിയിൽ തെയ്യത്തിന്റെ വേഷം ധരിച്ച മലയൻ വിഭാഗത്തിൽപ്പെട്ട ഒരു ചെറിയ കുട്ടി അന്നാ തീയിൽ വീണു മരിച്ചു. പിറ്റേ ദിവസം സന്ധ്യയ്ക്ക് അവന്റെ അമ്മ തീ കൊളുത്തി ആത്മഹത്യ ചെയ്തു. അവന്റെ അച്ഛനും കുഞ്ഞനിയത്തിയും പ്രായമായ ഒരു സ്ത്രീയുമായിരുന്നു ആ വീട്ടിൽ ഉണ്ടായിരുന്നത്. അവന്റെ അച്ഛന് ശ്വാസകോശസംബന്ധമായ എന്തോ അസുഖമായിരുന്നു. അതീ തെയ്യം കെട്ടിന്റെ ഭാഗമായി അമിതമായി ചൂടേൽക്കുന്നത് കാരണം ഉണ്ടാകുന്ന അസുഖമാ... പോരാത്തതിന് ഭാരമുള്ള മുടിയും മറ്റും ശരീരത്തിൽ ചരടുപയോഗിച്ച് മണിക്കൂറുകളോളം മുറുക്കി കെട്ടി വെയ്ക്കുന്നത് രക്തയോട്ടത്തെയും ബാധിക്കും. ഇവർക്കൊന്നും പൊതുവെ അധികം ആയുസ് ഉണ്ടാകാറില്ല. അദ്ദേഹത്തിന് ജോലിക്കൊന്നും പോകാൻ വയ്യായിരുന്നു. ആ പയ്യന്റെ മരണശേഷം കുടുംബത്തിന്റെ ചെലവുകളൊക്കെ ക്ഷേത്രമാണ് വഹിച്ചിരുന്നത്. നാലഞ്ച് മാസമായിട്ട് ഭരണസമിതിയിൽ എന്തോ അഭിപ്രായ വ്യത്യാസം ഉണ്ടായത് കാരണം ക്ഷേത്രത്തിൽ നിന്ന് സാമ്പത്തികമായി ചെയ്തു വന്ന സഹായങ്ങൾ പൂർണ്ണമായും നിർത്തലാക്കി. രണ്ട് മാസം മുൻപ് അവന്റെ അച്ഛനും ട്രെയിനിനു മുന്നിൽച്ചാടി ആത്മഹത്യ ചെയ്തു.”

ഞാൻ ദീർഘമായി ഒന്ന് ശ്വസിച്ച ശേഷം ചുമരിനോട് ചേർന്നിരുന്നു.

“പിന്നെന്തിനാ ഇവർ ഇപ്പോഴും ഇത് ചെയ്യുന്നത്, മറ്റെന്തെങ്കിലും ജോലികൾ നോക്കിക്കൂടേ...?”

അവൾ പുരികം ചുളിച്ചു.

"തെയ്യം ഇവർക്ക് ദൈവമാണ്, പോരാത്തതിന് തെയ്യം കെട്ടിനെ ഇവർ ഭാഗ്യവും അതിലുപരി വംശീയ പൈതൃകവുമായാണ് കാണുന്നത്. അതുകൊണ്ടായിരിക്കണം."

ഞാൻ റിമോട്ട് തപ്പിയെടുത്ത് ഹോം തിയേറ്റർ ഓഫ് ചെയ്തു.

"ആയിരിക്കും.. ഞാനൊരു കാര്യം ചോദിച്ചോട്ടെ. തെയ്യം സംസാരിക്കുമ്പോൾ ഉണ്ടാകുന്ന ശബ്ദവ്യത്യാസം, അതവർ ബോധപൂർവ്വം അനുകരിക്കുന്നതാണോ...?"

അവൾ മുന്നിലേക്ക് ചാഞ്ഞിരുന്നു.

"അത് അവർ അനുകരിക്കുന്നതായിരിക്കാം. ശബ്ദത്തിന്റെ സൗന്ദര്യവും തീക്ഷ്ണതയും വർദ്ധിപ്പിക്കുന്നതിനായി മലയർക്ക് ചില നാടൻ പരിശീലന രീതികളുണ്ട്. അതായത് തേൻ കലർത്തിയ വെറ്റില ചവച്ചിറക്കുക, ഒച്ചിനെ പച്ച ഈർക്കിലിൽ കെട്ടി തൊണ്ടയിലൂടെ ഉഴിയുക തുടങ്ങിയവ."

ഞാൻ പതിയെ ബെഡ്ഡിലേക്ക് ചാഞ്ഞിരുന്നു.

"ഏട്ടായീ.. നമുക്കൊന്ന് കറങ്ങാൻ പോയാലോ. ചുമ്മാ ഒരു രസത്തിന്. ഇവിടെയിരുന്ന് സംസാരിക്കാൻ ഒരു സുഖമില്ല."

തീരുമാനിച്ചുറപ്പിച്ചതുപോലെ അവൾ ധൃതിയിൽ എഴുന്നേറ്റു നിന്നു.

"ഇതൊക്കെ കേട്ട് നിനക്ക് ബോറടിക്കുന്നുണ്ടാകും അല്ലേ...?"

കഴുകാനിട്ട ജീൻസിന്റെ പോക്കറ്റുകളിൽ ജീപ്പിന്റെ ചാവി തിരയുന്നതിനിടെ ഞാൻ അവളുടെ മുഖത്തേക്ക് നോക്കി.

"തീരെയില്ല, രാത്രി യാത്രകൾ ഒരു രസമല്ലേ? ഏതായാലും ഉറക്കം പോയി. നമുക്ക് ചുമ്മാ ഒന്ന് കറങ്ങീട്ടും വരാം."

അവളുടെ വിടർന്ന മുഖത്ത് പ്രകാശം നിറഞ്ഞു.

"അതൊക്കെ രസമാ... പക്ഷേ ജീപ്പിന്റെ കീ കാണാനില്ല."

"എന്തിനാ ജീപ്പ്, നമുക്ക് ഏട്ടായീന്റെ ബൈക്കിൽ പോകാം. ബൈക്കാ രസം."

അവൾ ചിരിച്ചു.

"ജീപ്പാരുന്നു നല്ലത് അതാവുമ്പോ കാറിന്റെ കംഫർട്ടും കിട്ടും പിന്നെ തണുപ്പും വിഷയമല്ല."

ബൈക്കിന്റെ എഞ്ചിൻ ഓൺ ചെയ്ത് ഞാൻ സെൽഫിൽ വിരല മർത്തി. ത്രികോണാകൃതിയിൽ റോഡിൽ ഹെഡ്ലൈറ്റിന്റെ പ്രകാശം നിറഞ്ഞു. റോഡിനിരുവശവും ഏതാണ്ട് ഒന്നര കിലോമീറ്റർ ദൂരം ഉത്സവത്തിന്റെ ഭാഗമായി മനോഹരമായി ലൈറ്റപ്പ് ചെയ്തിട്ടുണ്ട്. അത് കഴിഞ്ഞ് റ്റ്യൂബുകൾ കൂടി പിന്നിട്ടതോടെ വഴിയിൽ ഇരുട്ട് കനത്തു.

"മുന്നേ വൺ എയ്റ്റി ആയിരുന്നു. ഇതിപ്പോ ആറു മാസമേ ആയുള്ളൂ. ലോങ്ങ് റൈഡിനൊക്കെ നല്ലതാ, പക്ഷേ കൂടെ ഉള്ള ആളോട്

സംസാരിക്കാൻ ബുദ്ധിമുട്ടാ. റൈഡ് ചെയ്യുമ്പോ നമ്മൾ ഇത്തിരി ഹാൻഡിലിലേക്ക് ചരിഞ്ഞിരിക്കണം. സംസാരങ്ങളെ അത് കാര്യമായി ബാധിക്കും. വാങ്ങുമ്പോൾ അത് ഓർത്തില്ല."

ഞാനൊരു മുൻകൂർ ജാമ്യമെടുത്ത് ഹാൻഡിലിലേക്ക് ചാഞ്ഞിരുന്നു.

"മ്ം ആണോ, ഞാൻ വേറൊരു കാര്യം ചോദിക്കാൻ ഇരിക്കുവാരുന്നു. ഏട്ടായി. ഇപ്പോഴും ആ പഴയ പ്രണയത്തിൽ കുരുങ്ങിക്കിടക്കുവാ അല്ലേ? അവൾ അത് പണ്ടേ മറന്നു കാണും, അല്ലെങ്കിലും മറക്കാനായിട്ട് അവളെപ്പോഴാ ഏട്ടായിയെ പ്രണയിച്ചിട്ടുള്ളത്?"

ഋതു എന്റെ അരികിലേക്ക് ചേർന്നിരുന്നു. ഞാനതിന് മറുപടി പറഞ്ഞില്ല. ബൈക്കിന്റെ എഞ്ചിനൊഴിച്ച് മറ്റെല്ലാം അല്പനേരത്തേക്ക് നിശ്ശബ്ദതയെ വരിച്ചു. മീറ്ററിന്റെ ഡിസ്പ്ലേ നൂറിനു മുകളിലേക്ക് എണ്ണം പഠിച്ചു തുടങ്ങി. ഏറെ അടുത്തറിയാവുന്ന വഴികളിൽ മഞ്ഞും തണുപ്പും വീണു കിടക്കുന്നു. ഹൈവേയിലേക്ക് കയറുന്നതിന് മുൻപ് ദാസേട്ടന്റെ തട്ടുകടയ്ക്ക് മുന്നിൽ ബൈക്ക് ഒതുക്കി ഞങ്ങൾ ഇറക്കിയിട്ട മരബെഞ്ചുകളിലേക്ക് നടന്നു.

"ഞാൻ ചോദിച്ചതിന് ഏട്ടായി എന്താ ഉത്തരം പറയാത്തത്?"

അവൾ ഒരു കസേര വലിച്ചിട്ട് അതിലേക്ക് ഇരുന്നു. അല്പനേരത്തേക്ക് ഞങ്ങളൊന്നും സംസാരിച്ചില്ല. തിരക്കൊഴിഞ്ഞ റോഡിലൂടെ രണ്ട് ഭാര വാഹനങ്ങൾ കടന്നു പോയി. ഇത്തിരി കൂടി കഴിഞ്ഞപ്പോൾ വിരലിനോളം പൊക്കമുള്ള ഗ്ലാസിൽ പാൽച്ചുവയില്ലാത്ത രണ്ട് ചായകൾ വിരുന്നിനെത്തി. രാത്രിയെ അരിച്ചെടുത്തതു പോലെ തോന്നിക്കുന്ന കടും നിറത്തിൽ അത് ആവി പറത്തി നിന്നു.

"എനിക്കിപ്പോൾ ചായ കുടിക്കാനാണ് തോന്നുന്നത്, അഥവാ ഇവിടെ ചായ ഇല്ലെങ്കിൽ വെറുതെ റോഡിലേക്ക് നോക്കിയിരിക്കും. അല്ലാതെ പകരം മറ്റെന്തെങ്കിലും കഴിക്കുന്നത് എന്റെ രീതിയല്ല. അങ്ങനെ ആരുടെയെങ്കിലും കൂടെ പങ്കു വെക്കാനുള്ളതാണോ ജീവിതം?"

അതിലൊരു ഗ്ലാസ് വലതു കൈയ്യിലേക്കെടുത്ത് ഞാൻ റോഡിലേക്ക് നോക്കിയിരുന്നു. റോഡിന്റെ ഓരം ചേർന്ന് കുലച്ച വില്ലിന്റെ ബാണം കണക്കെ ബൈക്ക് വിശ്രമിക്കുന്നു.

"ജീവിതം പക്ഷേ ഒരു ഗ്ലാസ് ചായ പോലെയല്ല."

അവളുടെ സ്വരത്തിൽ ദേഷ്യവും സങ്കടവും കലർന്നിരുന്നു.

"ജീവിതം ഒരു ഗ്ലാസ് ചായ പോലെയാണ്, അല്ലെങ്കിൽ അതിനേക്കാൾ ചെറുത്."

ആവി പറക്കുന്ന ഗ്ലാസ് ടേബിളിലേക്ക് തിരികെ വച്ച് ഞാൻ പിന്നിലേക്ക് ചാഞ്ഞിരുന്നു.

"ഏട്ടായി ചായ കുടിക്ക്... ഞാനിനി ഇക്കാര്യം സംസാരിക്കുന്നില്ല." അവൾ ഗ്ലാസ് എന്റെ അരികിലേക്ക് നീക്കി വെച്ചു. ഗ്ലാസ് തിരികെ

കൈകളിലേക്കെടുത്ത് ഞാൻ റോഡിലേക്ക് നോക്കിയിരുന്നു. ചിന്തകളെ ഓർമ്മകളിലേക്ക് പറഞ്ഞയയ്ക്കാൻ ഞാനിഷ്ടപ്പെട്ടില്ല. ഓർമ്മകളിലേക്ക് തിരിഞ്ഞു നോക്കുകയെന്നാൽ ആസിഡ് ആക്രമണത്തിൽ മുഖം വെന്ത ഒരു മനുഷ്യൻ ബാൻഡേജ് അഴിച്ച് ആദ്യമായി കണ്ണാടിയെ അഭിമുഖീകരിക്കുന്നതിനു തുല്യമാണ്. കാലുകളെ ഞാൻ ഷൂസിൽ നിന്ന് സ്വതന്ത്രമാക്കി. റോഡിനപ്പുറം സ്ട്രീറ്റ് ലൈറ്റിന്റെ മഞ്ഞിച്ച വെളിച്ചത്തിനു മുന്നിൽ മുറിച്ചു വെച്ച ഹലുവയെ പൊതിയുന്ന ഈച്ചകളെപ്പോലെ മഴപ്പാറ്റകൾ പറന്നു കളിക്കുന്നു. അതിനു താഴെ വിശ്രമിക്കുന്ന എന്റെ ബൈക്കിലേക്ക് ഞാനെന്റെ നോട്ടം ചുരുക്കി.

പ്രിയപ്പെട്ട പെൺകുട്ടിക്ക് കൂടെയിരിക്കാൻ പാകത്തിലുള്ളതല്ല അതിന്റെ പിൻസീറ്റ്. റൈഡ് ചെയ്യുന്ന, അതായത് ഹാന്റിൽ നിയന്ത്രിക്കുന്ന ആളെ മാത്രം പരിഗണിക്കുന്ന അതിന്റെ ശരീരഘടനയോട് എനിക്ക് അടക്കാനാവാത്ത വെറുപ്പ് തോന്നി. തിരികെ മടങ്ങുന്ന നേരത്തും ഞങ്ങൾ പരസ്പരം സംസാരിച്ചില്ല. ഓർമകൾ രണ്ടു കൈകൾ കൊണ്ടും അവളെ പൊതിഞ്ഞു പിടിക്കുന്നതുപോലെ തോന്നി. ലൂതു പറഞ്ഞതു പോലെ അവൾ ഒരിക്കലും എന്നെ പ്രണയിച്ചിരുന്നില്ല. പക്ഷേ അവൾ സംസാരിക്കുന്നത് പ്രണയത്തിന്റെ ഭാഷയിലാണെന്ന് ഞാൻ വെറുതെ തെറ്റിദ്ധരിച്ചു.

ക്ഷേത്രത്തിന്റെ കവാടത്തിനുള്ളിലേക്ക് കയറും നേരത്ത് നീണ്ട ഇരുമ്പു പൈപ്പിൽ വെൽഡു ചെയ്ത് വെച്ച ഒരു കുത്തുവിളക്ക് കാണാം. തിരിയുടെ സ്ഥാനത്ത് കത്തിക്കൊണ്ടിരിക്കുന്നത് മഞ്ഞയും ചുവപ്പും കലർന്ന നേരിയ ഒരു ഇലക്ട്രിക് ബൾബാണ്. അതിന്റെ സ്ഥാനത്ത് ഒരു തിരിയായിരുന്നെങ്കിൽ വിളക്കിന് ജീവനുള്ളതുപോലെ തോന്നും. പക്ഷേ അതിന് ഒട്ടും യോജിക്കാത്ത ഒരു ലൈറ്റാണ് അവിടെ പ്രകാശിച്ചു കൊണ്ടിരിക്കുന്നത്. ജീവിതത്തിന്റെ രീതികൾ ഇങ്ങനെയൊക്കെയാണ്. മുന്നിലേക്ക് കടക്കുന്തോറും ബൈക്കിന്റെ ഗ്ലാസ്സിൽ കുത്തുവിളക്ക് ഒരു ദൂരക്കാഴ്ച്ചയായി മാറിക്കൊണ്ടിരിക്കുന്നു. മിന്നുന്ന വിളക്കിനു പിന്നിൽ അസത്യത്തിന്റെ കുടൽമാല ചീന്തിയെടുത്ത് ഹാരമണിയാൻ ചിത്രസ്തംഭം പിളർന്നവതരിച്ച നരസിംഹത്തിന്റെ സിമന്റിൽ തീർത്ത പ്രതിമ.

രാവിലെ എഴുന്നേറ്റ് മുറ്റത്തേക്കിറങ്ങുമ്പോഴുള്ള കാഴ്ച ലൂതു ജീപ്പിനു മുന്നിൽ ഒരു പൈപ്പും പിടിച്ചു നിൽക്കുന്നതാണ്. ജീപ്പെന്നാൽ താർ ആണ്. അധികം പഴയതല്ല ഒന്നര വയസ്സിനോടടുത്താണ് പ്രായം. അതിന്റെ തുറന്നു വെച്ച ഇടതു ഡോറിന്റെ പൊടിപിടിച്ച ഗ്ലാസിൽ 'പാലക്കയം തട്ടിലേക്ക് നമ്മളും...' എന്നെഴുതിയിരിക്കുന്നു. കഴിഞ്ഞ ബുധനാഴ്ച പാലക്കയം ട്രിപ്പ് പോയപ്പോൾ ധനിലോ ഷൈജുവോ എങ്ങാനും എഴുതിയിട്ടതാണ്. പൈപ്പ് ഓഫ് ചെയ്ത് ബോണറ്റിലേക്കിട്ട് ലൂതു എന്റെ അരികിലേക്ക് നടന്നു. പൊടിപിടിച്ച വലതു ഡോറിലൂടെ പൈപ്പിൽ നിന്ന് പെയ്ത വെള്ളം താഴേക്ക് നീന്തുകയാണ്. വണ്ണാത്തിപ്പുഴയുടെ കൈവഴികൾ പോലെ.

"ഏട്ടായിക്ക് സമയമുണ്ടാകുമോ. നമുക്കിന്നൊരു യാത്രയുണ്ട്."

ഒരു ചോദ്യത്തിന്റെ അകമ്പടിയോടെ അവൾ മെടഞ്ഞ ചൂരൽക്കസേരയിലേക്കിരുന്നു. ഞാൻ മറുത്തൊന്നും പറഞ്ഞില്ല. യാത്രകളായിരുന്നു അവൾക്ക് നിതാന്തമായ അഭിനിവേശം. വൈകുന്നേരം ജീപ്പിൽ കയറിയിരുന്നപ്പോഴാണ് യാത്രയുടെ വിശദാംശങ്ങളറിയുന്നത്. കളിയുടെ ഭാഗമായി തെയ്യത്തെ അനുകരിച്ച് തീയിൽ വീണു മരിച്ച ആ പയ്യന്റെ വീട്ടിലേക്കാണ് യാത്ര. ഞാൻ പറഞ്ഞൊരു പഴയ സംഭവത്തിൽ അവൾ കയറിപ്പിടിച്ചിരിക്കുകയാണ്.

ഋതു ഡ്രൈവിങ്ങ് സീറ്റിലാണ്. താർ കിതപ്പറിയാതെ മല കയറുന്നു. ഞാൻ കാലുകൾ നീട്ടി വെച്ച് പിന്നിലേക്ക് ചാരിയിരുന്നു. മധുരപലഹാരങ്ങൾ നിറഞ്ഞ ഒരു കവർ കൈക്കുഞ്ഞിനെ എന്ന പോലെ ഞാൻ ശരീരത്തോട് ചേർത്തു പിടിച്ചിരുന്നു. ഋതു ബേക്കറിയിൽ നിന്നും വാങ്ങിച്ചതാണ്. മധുരം പല നിറങ്ങളായി ചമഞ്ഞ ഒരു ചെറിയ കവറുമായി ഞങ്ങൾ നിറമില്ലാത്ത ചില ജീവിതങ്ങളെ തേടിപ്പോകുന്നു. ഓർത്തു നോക്കിയാൽ അതിലൊരു തമാശയുണ്ട്. ജീവിതമെന്നാൽ കെട്ടുപൊട്ടിയ തമാശകളുടെ ഒരു മാറ്റപ്പേരു മാത്രമാകുന്നു. മുന്നിലേക്കുള്ള വഴികൾ ഏറക്കുറെ എനിക്ക് അപരിചിതമായിരുന്നു. അപരിചിതരായ മനുഷ്യരോടും വഴികളോടും ഇടപഴകുന്നത് സൂക്ഷിച്ചു വേണമെന്നാണ് ജീവിതം എന്നെ പഠിപ്പിച്ചിട്ടുള്ളത്.

"ആരെയെങ്കിലും കാണുമ്പോൾ നിർത്തണം. വഴിയറിയില്ല, ചോദിക്കണം."

റോഡിൽ നിന്നു കണ്ണെടുക്കാതെ ഞാൻ ഋതുവിനോടായി പറഞ്ഞു. റോഡെന്നു പറഞ്ഞാൽ ജീപ്പിന്റെ ടയറുമായുള്ള സമ്പർക്കം മൂലം രൂപപ്പെട്ട രണ്ടു രേഖകൾ മാത്രമാണ്. രണ്ടു പെരുമ്പാമ്പുകളെപ്പോലെ അതങ്ങനെ നീണ്ടും വളഞ്ഞും കിടക്കുന്നു. ചെറിയൊരു കയറ്റവും തിരിവും കടന്ന് ഞങ്ങൾ സമനിരപ്പിലേക്കെത്തി. ഋതുവിന്റെ കാലിനടിയിൽ ആക്സിലേറ്ററിന്റെ തല കുനിഞ്ഞു. ജീപ്പിന്റെ ഹൃദയതാളം ഉയർത്തിക്കൊണ്ട് മീറ്ററിന്റെ ഡിസ്പ്ലേ എഴുപതിനു മുകളിലേക്ക് നെഞ്ചു വിരിച്ചു.

പരന്നു കിടക്കുന്ന സമതലത്തിന്റെ അറ്റത്ത് ഒരു രൂപം കണ്ടു തുടങ്ങി. പാടത്തു കുത്തി നിർത്തിയ കോലം കണക്കെ അത് ഞങ്ങളെ കാത്തു നിൽക്കുകയാണ്. നിറഞ്ഞു പൂത്ത സീമക്കൊന്നയുടെ തണലും ചാരിയുള്ള ആ നിൽപ്പ് ഏതോ തെരുവു നാടകത്തിൽ കണ്ട് പരിചിതമായതു പോലെ തോന്നി. സീമക്കൊന്നയുടെ ഇലമുടികളെ വിറപ്പിക്കുന്ന കാറ്റിന്റെ കനത്തിൽ അയാൾ ഉടുത്തിരുന്ന മുണ്ടിന്റെ തലപ്പും ചെറുതായി പാറിക്കളിക്കുന്നുണ്ട്. അയാളെ കടന്ന് ഏതാനും അടി മുന്നിലേക്ക് നീങ്ങിയ ശേഷമാണ് ഋതുവിന്റെ കാലുകൾ പെഡലിൽ അമർന്നത്. അനുസരണയോടെ പൊടിമണ്ണിൽ ജീപ്പ് നിരങ്ങി നിന്നു. അപരിചിതൻ ഡോറിനരികിലേക്ക് നീങ്ങി നിന്നു. ഉളി പോലെ കൂർപ്പിച്ച നോട്ടം കൊണ്ട് ജീപ്പിനകം അളന്നെടുത്തു.

"പെരുമലയന്റെ വീട്ടിലേക്കാണല്ലേ?"

അയാൾ മൃദുവായി ചിരിച്ചു. ഞാൻ ആണെന്നോ അല്ലെന്നോ പറഞ്ഞില്ല. ഒരു മൂളിപ്പാട്ടിന്റെ അകമ്പടിയോടെ അയാൾ പിന്നിലേക്ക് പൊത്തിപ്പിടിച്ചു കയറി.

"ഇന്നലെ രാത്രിയാ ഞാൻ സംഭവം അറിയുന്നത്. കഞ്ഞീം കുടിച്ച് ഞാനങ്ങനെ കാറ്റത്തിരിക്കുവാരുന്നു. പെരുമലയന്റെ ചെറിയ മോളില്ലേ അമ്മു, അവള് ഓടിക്കിതച്ച് വന്ന് അമ്മമ്മ മിണ്ടുന്നില്ല പറഞ്ഞു. ഞാൻ പാഞ്ഞ് ചെല്ലുമ്പോഴേക്കും സംഭവം തീർന്നു ഇവറെ. പത്തഞ്ഞൂറു രൂപ കയ്യീന്ന് പൊട്ടിയത് മിച്ചം..! നമ്മളീ മനുഷ്യന്മാരുടെ ജീവിതം ന്ന് പറഞ്ഞാ അത് കത്തിച്ച് വിട്ട എലിവാണം പോലാണ്. എന്തായാലും പൊട്ടും. പൊട്ടുന്നതിനിടയ്ക്ക് കളിക്കണം കളിക്കേണ്ട കളിയൊക്കെ."

അയാൾ മുഖവുരയില്ലാതെ സംസാരിച്ചു തുടങ്ങി.

'മരിച്ചോ!"

നേരിയ ഭീതിയോടെ ഞാൻ പിന്നിലേക്ക് തിരിഞ്ഞിരുന്നു.

"ഓ, അതു ശരി, അപ്പോ നിങ്ങ മരിപ്പറിഞ്ഞിട്ട് വന്നതല്ലാ..?"

അയാളുടെ നെറ്റിയിലെ നേർത്ത ചുളിവുകൾ കല്ലിൽ തട്ടിയ തിരകളെപ്പോലെ ഉയർന്നു പൊങ്ങി. ഇടതു വശത്തു നിന്നും കയറി വന്നൊരു കാറ്റ് തണുപ്പ് മാറി വരണ്ടു തുടങ്ങിയ പാറപ്പൊടിയെ ഒരു ചുഴലിയിലേക്ക് കറക്കിയെടുത്ത് ഞങ്ങൾക്ക് കുറുകെ കടന്നു പോയി. ഒരു ട്രെയിൻ മുന്നിലൂടെ കടന്നുപോകുന്നത് പോലെ ജീപ്പ് അല്പനേരം പൊടിക്കാറ്റിനെയും കാത്ത് റോഡിൽ കുരുങ്ങിക്കിടന്നു. പടക്കപ്പലിന്റെ ഉയർന്ന പോർമുന പോലെ മരണം മുന്നിൽ നിറഞ്ഞു നിൽക്കുന്നതായി എനിക്ക് തോന്നി. മരണവീട്ടിലേക്കാണ് പോകുന്നത്.

മരണവീട് എനിക്ക് തീരെ ഇഷ്ടമുള്ള സംഗതിയല്ല. അവിടുത്തെ ഗന്ധവും അടക്കിപ്പിടിച്ച സംസാരങ്ങളും എല്ലാം എനിക്ക് ബുദ്ധിമുട്ടാണ്. നേരിയ ടിക് ടിക് ശബ്ദത്തോടെ ഋതു ഗിയർ മാറി ജീപ്പിനെ ചലിക്കാൻ അനുവദിച്ചു. നിലത്തണ്ടലിൽ കാറ്റു പിടിക്കുന്ന ശബ്ദം. നീണ്ടു കിടക്കുന്ന വഴികളിൽ ത്രി.ഡി.എക്സിന്റെ ടീത്ത് അമർന്ന പാടുകൾ. പിന്നിലിരുന്ന് അയാൾ നിറയെ സംസാരിക്കുന്നുണ്ട്. എനിക്കൊന്നും കൃത്യമായി മനസ്സിലായില്ല. തലച്ചോറിനുള്ളിലേക്ക് ഒരു സിഗരറ്റ് കുത്തിക്കെടുത്തിയത് പോലെ ഞാൻ നിന്നു പുകഞ്ഞു. മഞ്ഞിച്ച പുല്ലുകൾക്കിടയിൽ ആരോ വലിയ സിഗരറ്റ് കുത്തിക്കെടുത്തിയതുപോലെ അവിടവിടെ വൃത്തത്തിൽ പുല്ലുകൾ കരിഞ്ഞിരിക്കുന്നത് കാണാം. വലിയൊരു താമ്പാളം പോലെ, ആനയുടെ കാൽപ്പടം പോലെ. തെയ്യം മാരി മാറ്റാൻ പോയ വഴിയിൽ കൂട്ടുപോയ മലയന്മാരുടെ ചൂട്ടുകറ്റകൾ തട്ടി ഉണക്കപ്പുല്ല് വൃത്തത്തിൽ കരിഞ്ഞതാണ്. ഇരുട്ടു വീണ വഴികളെല്ലാം തെളിയിച്ചു തന്നത് തെയ്യത്തിന്റെ തോറ്റം പാട്ടും കുറ്റിച്ചൂട്ടിന്റെ നിറവെളിച്ചവുമാണ്.

എന്നിട്ടും എന്തിനാണിങ്ങനെ മലയന്മാരുടെ ജീവിതം മാത്രം ദിക്കറിയാതെ ഇരുട്ടിൽ നിന്ന് വിയർത്ത് പോയത്.

"പെരുമലയനും ഇപ്പോ മരിച്ചതോടെ ആ കുഞ്ഞിന് ആരും ഇല്ലാതായി അല്ലേ?"

ഞാൻ പിന്നിലേക്ക് തിരിഞ്ഞിരുന്നു.

"പെരുമലയൻ മരിച്ചതല്ലല്ലോ കൊന്നതല്ലേ എല്ലാരും കൂടി. മേലേരിയിലെ തീക്കാറ്റ് വലിച്ച് കയറ്റി ശ്വാസകോശം പൊള്ളിയിട്ടും അരയോടയിൽ കനല് കുടുങ്ങി നെഞ്ചും വയറും പൊള്ളിയൊലിച്ചിട്ടും കിടന്ന് നരകിച്ചിട്ടാണ് പെരുമലയൻ പോയത്. ശരീരത്തിൽ കനല് കുടുങ്ങിയിട്ടും ചടങ്ങുകൾ കഴിയാതെ അരയോട അഴിക്കാൻ പാടില്ലെന്ന് പറയുന്ന ആളുകൾ ലോകത്ത് ഇവിടെ മാത്രമേ കാണൂ. എല്ലാം ആ കുഞ്ഞിന്റെ വിധി. അത് വല്ലതും കഴിച്ച് കാണുവോന്ന് അറിയില്ല. വീട്ടിലേക്ക് കൂട്ടിക്കൊണ്ടുവരണം ന്നൊക്കെ എനിക്കുണ്ട്. പക്ഷേ അവരുടേം നമ്മുടേം ഒക്കെ ജാതിയൊക്കെ വേറേയല്ലേ. അമ്മ അതിനൊന്നും സമ്മതിക്കില്ല. ഞാനിവിടെ ഇറങ്ങാം.. ഈ വഴി നേരെ ചെന്നാൽ പെരുമലയന്റെ വീടായി."

മറുപടികൾക്കൊന്നും കാത്തു നിൽക്കാതെ അയാൾ ഇറങ്ങി നടന്നു. റോഡ് ചെന്നു നിൽക്കുന്നത് പെരുമലയന്റെ വീടിനു മുന്നിലാണ്. പഴയൊരു കൂര. പരിസരം ദുഃഖത്തിൽ ആഴ്ന്നിരുന്നെങ്കിലും അതൊരു മരണവീടാണെന്ന് തോന്നിയില്ല. മുന്നിൽ ഒരു തണ്ടു പൊട്ടിയ വാഴയുടെ കൂമ്പ് എത്തിപ്പിടിക്കാൻ ശ്രമിച്ചുകൊണ്ട് ചെറിയൊരു പെൺകുട്ടി നിൽക്കുന്നുണ്ട്. വാടിയ മുഖമാണെങ്കിലും കാഴ്ചയിൽ ഒരു ഓമനത്തം തോന്നും. ഞാൻ കൈയ്യെത്തിപ്പിടിച്ച് കൂമ്പ് പൊട്ടിച്ച് അവളുടെ കുഞ്ഞിക്കൈകളിൽ ഏല്പിച്ചു. വലിയ സന്തോഷത്തോടെ അവളതിന്റെ പാളികൾ അടർത്തിമാറ്റി. അതിനു പക്ഷേ തേൻ നിറയാനുള്ള പ്രായം ആയിട്ടില്ലായിരുന്നു. ഋതു ജീപ്പിലേക്ക് തിരികെ നടന്ന് അവൾ ബേക്കറിയിൽ നിന്ന് വാങ്ങിച്ച പലഹാരങ്ങൾ നിറഞ്ഞ കവർ എടുത്തു കൊണ്ടുവന്നു. നാവിൽ മധുരം തൊട്ട നേരത്ത് തടുത്തു നിർത്താനാവാത്ത കണ്ണീർച്ചാലുകൾ തടം പൊട്ടി അവളുടെ കുഞ്ഞു കവിളുകളെ നനയിച്ച് താഴേക്ക് ഒഴുകി.

"മോളുടെ അച്ഛൻ മോളെ ഞങ്ങളെയാ ഏല്പിച്ചിരിക്കുന്നത്, മോളെ കൊണ്ടു പോകാനാ ഞങ്ങൾ വന്നത്."

കൃത്യമായി കേട്ടില്ലെങ്കിലും അങ്ങനെയെന്തോ ഋതു പറഞ്ഞു ഞാൻ പതിയെ പുറത്തേക്ക് ഇറങ്ങി നിന്നു. അവിടെ നിൽക്കുമ്പോൾ ക്ഷേത്രത്തിലെ മൈക്കിലൂടെ തോറ്റംപാട്ട് ഏറക്കുറെ വ്യക്തമായി കേൾക്കാം. രണ്ടു ചെണ്ടകളുടെ താളപ്പകർച്ചകൾ മാത്രമുപയോഗിച്ച് പാടി ഫലിപ്പിക്കുന്നത് തോറ്റു പോയൊരു സാധാരണ മനുഷ്യൻ തെയ്യമായി പുകൾപെറ്റ കഥയാണ്. കഥകളിലല്ലാതെ ജീവിതത്തിലെങ്ങും ഇവർ വിജയിച്ചതായി കേട്ടറിവില്ല. അതുകൊണ്ടാണിവരുടെ കണ്ണീരുണങ്ങാത്ത മുഖമുള്ള ദൈവം ചോരക്കയ്യിൽ കുറ്റിച്ചൂട്ടും വീശി നടന്നത്. ■

വിപ്ലവപുഷ്പാഞ്ജലി

“സ്വന്തം കുഞ്ഞ് തന്നെ രാത്രി കിടക്കയിൽ ഞങ്ങളുടെ എടേൽ വന്ന് കിടക്കുമ്പോൾ എനിക്ക് അരിശം വരും. അന്നേരമാണിവൻ നടുക്ക് കിട ത്താൻ ആരാന്റെ കൊച്ചിനെ കൊണ്ടുവന്നേക്കുന്നത്. തലയ്ക്ക് ഓളം എന്നല്ലാതെ ഇതിനൊക്കെ എന്തു പറയാനാണ്?”

വിരലിൽ ചാലിച്ചുവെച്ച അച്ചാർ നാക്കിന്റെ മടക്കിലൂടെ ഒന്ന് നീട്ടി വലിച്ചശേഷം അജയൻ ഊക്കിൽ ഗ്ലാസ് തിരികെ വെച്ചു.

“പിന്നല്ലാ... എടാ ഞാൻ തന്നെ ഈ നിൽക്കുന്ന അജയനും ആയിട്ട് എങ്ങനാ പരിചയത്തിൽ ആയതെന്ന് നിനക്കറിയുവോ? ഞാൻ ഒരു ദിവസം രാത്രി ഒരു രണ്ട് മുപ്പതിന് നമ്മുടെ ബാലൻമാഷിന്റെ വീടിന്റെ താഴെ ഉള്ള ഇടവഴി കയറി സ്പൈഡർമാന് പോയിട്ട് വരികയായിരുന്നു. ആ സമയത്ത് ഈ അജയനുണ്ട് എതിരേ വരുന്ന്...”

ദാസേട്ടൻ അജയന്റെ ഒഴിഞ്ഞ ഗ്ലാസിലേക്ക് മദ്യവും വെള്ളവും പാക ത്തിന് പകർന്നു.

“സ്പൈഡർമാൻ എന്ന് പറയുമ്പോൾ സിനിമയ്ക്ക് പോയതാണോ?” അഭിക്ക് സംശയമായി.

“സിനിമേം കിനിമേം ഒന്നും അല്ലെടാ ചെക്കാ. ചില പുരുഷന്മാർക്ക് വെറെ ചില കുടുംബത്തിലെ ഭാര്യമാരോട് ഒരു പ്രത്യേക തരം ആകർ ഷണം തോന്നും. അതവർക്ക് തിരിച്ചും തോന്നിയാൽ നമ്മൾ ആ വീട്ടി ലേക്ക് ചിലപ്പോൾ രാത്രി സപൈഡർമാന് പോകേണ്ടി വരും. എന്നു പറ ഞ്ഞാൽ മതിലൊക്കെ പിടിച്ച് ബിൽഡിങ്ങിന്റെ മറ പറ്റി കേറീം മറിഞ്ഞും ഒക്കെ സ്പൈഡർമാൻ പോകുന്നതുപോലെ പോകണം. മനസ്സിലായോ.. അങ്ങനെ പോയപ്പോൾ ആണ് ഒരു വശപ്പെശക് ലുക്കിൽ അജയനെ ഞാൻ കാണുന്നത്. അജയൻ എന്നെ കണ്ടു ഞാൻ അവനേം കണ്ടു. രണ്ടുപേരും എന്തിനാ വന്നതെന്ന് രണ്ടുപേർക്കും മനസ്സിലായി. ഒരു സംസാരവും ഒരു ചിരിയും ഒരു പറച്ചിലും ഇല്ല. നമ്മള് ഒരേ നാട്ടുകാരാ ണെങ്കിലും അന്നിത്രേം ടച്ചില്ല. പിറ്റേന്ന് ഞാൻ പണീം കഴിഞ്ഞ് വരുമ്പോ

അജയനെ ബസ്സ്റ്റോപ്പിൽ കണ്ടു. അന്നും ഒരു ചിരിയും പറച്ചിലും ഇല്ല. അവിടുന്ന് രണ്ടാഴ്ച കഴിഞ്ഞ് നാരാണന്റെ മോളെ കല്യാണത്തിന് ചിക്കൻ കഴുകാൻ ഒരേ ബിരിയാണിച്ചെമ്പിന് എതിരേ ഇരുന്നപ്പോൾ ആണ് ഞങ്ങള് സംസാരിക്കുന്നത്. ആ ബന്ധം അങ്ങ് അടുത്തു. ഞാൻ പറഞ്ഞു വരുന്നത് എന്താണെന്ന് വെച്ചാൽ ഇതൊക്കെ ഒരു നയത്തിൽ വേണം കൈകാര്യം ചെയ്യാൻ."

"പക്ഷേ ദാസേട്ടാ, നമ്മള് സംസാരിച്ചത് പിന്നീടാണെങ്കിലും അന്ന് നിങ്ങളെ ആദ്യം കണ്ട ആ നിമിഷത്തിൽ തന്നെ എനിക്കെന്തോ ഒരടുപ്പം ഫീൽ ചെയ്തു. ഈ ലൗ അറ്റ് ഫസ്റ്റ് സൈറ്റ് എന്നൊക്കെ പറയുന്നത് പോലെ. നല്ല കൂട്ടകാരെ നമ്മളല്ല നമ്മുടെ അബോധം ആണ് തിരഞ്ഞെടുക്കുന്നത് എന്ന് പറയുന്നത് വളരെ വളരെ ശരിയാണ്. ആ കാഴ്ചയിൽ ആണ് നമ്മള് കൂട്ടുകാരായത്. കല്യാണവീട്ടീന്ന് കണ്ടതൊക്കെ ചുമ്മാ ചടങ്ങു മാത്രം. അതൊക്കെ ഒരു കാലംതന്നെ അല്ലേ ദാസേട്ടാ..."

അജയന് രണ്ടര പെഗ്ഗിന്റെ ബലത്തിൽ കഴിഞ്ഞ കാലങ്ങളിലൂടെ ഒന്ന് കറങ്ങി വന്നതുപോലെ തോന്നി. അജയന്റെ അഭിപ്രായത്തോട് ശരി വെക്കുംവിധം ഗ്ലാസ് തുളുമ്പാതെ ദാസേട്ടൻ ഒന്ന് കൈയ്യുയർത്തി കാണിച്ചു. വിവാഹം കഴിഞ്ഞ് വരന്റെ വീട്ടിലേക്ക് വിളക്ക് പിടിച്ച് കയറുന്ന വധുവിന്റെ ശ്രദ്ധയോടെ നിറഞ്ഞ ഗ്ലാസ് പതുക്കെ അഭിക്ക് കൈമാറി.

"അവൾക്ക് ഇപ്പോ വയസ്സ് മുപ്പത്തേഴ്. ഇവന് വെറും ഇരുപത്താറ് വയസ്സ്... ഇപ്പോ നല്ല സുഖമുണ്ടാകും. പക്ഷേ ഒരു പത്തു വർഷം കഴിഞ്ഞാൽ അവള് വയസ്സിയാകും. നീയപ്പോഴും ചെറിയ ചുള്ളൻ ചെക്കനായിരിക്കും. ആൾക്കാര് വെറും പൊട്ടന്മാരായതു കൊണ്ടല്ല... എട്ടും പത്തും വയസ്സിന് ഇളയ പെൺകുട്ടികളെ കല്യാണം കഴിക്കുന്നത്. ഈ പറയുന്ന മുപ്പത്തേഴ് വയസ്സൊക്കെ നമ്മുടെ കയ്യിൽ കെടന്ന് പതുക്കെ അങ്ങനെ വെളഞ്ഞ് വരേണ്ടതാ... ഒരു പത്തു കൊല്ലം കഴിയുമ്പോ നീ വിവരം അറിയും. കരയും നീ..."

അഭി നീട്ടി ഒരു വലിവലിച്ച് തെരുതെരെ തല കുടഞ്ഞുകൊണ്ട് ഗ്ലാസ് തിരികെ വെച്ചു.

"അതിൽ ഞാൻ വലിയ അർത്ഥം ഒന്നും കാണുന്നില്ല. അവൾക്ക് പ്രായം ആകുന്നെങ്കിൽ പോട്ടെ പെണ്ണ് വലുതാകുവല്ലേ... ആരാന്റെ ചോര യല്ലേ പത്ത് കൊല്ലം കഴിയുമ്പോ ഇവന് ഒരു ത്രീസം നോക്കാം."

ദാസേട്ടൻ ചെറുചിരിയോടെ തോക്കിൽ തിര നിറയ്ക്കുന്നതുപോലെ ഒഴിഞ്ഞ ഗ്ലാസുകൾ നിറച്ചുകൊണ്ടിരുന്നു. പക്ഷേ വെടി മുഴുവനും പൊട്ടിക്കൊണ്ടിരുന്നത് സച്ചിന്റെ തലയിൽ ആയിരുന്നു. ഒന്നും പറയാനാകാതെ ചീഞ്ഞ തക്കാളിപോലെ സച്ചിൻ ഒരു മൂലയിൽ ഇരുന്നു. ഇലയിൽ നിന്ന് വലിച്ചെടുത്ത കിണ്ണത്തപ്പത്തിന്റെ ഒരു പാളിയെ ബീഫിന്റെ ചാറിൽ നനച്ചെടുത്ത് നാവിൽ അലിയാൻ വിട്ട് ദാസൻ താൻ അല്പം മുൻപ് പറഞ്ഞ

ഡയലോഗിനെ മനസ്സിൽ തിരിച്ചും മറിച്ചും താലോലിച്ചുകൊണ്ടിരുന്നു. ഈ പോഴനോടല്ലാതെ മറ്റാരോടെങ്കിലും ആണ് ഇത് പറഞ്ഞതെങ്കിൽ ആ നിമിഷം തന്നെ ചെവിടു പൊത്തി ഒന്ന് കിട്ടിയേനേ. സച്ചിന് തന്നോടൊരു ബഹുമാനം ഒക്കെ ഉണ്ടെന്ന് തോന്നുന്നു. ദാസന് നാവിലും മനസ്സിലും ഒരുപോലെ രസം പിടിച്ചു. തിരികെ നടക്കുമ്പോൾ സച്ചിന് തന്റെ കാലടികൾ കനക്കുന്നതുപോലെ തോന്നി. വെറും ഒരു പെഗ് മാത്രം കഴിച്ചിട്ടും ഒരു മുഴുമദ്യപാനിയെപ്പോലെ തല കുഴയുന്നു. ആരൊക്കെ എന്തൊക്കെ പറഞ്ഞാലും അച്ഛൻ വീട്ടിൽ നിന്ന് ഇറക്കി വിടുമെന്ന് പ്രതീക്ഷിച്ചതല്ല. ജീവിതത്തിൽ എന്നെങ്കിലും ഒരു വാടക വീട്ടിൽ താമസിക്കേണ്ടി വരുമെന്നും വിചാരിച്ചില്ല. കവലയിൽ ചെന്നപ്പോൾ സ്റ്റാന്റിൽ ബാലാജിയുടെ ഓട്ടോയുണ്ട്. ഒന്ന് ടൗൺ വരെ പോയിട്ട് വരാമെന്ന് കരുതി. അമ്മുവിന് ഒരു സൈക്കിൾ വാങ്ങണം.

“എടാ മോനേ, നിന്റെ കാറ് ഒക്കെ വീട്ടിൽ പിടിച്ചുവെച്ചല്ലേ... അതല്ലെങ്കിലും അങ്ങനാണ് തന്തേടെ കാശിന് വാങ്ങിയ മൊതല് അത്യാവശ്യത്തിന് ഉപകരിക്കുകേല. നീ ഉളി പോയ ആശാരിയെപ്പോലെ ഇങ്ങനെ നടന്നുവരുന്നത് കണ്ടപ്പോ എനിക്കാകെ വല്ലാതായിപ്പോയി.”

ബാലാജി ഓട്ടോ സ്റ്റാർട്ട് ചെയ്തു. ഓട്ടോറിക്ഷയുടെ ശരീരത്തിലെ വിറയൽ എന്റെ മനസ്സിലേക്കും പടർന്നു. അയാൾ തിരിച്ചു വച്ച മിററിലൂടെ എന്റെ മുഖത്തെ ചളിപ്പ് ആസ്വദിക്കുന്നുണ്ട്. ഏത് നശിച്ച നേരത്താണ് ഇയാളുടെ വണ്ടിയിൽ കയറാൻ തോന്നിയതെന്ന് അറിയില്ല. രണ്ടു ദിവസമായിട്ട് എങ്ങോട്ട് തിരിഞ്ഞാലും കല്ലുകടിയാണ്. ടൗണിൽ പോയിട്ട് വേറൊരു വണ്ടി വിളിക്കണം.

“എത്ര വയസ്സുള്ള കുട്ടിയാണ് സാർ...’

സെയിൽസ്മാന്റെ ചോദ്യമാണ് സച്ചിനെ ചിന്തകളിൽ നിന്ന് ഉണർത്തിയത്. സച്ചിൻ ഇടതുകൈ ഉയർത്തി കുട്ടിയുടെ ഉയരം കാണിച്ചു കൊടുത്തു. നിലത്തു നിന്ന് സച്ചിന്റെ വിടർത്തിപ്പിടിച്ച കൈപ്പത്തിയിലേക്കുള്ള ദൂരം മനസ്സിലാക്കി സെയിൽസ്മാൻ കുട്ടിയെക്കുറിച്ച് മനസ്സിൽ ഒരു ധാരണയുണ്ടാക്കി.

“ആൺകുട്ടിയാണോ പെൺകുട്ടിയാണോ... പെൺകുട്ടി ആണെങ്കിൽ ഒര പ്രത്യേക തീം ഉണ്ട്. പിങ്ക്, വയലറ്റ് നിറത്തിൽ ആണ് വരുന്നത്... നല്ല മൂവിങ്ങ് ഉള്ള ഐറ്റമാണ്. ആൺകുട്ടി ആണെങ്കിൽ സ്പോർട്സ് സൈക്കിളിന്റെ ചെറിയ പതിപ്പുണ്ട്. ടയർ സൈസൊക്കെ മാറി നല്ല സ്പോർട്ടി ലുക്കിൽ വരും.. അത് മുകളിലാ..”

“പൊതുവായിട്ട് എല്ലാവർക്കും ഉപയോഗിക്കാനാകുന്ന ടൈപ്പ് മതി. സൈഡിൽ ഇങ്ങനെ എക്സ്ട്രാ രണ്ട് ടയറിന്റെ സപ്പോർട്ട് ഒക്കെ ഉള്ള...”

സച്ചിൻ താറാവിന്റെ കാൽപ്പാദങ്ങൾപോലെ കൈപ്പത്തികൾ കമിഴ്ത്തിപ്പിടിച്ച് കാണിച്ചു. സൈക്കിൾ വാങ്ങിച്ച് ഓട്ടോയിൽ കയറ്റാൻ

നേരത്ത് സച്ചിൻ പ്രത്യേകം ശ്രദ്ധിച്ചു. അച്ഛൻ പണ്ട് തനിക്ക് സൈക്കിൾ വാങ്ങിച്ച സമയത്ത് ഓട്ടോയിൽ നിന്ന് ഇറക്കുമ്പോൾ ശ്രദ്ധിച്ചില്ല. അതിന്റെ പിറകിലെ ഒരു ലൈറ്റ് പൊട്ടിപ്പോയി. ആ ഒരു ചെറിയ സങ്കടത്തിൽ അന്നത്തെ മുഴുവൻ സന്തോഷവും മുങ്ങിപ്പോയിരുന്നു. ഒരു കൈക്കുഞ്ഞിനെപ്പോലെ വളരെ ശ്രദ്ധിച്ചാണ് ഓട്ടോയിൽ നിന്നും സൈക്കിൾ തിരികെ ഇറക്കിയതും. ഓട്ടോക്കാരൻ നേരത്തെ ബാലാജി വാങ്ങിച്ചതിനേക്കാൾ മുപ്പതു രൂപ കുറവാണ് വാങ്ങിച്ചത്. പോരാത്തതിന് ചില്ലറ തരാൻ നേരത്ത് ഒന്ന് ചിരിക്കുകയും ചെയ്തു. സച്ചിന് മനസ്സിന് ഒരു തണുപ്പ് തോന്നി. സൈക്കിൾ കണ്ടപ്പോൾ തന്നെ അമ്മു അകത്ത് നിന്ന് അലച്ചുതല്ലി ഓടിവന്നു.

“സച്ചീ... ഇത് മോൾക്കുവേണ്ടി വാങ്ങിച്ചതാണോ?”

അവൾ കിതപ്പടക്കിക്കൊണ്ട് ചോദിച്ചു. അതിന് മറുപടി പോലും പറയാതെ അവളെ കൈയിലേക്കെടുത്ത് ഇടതുകൈയ്യിൽ സൈക്കിളും താങ്ങിപ്പിടിച്ച് സച്ചിൻ അകത്തേക്ക് നടന്നു. പുറത്ത് നിൽക്കാൻ പേടി തോന്നി. മുറ്റത്ത് നിന്നാൽ റോഡിലൂടെ പോകുന്നവർക്ക് ഞങ്ങളെ കാണാനാകും അധികം ഉയരമില്ലാത്ത മതിലാണ്. ജനിച്ച് വളർന്ന നാട്ടിൽ ഒരു കള്ളനെപ്പോലെ പതുങ്ങി നടക്കേണ്ട അവസ്ഥയായി.

“നമ്മളെ ബോധിപ്പിക്കാൻ വേണ്ടിയെങ്കിലും സച്ചി ഇന്ന് മീൻ പിടിക്കാൻ വരുമെന്നാണ് ഞാൻ വിചാരിച്ചത്...”

നെറ്റിയിൽ ഉറപ്പിച്ച ഹെഡ്‌ലൈറ്റ് ഓഫ് ചെയ്ത് അജയൻ തോണിയിലേക്ക് ഇരുന്നു. ‘എവിടുന്ന്, അവൻ അവന്റെ ഭാര്യയേം കെട്ടിപ്പിടിച്ച് കെടക്കുന്നുണ്ടാകും. ഒരു കണക്കിന് അവൻ വരാത്തതാ നല്ലത്. ഇനി പഴയതു പോലെ ആകില്ല. പൈസയൊക്കെ കൃത്യം കണക്ക് പറഞ്ഞ് വാങ്ങും. വീട്ടീന്ന് പുറത്താക്കിയതല്ലേ...”

വലയുടെ കയർ അഴിച്ചു കെട്ടി ദാസനും പതിയെ തോണി ഉലയ്ക്കാതെ ഒരു മൂലയിൽ ഇരുന്നു.

“ചമ്മന്തി കൊള്ളാം. ധന്യ ഇപ്പോൾ പഴയതിനേക്കാളും കുറച്ച് മുറ്റാണല്ലോ അജയാ... നല്ല എരിവ്.”

അജയന്റെ കൈയിൽ ധന്യ കൊടുത്തു വിട്ട പൊതിച്ചോറ് അഴിച്ച് പൊരിച്ച മുട്ടയും മാങ്ങാച്ചമന്തിയും ചേർത്ത് ഉരുള വായിലേക്കെടുത്ത്, ദാസൻ അജയനെ ഒന്ന് നോക്കി. മുന വെച്ച ആ വർത്തമാനം കേട്ട് ഉള്ള് കനത്ത് വന്നെങ്കിലും മുന്തിരിക്കുലപോലെ ഈർക്കിലിന്റെ കോർമ്പയിൽ ഞാന്നു കിടക്കുന്ന മീനുകളും വീശി വിരിച്ച വട്ടവലയും ഓർത്തപ്പോൾ അജയൻ ഒന്നും പറഞ്ഞില്ല.

“ദാസേട്ടനും ഇതുപോലൊക്കെ ഒരു കല്യാണം കഴിച്ചൂടേ? ഒരു കണക്കിന് നോക്കുമ്പോൾ ഇതൊക്കെയല്ലേ ജീവിതം?”

ഇലയോട് പറ്റിച്ചേർന്ന വറ്റുകൾ തട്ടിയമർത്തി അജയൻ പൊതിച്ചോറിലേക്ക് കൈ താഴ്ത്തി.

“നമ്മളൊക്കെ ഇനി എന്തിനാ കല്യാണം കഴിക്കുന്നത്. അല്ലെങ്കിൽ തന്നെ കല്യാണം കഴിച്ചിട്ട് എന്തിനാ... ഇവിടെ ചിലവന്മാര് കല്യാണം കഴിക്കുന്നത് ചാമ്പയ്ക്കാച്ചെടി വളർത്തുന്നതുപോലെയാ. സാധനം നമ്മുടെ പറമ്പിൽ ആണെങ്കിലും നമ്മളേക്കാൾ കൂടുതൽ ചാമ്പയ്ക്കാ തിന്നുന്നത് മറ്റുള്ളവരായിരിക്കും. നമ്മളീ വഴീക്കെടക്കുന്ന മാങ്ങാ പെറുക്കിയെടുത്ത് ഈമ്പിക്കുടിച്ച് വലിച്ചെറിയാറില്ലേ? അങ്ങനത്തെ പറമ്പ് കൊറച്ചുണ്ട്. അതിപ്പോ ആരുടെ മാവാണെന്നൊന്നും നോക്കേണ്ട ആവശ്യം ഇല്ലല്ലോ..”

ദാസൻ ഉറക്കെ ചിരിച്ചുകൊണ്ട് ഇടതുകൈ വെള്ളത്തിൽ ഇടിച്ചു. അജയന്റെ മനസ്സിലൂടെ പലതരം ചിന്തകൾ കടന്നുപോയി. പിടുത്തം കുറവുള്ള ദിവസം തന്നെ പുഴയിൽ വിട്ട് ദാസേട്ടൻ ഒറ്റാൽ എടുക്കാൻ തന്റെ വീട്ടിൽ പോകാറുള്ളത് ഓർമ്മ വന്നു. ഞാൻ പോകാം എന്ന് എത്ര പ്രാവശ്യം പറഞ്ഞാലും കേട്ടാൽ മനസ്സിലാകാത്ത ചില തൊടുന്യായങ്ങൾ പറഞ്ഞ് അയാൾ എന്നെ തോണിയിൽ തന്നെ ഇരുത്തും.

സച്ചിയുടെ നെഞ്ചിൽ ഉറങ്ങാതെ കിടക്കുമ്പോൾ അമ്മുവിന് പതിവില്ലാതെ മനസ്സിന് ഒരു സമാധാനം തോന്നി. കട്ടിലിനോട് ചേർത്തുവെച്ച സൈക്കിളിൽ കണ്ണുകൾ ഓടിച്ച് കിടക്കുമ്പോൾ സന്തോഷം ഉള്ളിൽ തിരതല്ലുന്നുണ്ട്. പോണ്ടിച്ചേരിയിൽ വീടിനു താഴെ വാടകയ്ക്ക് താമസിക്കുന്ന കാലത്തും സച്ചി ഇതുപോലൊരു സൈക്കിൾ വാങ്ങിച്ചുതന്നിരുന്നു. ഇതേ നീലയും വെള്ളയും നിറത്തിൽ. അത് അച്ഛൻ രണ്ടാമത്തെ ദിവസം തീ കൊളുത്തി കത്തിച്ചു. അവിടെ നിന്നും ആറു മാസം കഴിഞ്ഞാണ് അച്ഛൻ തന്റെ ഇടതുകൈയിൽ തീ കൊളുത്തിയത്. അതിന്റെ ഓർമ്മയിൽ സച്ചിയുടെ കഴുത്തിന് താഴെ മടക്കിവെച്ച അവളുടെ ഇടതുകൈയിന്റെ ചുളിഞ്ഞ തൊലിയിലൂടെ അമ്മു ചുണ്ടുകൾകൊണ്ട് നീളത്തിൽ ഉരച്ചു. ഇപ്പോഴും കൈയിന്റെ ഒരു ഭാഗം മുഴുവൻ പാട്ടിയമ്മൂമ്മയുടെ തൊലി പോലെ ചുക്കിച്ചുളിഞ്ഞിട്ടാണ് ഉള്ളത്. ഓർമ്മകൾ വീണ്ടും വേദനിപ്പിക്കാൻ തുടങ്ങിയപ്പോൾ അമ്മു കട്ടിലിനരികിൽ വെച്ച സൈക്കിളിലേക്ക് മുഖം തിരിച്ചു. കണ്ണുകൾ വീണ്ടും വണ്ടുകളെപ്പോലെ അതിന് ചുറ്റും പറന്നുതുടങ്ങി.

മുറ്റത്ത് ചാഞ്ഞ മാവിന് താഴെ അരിപ്പയിൽ നിന്നെന്നപോലെ ഊർന്ന് വരുന്ന വെളിച്ചത്തിന് അടിയിൽ ഇരുന്ന് പല്ല് തേക്കുമ്പോൾ ഉടനെ എന്തെങ്കിലുമൊരു ജോലി തേടിപ്പിടിക്കണമെന്ന് സച്ചിന് തോന്നി. രണ്ടുമൂന്ന് മാസം കഴിയാനുള്ള കാശ് കൈയിലുണ്ട്. എങ്കിലും പെട്ടെന്നുതന്നെ എന്തെങ്കിലുമൊരു ജോലിക്ക് പോയിത്തുടങ്ങുന്നതാണ് നല്ലത്. മുറ്റത്ത് തെറ്റാത്ത ഭ്രമണപഥത്തിൽ സൈക്കിൾ ഓടിച്ചു കളിക്കുന്ന അമ്മുവിനെ നോക്കിയിരിക്കുമ്പോൾ ജീവിക്കാൻ ഒരു ഉത്സാഹം ഒക്കെ തോന്നുന്നുണ്ട്.

“ഇവന്റെ ഭാര്യ ഒളിച്ചോടി വന്ന കഥ എന്താ വാട്ട്സ് ആപ്പിൽ ഒന്നും വരാത്തത്...?”

വെയിൽ മൂക്കും മുൻപേ ടാർ റോഡിന്റെ ഓരം പറ്റി കാലുകൾ വലിച്ച് വെച്ച് കുത്തനെ നടക്കുന്ന സച്ചിനെ കണ്ടപ്പോൾ ശശാങ്കന്റെ കടയിൽ പണിക്ക് പോകാൻ ഒരുങ്ങി നിന്ന സുമേഷിന് സംശയമായി.

“അത് പണ്ടേ ജോടി പിരിഞ്ഞ ചെരിപ്പാടാ... ഭർത്താവ് പണ്ടേ ഇട്ടേച്ചും പോയതാ. നിലവിൽ ഭർത്താവ് ഉള്ളവളുമാര് ഇറങ്ങിപ്പോയാലേ വാട്ട് സാപ്പിൽ ഒക്കെ വരൂ.”

അഞ്ചിരട്ടി വില കൂട്ടി വിൽക്കുന്ന ഹാൻസിന്റെ പാക്കറ്റിനെ ഷാമ്പൂ കവറിന്റെ പ്രച്ഛന്നവേഷം കെട്ടിച്ച് അരിച്ചാക്കിൽ താഴ്ത്തുന്നതിനിടയിൽ ശശാങ്കൻ ഒരു ലോകസത്യം പറഞ്ഞു. സച്ചിൻ അഭിയെക്കാണാനാണ് പോയത്. അവൻ വിചാരിച്ചാൽ എന്തെങ്കിലുമൊരു ജോലി ശരിയാകാതിരിക്കില്ല. പക്ഷേ അഭി വീട്ടിൽ ഉണ്ടായിരുന്നില്ല. പുതുതായി കുഴിച്ച കിണറിൽ എട്ട് പട താഴും മുൻപേ വെള്ളം കിട്ടിയതു കൊണ്ട് മുത്തപ്പനെ കാണാൻ പറശ്ശിനിയിൽ പോയിരിക്കുകയായിരുന്നു.

“സച്ചി ഇന്ന് എന്നെ കാണാൻ വന്നിരുന്നു. ഞാൻ വീട്ടിൽ ഉണ്ടായിരുന്നില്ല. വൈകുന്നേരം ഞാൻ അങ്ങോട്ട് പോയി. നോക്കിയപ്പോൾ ഒരു ജോലിക്കാര്യം പറയാൻ വേണ്ടീട്ടാ... ഇങ്ങനെ പോയാൽ ചെക്കൻ നന്നാവാനുള്ള വകുപ്പൊക്കെ കാണുന്നുണ്ട്...”

അനുഭവസമ്പന്നനായ ഒര യോദ്ധാവിനെപോലെ വലയുടെ കണ്ണി പൊട്ടാതെ വിദഗ്ദ്ധമായി മീൻ അഴിച്ചെടുക്കുന്നതിനിടയിൽ അഭി അജയനോട് പറഞ്ഞു.

“എന്നിട്ട് നീയെന്തു പറഞ്ഞു?”

കുതിരയുടെ കടിഞ്ഞാൺപോലെ കയ്യിൽ പിടിച്ചിരുന്ന ഏറു കണ്ണിയുടെ അറ്റം അല്പം അയച്ചുകൊടുത്ത് അജയൻ അഭിയെ നോക്കി.

“ചേട്ടന്റെ ഫ്രണ്ടിന് ഒരു ഡിസ്ട്രിബ്യൂഷന്റെ ഏജൻസിയുണ്ട്. നെസ്ലേയുടെ ചോക്ലേറ്റും മാഗിയും ഒക്കെ കടകളിൽ കൊണ്ടുകൊടുക്കുന്ന, അവരുടെ വണ്ടിയിൽ പോകാൻ ഒരാളെ ചോദിച്ചിരുന്നു. ഡ്രൈവറും വേറെ ഒരു സ്റ്റാഫും കൂടെ ഉണ്ടാകും. അത് സെറ്റാക്കി കൊടുത്തിട്ടുണ്ട്. ഇവൻ എത്ര ദിവസം നിൽക്കുമെന്ന് കണ്ടറിയണം.”

വരാനിരിക്കുന്ന കാര്യങ്ങൾ മനസ്സിൽ കണ്ടതുപോലെ അഭിയുടെ ശബ്ദത്തിൽ നിരാശ കലർന്നിരുന്നു.

“അത് വേണ്ടാരുന്നു. നിനക്കവനെ നിങ്ങടെ ബസ്സിൽ കൊണ്ടു പോയാൽ പോരേ? നീ കുക്കിങ്ങ് അറിയാവുന്ന ഒരു ക്ലീനറെ അന്വേഷിച്ച് നടക്കുകയായിരന്നല്ലോ...”

നിലാവ് തുണ്ടുകളായി വീണുകിടക്കുന്ന പുഴയിലേക്ക് ദാസൻ നീട്ടി ത്തുപ്പി.

“അത് ഞാൻ ആലോചിച്ചതാ ദാസേട്ടാ.. പക്ഷേ ലോങ്ങ് പോകുമ്പോൾ നാലും അഞ്ചും ദിവസം മാറിനിൽക്കേണ്ടി വരും. ഈ അവസ്ഥയിൽ ലാവണ്യയെ ഒറ്റയ്ക്കാക്കി അവന് പോകാൻ പറ്റില്ലല്ലോ. അല്ലെങ്കിൽ ഞാൻ അവനെത്തന്നെ വിട്ടേനേ. വിശ്വസിക്കാൻ കൊള്ളാവുന്ന ഒരാളു വേണം. ഡീസലിന്റെ കാര്യത്തിൽ ഒരു തിരിമറി നടക്കുന്നുണ്ടോന്ന് സംശയമുണ്ട്.”

“ലാവണ്യ തനിച്ചാകട്ടെടാ... അതുതന്നാ ഞാനും ഉദ്ദേശിച്ചത്.”

ഒരു നിമിഷത്തേക്ക് ആ പറഞ്ഞത് അബദ്ധമായോ എന്ന് ദാസന് തോന്നി.

“അല്ലെങ്കിൽ ബസ്സിൽ അജയനെ കൊണ്ടുപൊയ്ക്കൂടേ.. അജയന് പ്രത്യേകിച്ച് പണിയൊന്നും ഇപ്പോ ഇല്ലല്ലോ.”

എല്ലാവരുടേയും ശ്രദ്ധ തിരിച്ചുവിടാൻ ദാസൻ മറ്റൊരു വിഷയം എടുത്തിട്ടു. അതുകൂടി കേട്ടപ്പോൾ ദാസന്റെ ഉള്ളിലിരിപ്പ് എന്താണെന്ന് അജയന് വ്യക്തമായും മനസ്സിലായി. ലാവണ്യയെ ഒറ്റയ്ക്ക് കിട്ടാൻ സച്ചിനെ ബസ്സിൽ അയയ്ക്കണം. അതിന് പകരം താൻ പോയാലും മതിയത്രേ. അജയൻ മുഷ്ടി ചുരുട്ടി തോണിയുടെ മരപ്പലകയിൽ ഇടിച്ചു. മലർന്നു കിടക്കുന്ന പുഴയിൽ ഒരു പേൻ പോലെ അരിച്ചുനീങ്ങുന്ന തോണിയിലിരുന്ന് അജയൻ നീറിപ്പുകഞ്ഞു.

നാലു മാസം മുൻപ് അഭി ഓപ്പറേഷൻ കഴിഞ്ഞ് എഴ് ദിവസം മംഗലാപുരത്ത് കിടന്ന ദിവസങ്ങൾ ഓർമ്മയിൽ വന്നു. അന്ന് എത്ര നിർബന്ധിച്ചിട്ടും ധന്യ വീട്ടിൽ പോകാൻ കൂട്ടാക്കിയില്ല. അല്ലെങ്കിൽ ഞാൻ മീൻ പിടിക്കാൻ ഇറങ്ങിയാൽപോലും വീട്ടിൽ ഒറ്റയ്ക്ക് നിൽക്കാൻ പേടിയുള്ള അവൾ അത്രയും ദിവസം വാശി പിടിച്ച് വീട്ടിൽ ഒറ്റയ്ക്ക് താമസിച്ചു. അന്ന് ദാസേട്ടനാണ് വീട്ടിലെ കാര്യങ്ങൾ നോക്കിയതും തന്റെ ഡ്രസ്സ് മുഷിഞ്ഞത് മാറി എടുത്തുകൊണ്ടു വന്നതും ഒക്കെ. എല്ലാം കൂട്ടിവായിച്ചപ്പോൾ വടിവാളിന് അകംപുറം പൂളി വിടുന്നതുപോലെ അജയന് വേദനിച്ചു. താഴ്ത്തിയ ഒറ്റാലിൽ ബ്രാൽ പിടയ്ക്കുന്നതു പോലെ ഓർമ്മകൾ മനസ്സിൽ കിടന്ന് പിടയുകയാണ്. ഒരല്പം ആശ്വാസത്തിന് വേണ്ടി വല വിടർത്താനെന്ന ഭാവേന അജയൻ തണുത്ത പുഴയിലേക്കിറങ്ങി.

രാത്രിയിൽ ചൂണ്ടലും വടിയും കുനിഞ്ഞ ശിരസ്സുമായി തിരിച്ചു നടക്കുമ്പോൾ അമ്പലമുക്കിൽ എത്തിയപ്പോൾ അജയൻ ഒരു ആരവം കേട്ടു. പിള്ളേര് എല്ലാവരും ചേർന്ന് കാട്ടുപന്നിയുടെ കുഞ്ഞിനെ പിടിച്ചിരിക്കുകയാണെന്ന് സംസാരത്തിൽ നിന്നും മനസ്സിലായി. പന്നിക്കുഞ്ഞിനെ കാണാനുള്ള കൗതുകത്തിൽ അജയൻ കല്പടവുകൾ കയറി മുകളിലേക്ക് നടന്നു. അടുത്തെത്തിയപ്പോഴാണ് സംസാരം സച്ചിനെക്കുറിച്ചാണെന്ന് മനസ്സിലായത്. അജയൻ ചെവി വട്ടംപിടിച്ച് ഇരുട്ടിൽതന്നെ നിന്നു.

“നീ അവളെ ശരിക്കും കണ്ടോ എന്നിട്ട്?”

ആ ശബ്ദം ആരുടേതാണെന്ന് അജയന് മനസ്സിലായില്ല.

“കണ്ടെടാ... വെളഞ്ഞ ചക്കപ്പഴംപോലെ ഒരു വെടിച്ചില്ലൻ ഐറ്റം. ആ സച്ചിനൊരുമാതിരി തീപ്പട്ടിക്കൊള്ളി പോലെ... അവരെ രണ്ടുപേരേം ഒരുമിച്ച് കണ്ടാൽ എന്താ പറയുക... അത്... ആഹ്, നമ്മുടെ ചേഗുവേര ഇല്ലേ. ചെഗുവേര ആ തൊപ്പീം തോക്കും ഒക്കെ പിടിച്ച് നമ്മുടെ കൃഷ്ണന്റെ അമ്പലത്തിൽ പുഷ്പാഞ്ജലിക്ക് രസീതാക്കാൻ ക്യൂ നിന്നാൽ എന്തായിരിക്കും അവസ്ഥ? അതേപോലൊരു തേമ്പിയ സീനാണ് മോനേ...”

ആ മറുപടി പറഞ്ഞത് രവിയേട്ടന്റെ മോൻ കിച്ചുവാണെന്ന് അജയന് ശബ്ദംകൊണ്ട് മനസ്സിലായി.

“ചേർച്ചയിലൊന്നും വല്ല്യ കാര്യമില്ല. അങ്ങനാണെങ്കിൽ ആ ധന്യയും ദാസേട്ടനും തമ്മിൽ എന്ത് ചേർച്ചയാണ്. ധന്യയ്ക്ക് ഒരു ഇരുപത്തഞ്ച് വയസ്സ് മാക്സിമം, ദാസേട്ടന് ഒരു അമ്പതു വയസ്സു പ്രായം വരില്ലേ?”

“അതുപിന്നെ എടപാടാണെന്ന് വിചാരിക്കാം. ശരിക്കും ഭർത്താവ് അജയേട്ടനല്ലേ? ഇത് അതുപോലാണോ... എടാ, അങ്ങനല്ലടാ. കത്തി അതിന്റെ കാലു പൊന്തിച്ച് അതിന്റെ അടിലൂടെ ഹാർട്ടിലേക്ക് കേറ്റ്. പന്നീനെ കൊല്ലാനും അറിയില്ലേ നിനക്കൊന്നും...”

കിച്ചുവിന്റെ ശബ്ദം അജയൻ ശ്വാസം അടക്കിപ്പിടിച്ചാണ് കേട്ടത്. കൈയിൽ നിന്നും മീൻകെട്ട് കൊരുത്ത കോർമ്പ തനിയെ ഊർന്നു വീണു. പതിയെ കൽക്കെട്ടുകൾ ശബ്ദം കേൾപ്പിക്കാതെ ഇറങ്ങി. പായ്മരത്തിൽ കാറ്റു പിടിച്ചതുപോലെ അജയൻ പുഴവക്കിലേക്ക് കുതിച്ചു. കവിളിലൂടെ ചാലിട്ട് താഴുന്ന കണ്ണുനീർ വിയർപ്പ് പൊടിഞ്ഞ കൈത്തലംകൊണ്ട് തുടച്ചു. താൻ ചെല്ലുന്ന സമയം വരെ ദാസൻ കടവിൽതന്നെ ഉണ്ടാകാൻ ദൈവം മാരപ്പുലിക്ക് ഒരു ചുറ്റുവിളക്ക് നേർന്നു. കടവിൽ ചങ്ങാടം വലിക്കുന്ന കയർ അഴിച്ചെടുത്ത് പെരുമ്പാമ്പിനെ പിടിച്ചതുപോലെ ഒരു ചാക്കിൽ കെട്ടി എടുത്തു. പുഴവക്കിൽ എത്തുമ്പോഴേക്കും ദാസൻ തോണിയിലെ വെള്ളം തേമ്പി മാറ്റിക്കൊണ്ട് അവിടെ തന്നെയുണ്ട്. ചാക്കഴിച്ച് കയർ വട്ടം കെട്ടി ശബ്ദമുണ്ടാക്കാതെ പുഴവക്കിൽ ചാഞ്ഞു കിടക്കുന്ന മാവിന് മുകളിൽ കയറിയിരുന്നു. അതിന് താഴെ ആണ് ദാസൻ ഷർട്ട് അഴിച്ചു വെച്ചിരിക്കുന്നത്. അതെടുക്കാൻ അയാൾ വരും. ഒരേയൊരു അവസരം മാത്രമേ ലഭിക്കൂ. അത് ശ്രദ്ധിച്ച് ഉപയോഗിക്കണം.

ഏകദേശം ഒരു മണിക്കൂർ എങ്കിലും കാത്തിരുന്ന ശേഷമാണ് ദാസൻ ഷർട്ട് എടുക്കാൻ മരത്തിന് താഴേക്ക് വന്നത്. ഭാഗ്യത്തിന് അയാൾ സിഗരറ്റ് കത്തിച്ച് കുറച്ചു സമയം അനങ്ങാതെ അവിടെ നിന്നു. മുഴുവൻ ശ്രദ്ധയും അതിലേക്ക് മാത്രം കേന്ദ്രീകരിച്ച് അവന്റെ തല ലക്ഷ്യമാക്കി കുടുക്ക് താഴേക്കിട്ടു. ആദ്യം തന്നെ മരത്തിന്റെ ചില്ലയിലൂടെ ഒരു കപ്പിയിൽ എന്നതു പോലെ കയർ ചുറ്റിയെടുത്തിരുന്നതുകൊണ്ട് അവന്റെ ചുമലിൽ കുരുക്ക് വീണ ഉടൻ തന്നെ വലിച്ച് മുകളിലേക്ക് കയറ്റാൻ സാധിച്ചു. മാമന്റെ കൂടെ നാലു വർഷം മരം മുറിക്കാൻ കയ്യാളായി

നടന്നതിന്റെ ഗുണം ഇന്നാണ് ശരിക്കും അറിയുന്നത്. രണ്ടു കൈകൊണ്ടും കയർ വലിച്ചുകയറ്റുമ്പോഴും മരത്തിന് മുകളിൽ ബാലൻസ് ചെയ്ത് നിൽക്കാൻ പറ്റി. ചൂണ്ടലിൽ കുരുങ്ങിയ മീൻ പോലെ വളരെ സമയമെടുത്ത് പിടഞ്ഞു പിടഞ്ഞാണ് ദാസനും മരിച്ചത്. ഈർക്കിലിന്റെ കോർമ്പയിൽ മീൻ തൂങ്ങിക്കിടക്കുന്നതുപോലെ ദാസൻ മാവിന്റെ താഴത്തെ കൊമ്പിൽ കയറിൽ ഞാന്ന് കിടക്കുകയും ചെയ്തു.

പുഴയിൽ നിന്നുതന്നെ കളിച്ച് വയലിലൂടെ നടന്ന് അജയൻ വീട്ടിലെത്തി. ധന്യ ഉറങ്ങുകയാണെന്ന് തോന്നുന്നു. അവളെ ശല്യപ്പെടുത്താൻ നിന്നില്ല. സ്റ്റോർ റൂമിലെ തടി അലമാര തുറന്ന് എന്നെങ്കിലും ഒരു കുഞ്ഞ് ഉണ്ടാവുകയാണെങ്കിൽ അവൾക്ക് വേണ്ടി പല കാലങ്ങളായി വാങ്ങി വെച്ച കളിപ്പാട്ടങ്ങൾ ഓരോന്നായി പുറത്തെടുത്ത് രണ്ട് വലിയ പ്ലാസ്റ്റിക്ക് ചാക്കിലായി നിറച്ചു വെച്ചു. അതു നാളെ സച്ചിക്ക് കൊണ്ട് കൊടുക്കണമെന്ന് മനസ്സിൽ ഉറപ്പിച്ചു. അതിനുശേഷം സാധാരണ വീട്ടിലിടുന്ന വസ്ത്രങ്ങൾ ധരിച്ച് അമ്പലത്തിന്റെ പിന്നിലെ ക്ലബ്ബിന്റെ ചെറിയ ഷെഡ്ഡിലേക്ക് പോയി. അജയന്റെ കണക്കുകൂട്ടലുകൾ ശരിയായിരുന്നു. പിള്ളേരെല്ലാം അവിടെ തന്നെയുണ്ട്. ഇനി താൻ നേരത്തേ തന്നെ ഈ ഭാഗത്തൊക്കെ തന്നെ ഉണ്ടായിരുന്നു എന്ന് വരുത്തിത്തീർക്കണം.

“നിങ്ങളിത് രണ്ടുമൂന്ന് മണിക്കൂർ ആയല്ലോ തുടങ്ങിയിട്ട്. ഇനിയും ഇത് തീർന്നില്ലേടാ പിള്ളേരേ?” ചെറുപുഞ്ചിരിയോടെ അജയൻ അകത്തേക്ക് കയറി.

“എന്റെ അജയേട്ടാ, നിങ്ങളെക്കുറിച്ചിപ്പോ ഓർത്തതേയുള്ളൂ... ഇത് വെച്ചുതരാൻ ഒരാളില്ല... നമുക്കീ പൊടിയിടുന്ന കണക്കൊന്നുമറിയില്ലല്ലോ...”

അജയനെ കണ്ട സന്തോഷത്തിൽ കിച്ചു അടുപ്പിനരികിൽ നിന്ന് എഴുന്നേറ്റു വന്നു.

“ഞാൻ മീൻ പിടിച്ച് വന്ന് വീട്ടിലേക്ക് കയറുമ്പോഴാ നിങ്ങളിതിനേം കൊണ്ട് വരുന്നത് കണ്ടത്. ഞാൻ രണ്ട് കഷ്ണം ടേസ്റ്റ് നോക്കാൻ വന്നതാ... ഇത്രേം സമയം ആയിട്ടും ഇതൊന്നും ആയിട്ടില്ലേടാ?”

വാഴയിലയിൽ മുറിച്ചു കൂട്ടിയ പന്നിയുടെ ഇളംഇറച്ചിയിലേക്ക് നോക്കിക്കൊണ്ട്. അജയൻ അടുപ്പിന് മുന്നിലേക്കിരുന്നു. ഒരു ആഭിചാരക്രിയ തുടങ്ങുന്നതുപോലെ അല്പം മസാലപ്പൊടി വാരി താഴെ വിടർന്നു കത്തുന്ന തീയിലേക്കെറിഞ്ഞു. പിള്ളേരെല്ലാം കൗതുകത്തോടെ അജയന് ചുറ്റും നിരന്നു. കൂട്ടം തെറ്റിപ്പോയ തന്റെ കുഞ്ഞിനെയും തിരഞ്ഞ് ഒരു കൂറ്റൻ കാട്ടുപന്നി നടന്ന് നടന്ന് ആ സമയം ആകുമ്പോഴേക്കും പുഴവക്കത്തെ പടർന്ന, പൂക്കാത്ത ആ വലിയ മാവിൻചുവട്ടിൽ വരെ എത്തിയിരുന്നു.

■

മൂങ്ങ

ഇരുന്ന് മടുത്തപ്പോൾ ഒരു കവിൾ തണുത്ത വെള്ളം കുടിക്കാം എന്ന് കരുതിയാണ് ഫ്രിഡ്ജ് തുറന്നത്. അതിനകത്ത് അപ്രതീക്ഷിതമായി ഒരു പ്രലോഭനം എന്നെയും കാത്തിരിപ്പുണ്ടായിരുന്നു കടും പച്ച നിറത്തിൽ ഒരു ബിയർ ബോട്ടിൽ. കൂട്ടത്തിൽ നിന്ന് താറാവിൻ പിടയെ എന്ന പോലെ അതിനെ കഴുത്തിൽ ചുറ്റിപ്പിടിച്ച് പുറത്തേക്കെടുത്തു. വറുത്ത മുട്ടയും ചീസും കൊറിക്കാൻ കപ്പലണ്ടിയും ടേബിളിൽ നിരന്നു. ബിയർ പൊട്ടിച്ച് ഒരു കവിൾ നിറച്ചും എടുത്ത് പതുക്കെ കുലുക്കുഴിഞ്ഞ് കഴിച്ചു കൊണ്ട് ഞാൻ പിന്നിലേക്ക് ചാഞ്ഞ് ഇരുന്നു. എന്റെ ഓരോ അണുവിലേക്കും പതുക്കെ ആനന്ദം കടന്നു വന്നു. കുറേ നേരം അതേ ഇരിപ്പ് ഇരുന്നു. ഒരാളെ എങ്ങനെയൊക്കെ ആശ്വസിപ്പിക്കാമോ അങ്ങനെയൊക്കെ ലഹരി എന്നെ ആശ്വസിപ്പിച്ചുകൊണ്ടിരുന്നു. വെറുതെ ആശ്വസിപ്പിക്കുക മാത്രം ചെയ്തു. അല്ലാതെ കൂടുതൽ അഭ്യാസങ്ങൾ ഒന്നും തലച്ചോറിൽ ഇറക്കാൻ ആ ഒരൊറ്റ ബിയർ ബോട്ടിലിന് പ്രഹരശേഷി ഉണ്ടായിരുന്നില്ല. കയ്യിൽ ഒഴിഞ്ഞ കുപ്പിയും പിടിച്ച് ടേബിളിലേക്ക് കാലും നീട്ടി വെച്ചങ്ങനെ ഇരിക്കുമ്പോൾ ഞാൻ അപകർഷതാബോധത്തിന്റെ ചക്രവർത്തിയാണെന്ന് തോന്നി.

ഏതാണ്ട് ഒന്നര മാസമായി തോറ്റവനെപ്പോലെ ഈ ഇരിപ്പ് തുടങ്ങിയിട്ട്. എവിടെയും പോകാനില്ല. ഒന്നും ചെയ്യാനില്ല. അഞ്ചു മിനിറ്റിനുള്ളിൽ കുപ്പി ഒഴിഞ്ഞു. യുദ്ധകാലാടിസ്ഥാനത്തിൽ എനിക്ക് ഒരെണ്ണം കൂടി വേണമെന്ന് തോന്നി. പക്ഷേ ആഗ്രഹിക്കാൻ വകുപ്പില്ല. ഇതു തന്നെ സുജ വാങ്ങിച്ചു വെച്ചതായിരിക്കും. ആദ്യമായി കണ്ട നാൾ മുതൽക്കേ അവൾ എനിക്കൊരു അമ്പരപ്പാണ്. തിയതി ഇന്ന് ഇരുപതോ ഇരുപത്തിരണ്ടോ മറ്റോ ആയിക്കാണണം. അവൾക്ക് ശമ്പളം കിട്ടിയതിന്റെ ചൂട് മാറിക്കഴിഞ്ഞു. എന്നിട്ടും അവളെനിക്ക് ബിയർ ബോട്ടിൽ വാങ്ങിച്ചു വെയ്ക്കുന്നു. വല്ലപ്പോഴും വലിക്കുന്ന സിഗരറ്റിന്റെ പാക്കറ്റ് ഒഴിയാതെ നോക്കുന്നു. ഒന്നിനും ഒരു കുറവും വരുത്തുന്നില്ല. ഒരു പരാതിയോ പരിഭവമോ പോയിട്ട് അവളുടെ ശബ്ദം പോലും ഒന്ന് ഉയർന്ന് കേട്ടിട്ടില്ല. സൈലൻസർ അഴിച്ചു വെച്ച ബുള്ളറ്റു പോലെ അവളങ്ങനെ വരികയും

പോകുകയും ചെയ്യുന്നു. എങ്കിലും കുറ്റബോധം അവളുടെ എല്ലാ ചലനങ്ങളിലും മുഴച്ചു നിന്നിരുന്നു.

ഓരോന്ന് ആലോചിച്ച് മനസ്സ് വേദനിച്ച് തുടങ്ങിയപ്പോൾ ഞാൻ പതിയെ ജനലിനരികിലേക്ക് നടന്നു. സുജയുടെ സാരിയുടെ ഞൊറിവുകൾ പോലെ ജനലിൽ കർട്ടനുകൾ ഭംഗിയായി മടക്കി വെച്ചിരിക്കുന്നു. അതിന് അപ്പുറത്ത് ആകാശത്തെ ഫ്രെയിം ചെയ്തു വെച്ചിരിക്കുകയാണെന്ന് തോന്നി. നേരിയ ഒരനക്കം പോലുമില്ല. പിന്നെയും ഒരു പത്തു മിനിറ്റു കാത്തു നിൽക്കേണ്ടി വന്നു ആകാശത്തെ രണ്ടായി പൂളിക്കൊണ്ട് വെടിച്ചില്ല് പോലെ ആ പക്ഷിക്കൂട്ടം കടന്നുപോകാൻ. ഒരാഴ്ചയായി ഇത് പതിവ് കാഴ്ചയാണ്. വളരെ ദൂരത്തായി കാണുന്നതുകൊണ്ട് അത് ഏതു തരം പക്ഷികളാണെന്ന് മനസ്സിലാകുന്നില്ല. സാധാരണ ഇരതേടി ഇറങ്ങുന്ന പക്ഷികളേക്കാൾ വേഗത ആണതിന്. ഒരു തരം പാച്ചിലാണ്. ഊരിപ്പിടിച്ച വാളിന്റെ വായ്ത്തലയുടെ ആകൃതിയാണ്. ദിശ തെറ്റാത്ത നാവികനെപ്പോലെ ഒരു പക്ഷി മുന്നിൽ പറക്കുന്നുണ്ടാകും. കൂട്ടത്തിന് ഏറ്റവും പിന്നിലായി അല്പം അകലം വിട്ട് മുന്നിലെത്താനുള്ള വാശിയോടെ ഒരുത്തൻ വെച്ചു പിടിക്കുന്നുണ്ടാകും. എങ്ങോട്ടാണിവയുടെ പോക്കെന്നറിയാതെ പതിവു പോലെ ഞാൻ കണ്ണുകൾ വിടർത്തി നിന്നു. ശേഷം കാരണമറിയാത്ത ഒരു ആനന്ദത്തോടെ ബെഡ്ഡിലേക്ക് തിരികെ വന്നു. കഴിച്ചതിന്റെ ക്ഷീണത്തിൽ സുഖമായുറങ്ങി.

എഴുന്നേൽക്കുമ്പോൾ സുജ തോളിൽ തല ചായ്ച്ച് ശാന്തമായി ഉറങ്ങുകയായിരുന്നു. ഹൃദയം തോളിൽ ഏന്തിയതു പോലെ വളരെ ശ്രദ്ധിച്ച് ഞാൻ അവളുടെ അരികിലേക്ക് നീങ്ങിക്കിടന്നു. അഞ്ച് വർഷമൊക്കെ കഴിഞ്ഞാൽ ഭാര്യയെ സ്വന്തം പെങ്ങളായി പ്രഖ്യാപിക്കുന്ന ഒരു നിയമനിർമ്മാണം ഗവൺമെന്റ് മുൻകൈ എടുത്ത് നടത്തണമെന്ന് ഒരു സിനിമ ഡയലോഗ് സുജ വാട്ട്സ് ആപ്പിൽ സ്റ്റാറ്റസ് ഇട്ടിരുന്നു. ബിജുവിന്റെ ഫോണിൽ നിന്നാണ് ഞാനത് കണ്ടത്. അവളെ കുറ്റം പറയാനൊക്കില്ല. ഞങ്ങളുടെ നാലു വർഷത്തെ പ്രണയത്തിന്റെ തുടർച്ച പോലെ ഒരു ജീവിതം ആയിരിക്കണം അവൾ സ്വപ്നം കണ്ടത്.

ഞാനും സുഖമുള്ളൊരു ജീവിതം സ്വപ്നം കണ്ടു. പക്ഷേ ഒരിടത്തും എനിക്ക് ഇരിക്കപ്പൊറുതി ഇല്ലായിരുന്നു. ഒരു ജോലിയിലും എനിക്ക് രണ്ടു മാസത്തിൽ കൂടുതൽ പിടിച്ചുനിൽക്കാനായില്ല. കെട്ടഴിഞ്ഞ പശുക്കുട്ടി അകിടിലേക്കെന്ന പോലെ സിനിമ എന്നെ വിളിച്ചുകൊണ്ടിരുന്നു. ഒരിടത്തും എത്തിയില്ല. ദുരന്തമായിരുന്നു ജീവിതം. അല്ലെങ്കിലും വിചാരിച്ചതെല്ലാം അതുപോലെ നടക്കാൻ ജീവിതം എസ്.എൻ. സ്വാമിയുടെ തിരക്കഥയല്ല. പക്ഷേ സിനിമയെ സ്വപ്നം കണ്ട ആയിരക്കണക്കിന് ഭാഗ്യാന്വേഷികളെപ്പോലെ ഞാനും തകർച്ചയുടെ കൂമ്പാരക്കെട്ടിന് മുകളിലിരുന്ന് വൻ വിജയങ്ങൾ സ്വപ്നം കണ്ടു. എല്ലാ സ്വപ്നാടകരെയും എന്ന പോലെ ജീവിതത്തിലും സങ്കല്പങ്ങളിലുമായി ഒരേ സമയം രണ്ടു ഭൂപടങ്ങളിലൂടെ ഞാൻ സഞ്ചരിച്ചു. ഇന്ന് പക്ഷേ മനസ്സ് പതിവില്ലാതെ

ആനന്ദലഹരിയിൽ മതിമറന്നതു പോലെ ആയിരുന്നു. സുജ അരികിൽ ഉള്ളത് കൊണ്ടായിരിക്കും. എറു കൊണ്ട കൊടിയൻ നായയെപ്പോലെ ഓടി നടക്കുകയായിരുന്ന ക്ലോക്കിലെ സൂചികൾ അഞ്ചിലെത്തിയ ശേഷം ഒരു വേള വിശ്രമിച്ചിരിക്കണം, വൈരജാതൻ കോട്ടത്തിൽ കതിന പൊട്ടി. ഉറക്കം വിടുന്നതിന്റെ മുന്നോടിയായി ഷോക്കടിച്ചതു പോലെ സുജ ചെറുതായി ഒന്ന് വിറ കൊണ്ടു. ഉറക്കം വിട്ട ദൈനംദിന പിരിമുറുക്കങ്ങളിലേക്ക് എഴുന്നേൽക്കും മുൻപ് ഒരു ഷോക്ക് ട്രീറ്റ്മെന്റാണതിന്റെ ശബ്ദം. ഖലാസിത്തട്ടിലെ ഇരപിടിയൻ പക്ഷികൾക്കും നായിനും നാടിനുമെന്ന പോലെ സുജയ്ക്കും ഒരു അലാറം ക്ലോക്കായി വൈരജാതന്റെ നേർച്ചക്കതിന പ്രവർത്തിക്കുന്നു, എണ്ണയിട്ട യന്ത്രം പോലെ. പക്ഷേ ഉറക്കം ഞെട്ടിയിട്ടും സുജ എഴുന്നേറ്റില്ല.

"സുജയ്ക്ക് എന്നോടെന്തെങ്കിലും പറയാനുണ്ടോ...?"

"ഇല്ലാ. നിനക്ക് എന്നോടെന്തെങ്കിലും പറയാനുണ്ടോ...?"

അവൾ എന്നോട് തിരികെ ചോദിച്ചു. അവളെന്റെ മനസ്സ് വായിച്ചിരിക്കണം. പറയുന്നതെല്ലാം ഒത്തുവരുന്ന കൈനോട്ടക്കാരിയെ കണ്ടതു പോലെ ഞാനവളെ മിഴിച്ചു നോക്കി.

"അങ്ങനെ പ്രത്യേകിച്ചൊന്നുമില്ല. ഈ സിനിമയുടെ പിന്നാലെയുള്ള നടപ്പ് ഞാനങ്ങ് നിർത്താൻ പോകുകയാ. എന്തെങ്കിലും ഒരു ജോലി നോക്കണം. എനിക്കറിയാം ഇപ്പോൾ തന്നെ ഞാൻ നിനക്ക് നല്ല ബുദ്ധിമുട്ട് ആകുന്നുണ്ട്. എല്ലാം നിർത്തണം. അതിന് മുൻപ് ചില കാര്യങ്ങൾ കൂടി ചെയ്തു തീർക്കാനുണ്ട്. അതിനുശേഷം നീ പറയുന്നതു മാത്രം കേട്ട് നിന്റെ ഇഷ്ടത്തിന് ജീവിക്കാം."

സ്ക്രിപ്റ്റിൽ നോക്കി ഒരു ഡയലോഗ് പറയുന്ന അത്രയും യാന്ത്രികമായാണ് ഞാനത് പറഞ്ഞത്. അല്ലെങ്കിലും അവളോട് ഇടപഴകുമ്പോൾ ഇന്നും ഒരു നവാഗത സംവിധായകന്റെ പരിഭ്രമവും പതർച്ചയും ആണെനിക്ക്. സുജ ഒന്നുകൂടി എന്റെ അരികിലേക്ക് ചേർന്നു കിടന്നു. അവളുടെ മുടിയിഴകൾക്കിടയിൽ തുഴ പോയ തോണി പോലെ എന്റെ വിരലുകൾ അലഞ്ഞു നടന്നു.

"ഒരു ജോലിക്ക് വേണ്ടീട്ട് നീ സിനിമ ഉപേക്ഷിക്കണം എന്നില്ല. വേണമെങ്കിൽ തൽക്കാലത്തേക്ക് കുറച്ചു ദിവസം എന്റെ കാർ ഓടിച്ചോ. ഭാര്യയുടെ കാറിന്റെ ഡ്രൈവർ ആയിട്ടൊരു ജോലി. എങ്ങനാ നടക്കുവോ..?"

പാലത്തിന്റെ കൈവരിയിൽ പിടിച്ച് നദിയിലേക്ക് നോക്കുന്ന കുട്ടിയെപ്പോലെ അവളെന്റെ മുഖത്തേക്ക് നോക്കി.

"വേറേ ഒന്നും കൊണ്ടല്ല. എന്റെ കോളേജിൽ പോകും മുൻപൊരു മൊട്ടക്കുന്നില്ലേ... ഖലാസിമുക്ക്. അവിടെ ഇപ്പോ അധികവും ആക്സിഡന്റാണ്. ഒരു മൂങ്ങയുടെ പ്രേതം അവിടെ ആളുകളെ ഉപദ്രവിക്കുന്നു എന്ന് പറയുന്നു എല്ലാവരും. ഈ മാസം തന്നെ ഇതിപ്പോ ഏഴാമത്തെ

ആക്സിഡന്റാ. എല്ലാവരും പറഞ്ഞ് പറഞ്ഞ് ഇപ്പോ എനിക്കും പേടി ആയിത്തുടങ്ങി. അതാ നിന്നോട് കൂടെ വരാൻ പറഞ്ഞത്."

കുളിച്ച് ബ്രേക്ക് ഫാസ്റ്റ് കഴിക്കാൻ ഇരുന്നപ്പോഴാണ് അവളത് പറഞ്ഞത്.

"നീ എന്താ ഉദ്ദേശിക്കുന്നത്. എനിക്കൊന്നും മനസ്സിലായില്ല."

ഒന്നും അറിയാത്തതു പോലെ ഞാൻ അഭിനയിച്ചു.

"ഇതിലെന്താ ഇപ്പോ മനസ്സിലാകാതിരിക്കാനും മാത്രം. ഞാൻ മലയാളത്തിൽ അല്ലേ പറഞ്ഞത്..?"

തിരയിൽ പെട്ട കപ്പൽപോലെ അവളുടെ പുരികം ഒന്ന് ഉയർന്ന് താണു.

"അല്ലാ... പൊതുവെ മനുഷ്യരല്ലേ പ്രേതമായി വരാറ്. മാത്രമല്ല പ്രേതം രാത്രിയല്ലേ സഞ്ചരിക്കാറ് ഇപ്പോ പകലും തുടങ്ങിയോ...?"

ഞാൻ ചിരിച്ചുകൊണ്ട് പിന്നിലേക്ക് ചാഞ്ഞിരുന്നു. അവളുടെ വലതു കൈയിൽ പൊട്ടിച്ചു പിടിച്ചിരുന്ന ദോശയുടെ കഷ്ണം ഒരു ഉഭയജീവിയെപ്പോലെ ചട്ണിയുടെ ചാറിൽ മുങ്ങി പ്ലേറ്റിലേക്ക് തിരികെ വന്നു.

"ഞാൻ ഒരു ടീച്ചറാ. അത്യാവശ്യം കോമൺസെൻസ് ഒക്കെ ഉണ്ട്. എല്ലാം കേട്ടപ്പോൾ അല്പം സിനിമാറ്റിക്ക് ആണെന്ന് തോന്നി. പിന്നെ പക്ഷി നിരീക്ഷണം ആണല്ലോ ഇപ്പോഴത്തെ നിന്റെ പ്രധാന പരിപാടി. അതുകൊണ്ട് നിനക്കൊരു കൗതുകം ഉണ്ടാകുമെന്ന് കരുതി. അതാ പറഞ്ഞത്. പ്രേതം രാത്രിയാണത്രെ ഇറങ്ങുന്നത്. രാത്രി മാത്രം ഇറങ്ങാൻ പ്രേതം എന്താ നാഷണൽ പെർമിറ്റ് ലൊറി ഡ്രൈവർ ആണോ...? ഇതാ ഞാൻ നിന്നോടൊന്നും സംസാരിക്കാത്തത്."

സുജ മുഖം കറുപ്പിച്ചു. അതുവരെ ഉഴറി നടന്നിരുന്ന അവളുടെ കണ്ണുകൾ ഒരു ചോദ്യചിഹ്നം പോലെ എന്റെ മുഖത്തു വന്ന് തറച്ചു. അതിന് മറുപടിയൊന്നും പറയാതെ പാത്രത്തിലേക്ക് തല കുമ്പിട്ടിരിക്കുമ്പോൾ അവൾ പറഞ്ഞ വാക്കിനെക്കുറിച്ചാണ് ഞാൻ ചിന്തിച്ചത്. സിനിമാറ്റിക്ക്! ഒന്നാലോചിച്ചാൽ ജീവിതത്തിൽ സിനിമാറ്റിക്കല്ലാത്ത ഏത് നിമിഷമാണുള്ളത്? ഒരു നിമിഷം പോലുമില്ല. സിനിമ ജീവിതത്തെ അനശ്വരമാക്കുന്ന കലയാണ്. മരണമില്ലാത്ത നിമിഷങ്ങൾ സൃഷ്ടിക്കുവാൻ ആരാണ് ആഗ്രഹിക്കാത്തത്?

കാറിലിരുന്നപ്പോൾ ഞങ്ങൾ ഒന്നും സംസാരിച്ചില്ല. ഡൈനിങ്ങ് ടേബിളിലെ ചർച്ച ഞങ്ങൾക്കിടയിൽ ഒരു അകലം ഇട്ടിരുന്നു. സുജ അവളുടെ ഫേസ്ബുക്ക് അക്കൗണ്ടിലെ പഴയ ഫോട്ടോകൾ തിരഞ്ഞുകൊണ്ട് ഫോണിലേക്ക് മുഖം താഴ്ത്തി ഇരിക്കുകയാണ്. അവളുടെ ജീവിതത്തിലെ അസുലഭ നിമിഷങ്ങളുടെ ചിത്രങ്ങളെല്ലാം ശേഖരിച്ചു വെച്ചിട്ടുള്ള ആ ഐഡിയിൽ എന്റെ ഒരു ഫോട്ടോ പോലുമില്ല. എല്ലാം അവൾ ഡിലീറ്റ് ചെയ്തുകളഞ്ഞെന്ന് തോന്നുന്നു. എന്റെ പേര് അവളുടെ പേരിന്

പിന്നിൽ നിന്നും ഒഴിവാക്കി അവൾ പുതിയൊരു മെയിൽ ഐഡിയും ഉണ്ടാക്കിയിട്ടുണ്ട്. അതിനെക്കുറിച്ചൊന്നും കൂടുതൽ ആലോചിക്കാതെ ഞാൻ ഡ്രൈവിങ്ങിൽ ശ്രദ്ധ കേന്ദ്രീകരിച്ചു.

ഏകദേശം മൂന്നു കിലോമീറ്ററുകൾ കൂടി കഴിഞ്ഞതോടെ സ്വർണ്ണ പുൽപ്പരപ്പുകൾ കണ്ടു തുടങ്ങി. ഇനി ഖലാസിത്തട്ടാണ് മോതിരക്കണ്ണിയും നക്ഷത്രച്ചൂതും വിരിയുന്ന ഏക്കറുകണക്കിന് വിജനമായ പാറ. അതിന്റെ അവസാനം ടൗൺ ആരംഭിക്കുന്ന ഭാഗത്താണ് സുജ പറയുന്ന ഖലാസി മുക്ക്. തൊട്ടടുത്ത് കിടക്കുന്ന രണ്ട് സ്ഥലങ്ങൾ. അതിൽ ഇത്രയും വിജനമായ ഒരു സ്ഥലം ഉണ്ടായിട്ടും ടൗൺ ഏരിയയിൽ ആണ് പ്രേതത്തിന്റെ ആക്രമണമുണ്ടാകുന്നത്. സാധാരണ വിജനമായ ഇടങ്ങളിൽ ആണല്ലോ ആളുകൾക്ക് പ്രേതഭയം ഉണ്ടാകുന്നത്. ഏതൊരു പ്രേതത്തിനും വിഹരിക്കാൻ പാകത്തിന് എല്ലാ വിധ പശ്ചാത്തല സൗകര്യങ്ങളും ഉള്ള, ഒരാളെ കൊന്നിട്ടാൽ പോലും പുറംലോകം അറിയാത്ത ഇത്രയും വിശാലവും വിജനവുമായ ഖലാസിത്തട്ട് ഇവിടെ ഉണ്ടായിട്ടും പ്രേതം തിരഞ്ഞെടുത്തത് ഒരു ടൗണിനെ ആണത്രെ. ഇത്രയും കാര്യങ്ങൾ വെച്ച് നോക്കിയാൽ തന്നെ ഇവിടെ വിഹരിക്കുന്നത് എന്തായാലും അതിന് പിന്നിൽ ഒരു മനുഷ്യൻ, ഒരു ജീനിയസ് ഉണ്ടെന്ന് ആർക്കും ഊഹിക്കാവുന്നതേ യുള്ളൂ. പക്ഷേ ഭാഗ്യത്തിന് ജനം അങ്ങനെ ചിന്തിക്കുന്നില്ലെന്ന് തോന്നുന്നു.

ഭയം മനുഷ്യന്റെ ബുദ്ധിയെ ചോർത്തിക്കളയുന്ന ഒരു വികാരമാണ്. തുടരെ ഹോൺ അടിച്ചുകൊണ്ട് ഓവർ ടേക്ക് ചെയ്ത് കയറി വന്ന ഒരു ലോറി എന്നെ ചിന്തകളിൽ നിന്നും ഉണർത്തി. ഒരു ഇരമ്പത്തോടെ പൊടി ക്കാറ്റ് പാറിച്ചുകൊണ്ട് അത് ഞങ്ങളെ കടന്നു പോയി. റോഡരികിലെ ഉണങ്ങി നിറം മങ്ങിയ പുല്ലുകൾ ഒരു നേർത്ത തിരയിളക്കം സൃഷ്ടിച്ചു കൊണ്ട് ആ കാറ്റിനെ ഏറ്റുപിടിച്ചു. ഉദ്ദേശ്യം ഒരു പതിനഞ്ചു മിനിറ്റ് കഴിഞ്ഞതോടെ ഖലാസിത്തട്ട് പിന്നിലായി. ചില വീഡിയോ ഗെയിമുകളിൽ കാണുന്നതുപോലെ വിജനമായ പ്രദേശം കഴിഞ്ഞ് വളരെ പെട്ടന്നാണ് ഇവിടെ ടൗൺ തുടങ്ങുന്നത്. റോഡിൽ വാഹനങ്ങളുടെ നീണ്ട നിര കണ്ടു തുടങ്ങി.

"ഞാൻ പറഞ്ഞില്ലേ... ഇന്നും എന്തോ സംഭവിച്ചിട്ടുണ്ട്. നരകം... നീ കാർ ഒതുക്ക്. ഞാൻ നടന്ന് പൊയ്ക്കോളാം. അല്ലെങ്കിൽ ഇന്നും നേരത്തിന് കോളേജിൽ എത്തില്ല."

സുജ തിടുക്കത്തിൽ ഫോൺ ലോക്ക് ചെയ്ത് ഹാന്റ് ബാഗിനക ത്തേക്ക് താഴ്ത്തി. ഞാൻ കാർ ഒതുക്കിയതും അവൾ ബൈ പറഞ്ഞ് ഇറങ്ങിയതും ഒരുമിച്ചായിരുന്നു. കാർ ഒതുക്കി വണ്ടി ലോക്ക് ചെയ്ത് കീ പോക്കറ്റിലേക്ക് നിക്ഷേപിച്ച് ഞാനും മുന്നിലേക്ക് നടന്നു. നടന്ന് ചെല്ലുമ്പോഴേക്കും ബ്ലോക്കിന് കാരണമായി റോഡിൽ വലിയൊരു കുഴി ഉണ്ടായിരുന്നു. തീറ്റയിട്ട പാത്രത്തെ കോഴികൾ വളഞ്ഞതു പോലെ അതിന് ചുറ്റും നിന്ന് കുഴി മൂടാൻ ഒരു ജെ.സി.ബിയും രണ്ട് കേറ്റും

ചേർന്ന് പെടാപാട് പെടുകയാണ്. നടുറോഡിൽ ഒരു മിനി ബസ്സിനെ ഇട്ടു മൂടാൻ പാകത്തിന് ഒരു കുഴി കാണപ്പെട്ടതിൽ ഉള്ള അത്ഭുതത്തിൽ ആണ് ജനം. അവിടെയുള്ള ചില ഡ്രൈവർമാരോട് ഒന്നും അറിയാത്ത ഭാവത്തിൽ ഞാൻ കാര്യങ്ങൾ ചോദിച്ചറിഞ്ഞു. പൊലീസുകാരെപ്പോലെ ഡ്രൈവർമാർക്കും കാര്യങ്ങൾ നിരീക്ഷിക്കാനുള്ള കഴിവ് കൂടുതലായിരിക്കും. സ്വാഭാവികമായ നിരീക്ഷണങ്ങൾ അവരുടെ തൊഴിലിന്റെ ഭാഗമായതുകൊണ്ട് നമ്മൾ ശ്രദ്ധിക്കാത്ത കാര്യങ്ങൾ അവർ കണ്ടെത്തിരിക്കും. അവർ പറഞ്ഞ കാര്യങ്ങളെല്ലാം ഒരു നാടോടിക്കഥ പോലെ വിചിത്രമായിരുന്നു. ഖലാസിമുക്കിൽ ഒരു മൂങ്ങയുടെ പ്രേതത്തിന്റെ സാന്നിധ്യം ഉണ്ടെന്ന് തന്നെയാണ് എല്ലാ കഥകളുടെയും കാതൽ. ഈ പ്രേതം നാട്ടുകാർ നാഗമ്പടത്ത് ഖലാസി എന്ന് വിളിക്കുന്ന മരിച്ചു പോയ ഒരു കള്ളൻ വളർത്തിയിരുന്ന കൽക്കി എന്ന് പറയുന്ന മൂങ്ങയുടെ പ്രേതമാണ്.

ഇന്നത്തെ ഈ പ്രദേശത്തിന്റെ പേര് തന്നെ ആ കള്ളന്റെ പേരിലുള്ള ഖലാസി എന്ന വാക്കിനെ ഉപജീവിച്ച് ഉണ്ടായതാണ്. ഒരു കാലത്ത് കാരത്തട്ട് മുതൽ നാഗമ്പടം വെൺമേഖല വരെ വിറപ്പിച്ച ക്രൂരനായ പല അമാനുഷിക ശക്തികൾ ഉള്ള കള്ളനായിരുന്നു നാഗമ്പടത്ത് ഖലാസി. കൽക്കിയെന്ന് പേരുള്ള മൂങ്ങയെ ഉപയോഗിച്ച് വെൺമേഖലയിലൂടെ കടന്നുപോയിരുന്ന കച്ചവടക്കാരുടെ കൂട്ടങ്ങളെ കൃത്യമായി നിരീക്ഷിച്ച ശേഷമായിരുന്നു ഖലാസി ആക്രമണങ്ങൾ അഴിച്ചു വിട്ടിരുന്നത്. ആളുകളെ മാർക്ക് ചെയ്യാൻ മൂങ്ങയെ ഉപയോഗിച്ചിരുന്നതുകൊണ്ട് അയാളുടെ കണ്ണിൽപ്പെടാതെയുള്ള യാത്ര അക്കാലത്ത് അസാധ്യമായിരുന്നു.

സുജയുടെ തറവാട്ടിലും മൃഗാരാധനയുണ്ട്. അവിടെയും മൂങ്ങയെ ആരാധിക്കുന്നുണ്ട്. അതുകൊണ്ടാണെന്ന് തോന്നുന്നു സുജയുടെ മൊബൈലിന്റെ ബാക്ക് പൗച്ചിലും നീലനിറമുള്ള ഒരു മൂങ്ങയുടെ ചിത്രമുണ്ട്. തിരിച്ച് കാറിലേക്ക് നടക്കുമ്പോൾ ഞാൻ അതിനെക്കുറിച്ചാണ് ചിന്തിച്ചത്. ഇടയ്ക്കൊരു കാലത്ത് ഞാൻ സുജയെക്കറിച്ച് ചിന്തിക്കാറേ ഇല്ലായിരുന്നു. സിനിമയ്ക്ക് പിന്നാലെയുള്ള അലച്ചിൽ എന്നെ പൂർണ്ണമായും മറ്റൊരു മനുഷ്യനാക്കിത്തീർത്തു. ഒരു പക്ഷേ വിജയിച്ചിരുന്നെങ്കിൽ സുജ ചെയ്ത ത്യാഗങ്ങൾ എനിക്ക് ഏതെങ്കിലും ഒരു ഇന്റർവ്യൂവിൽ വലിയ സ്നേഹത്തോടെ വിവരിക്കാമായിരുന്നു. അത് സുജ വളരെ അഭിമാനത്തോടെ ടിവിയിൽ കണ്ട് ആസ്വദിച്ചേനെ. പക്ഷേ ഞാൻ തോറ്റു പോയി. വൈദ്യുതി ലൈനിൽ നിന്ന ഷോക്കേറ്റ് വീഴുന്ന പക്ഷിയെപ്പോലെ ഞാൻ താഴേക്കു വീണു. ആ സമയത്തായിരിക്കാം സുജയുടെ ജീവിതത്തിലേക്ക് അവൻ കടന്നു വന്നത്. ആ ആക്സിഡന്റിൽ കുഞ്ഞിനെ നഷ്ടപ്പെട്ടതോടു കൂടി ഞാൻ മുഴുവനായും തകർന്നു.

അവളുടെ ബെസ്റ്റ് ഫ്രണ്ട് ഫർഹാനയുടെ സ്കൂട്ടറിൽ നിന്ന് വീഴുമ്പോൾ സുജ ആറ് മാസം ഗർഭിണിയായിരുന്നു. കുഞ്ഞിന്റെ മുഖം ഒന്നു കാണുവാൻ പോലും പറ്റിയില്ല. വീടിനു മുന്നിലെ പേരമരത്തിലെ ഒരു

കാഴ്ച നശിച്ച ചിന്തകളിൽ നിന്നും എനിക്ക് വിടുതൽ നൽകി. കൂട്ടമായി പറക്കുന്ന ഏതോ ഒരു തരം പക്ഷികൾ പേരയുടെ ചില്ലയുടെ പച്ചപ്പ് നിറഞ്ഞ വിതാനത്തിൽ അവിടവിടെയായി വിശ്രമിക്കുന്നുണ്ടായിരുന്നു. അധികനേരം അവയെ നോക്കി നിൽക്കാൻ എനിക്ക് സമയം ഉണ്ടായിരുന്നില്ല. ഒറ്റ നോട്ടത്തിൽ സുജയ്ക്ക് ഒരു മതിപ്പ് തോന്നുന്ന വിധത്തിൽ വീട് മൊത്തത്തിൽ ഒന്ന് വൃത്തിയാക്കി വെച്ചു. ഭക്ഷണം കഴിച്ച് കുളിച്ച് കാറുമായി ഇറങ്ങി. അല്പം വേഗത എടുത്തപ്പോൾ സുജയുടെ ഡ്രൈവിങ്ങിൽ പൊതുവെ സൈലന്റായ എൻജിൻ അമ്മയുടെ കൈയിൽ നിന്ന് വിടുതൽ കിട്ടിയ കുഞ്ഞിനെപ്പോലെ ആർത്തു കൂവിക്കൊണ്ട് മുന്നിലേക്ക് പാഞ്ഞു.

ഗിയർ മാറി പെഡലിൽ കാലിന്റെ മുഴുവൻ ഭാരവുമേൽപ്പിച്ച് ഞാൻ പിന്നിലേക്ക് ചാരിയിരുന്നു. ഖലാസിത്തട്ടിൽ എത്തിയപ്പോൾ മാത്രം പരമാവധി വേഗം കുറച്ചു. മാനത്ത് നിന്ന് പൊഴിഞ്ഞു വീണതുപോലെ ഖലാസിത്തട്ട് വെയിലിൽ സ്വർണ്ണവർണ്ണമുള്ള പുല്ലുകൾ വിരിച്ച് നേർത്ത കാറ്റിന്റെ തലോടലേറ്റ് കിടക്കുകയാണ്. കടലിൽ നങ്കൂരമിട്ട കപ്പലുകളെപ്പോലെ വളരെ ദൂരത്തിൽ രണ്ട് ചെങ്കൽലോറികൾ നിർത്തിയിട്ടിരിക്കുന്നത് കാണാം. വെറെ ആളനക്കമൊന്നുമില്ല. അപ്പോഴത്തെ ഒരു ഉൾവിളിക്ക് കാർ റോഡരികിൽ പാർക്ക് ചെയ്ത് ഞാൻ പുൽപ്പരപ്പിലേക്ക് ഇറങ്ങി നടന്നു. കറുത്ത് ദൃഢമേറിയ പരുക്കൻ ഭൂമിക്ക് മകളിൽ ഇടതൂർന്ന പുല്ലിന്റെ ഒരാവരണം. അതാണ് ഒറ്റനോട്ടത്തിൽ ഖലാസിത്തട്ടിന്റെ ഒരു സ്വഭാവം.

കിഴക്കും പടിഞ്ഞാറുമായി പാറപ്പുല്ലുകൾ മാത്രം വളരുന്ന തരിശുഭൂമിയിൽ രാവണൻ കോട്ട പോലെ തലയുയർത്തി നിൽക്കുന്ന രണ്ട് ക്ഷേത്രങ്ങൾ. കിഴക്ക്, തമിഴ് ക്ഷേത്ര നിർമ്മാണരീതികളുമായി നേരിട്ട് വേഴ്ച്ചയുള്ള വലിയ ക്ഷേത്രസമുച്ചയത്തിൽ ഖലാസിത്തട്ടിനും ഇരുവൻ കരയ്ക്കും മുഴുവൻ നാഥനായി ക്ഷിപ്രകോപിയും ക്ഷിപ്രപ്രസാദിയുമായ നരസിംഹമൂർത്തി കുടികൊള്ളുന്നു. ചെമ്പട്ട് ചേല ഞൊറിഞ്ഞുടുത്ത് കാലിൽ ചിത്രച്ചിലമ്പും കയ്യിൽ തങ്കക്കസവു പോൽ മിന്നുന്ന പള്ളിവാളുമേന്തി പടിഞ്ഞാറമരുന്നത് ഇരുവൻ കരയുടെ കാവിലമ്മ വലിയ തമ്പുരാട്ടി സാക്ഷാൽ ശ്രീഭദ്ര!

ഞങ്ങളുടെ ടെറസിൽ നിന്ന് നോക്കിയാൽ കാവിലമ്മയുടെ കൂറ്റൻ ഗോപുരം വളരെ വ്യക്തമായി തന്നെ കാണാനാകും. ഒഴിവുദിവസങ്ങളിൽ ടെറസ്സിൽ അതിന് അഭിമുഖമായി നിന്ന് കോഫി കുടിക്കുന്ന ശീലമുണ്ട് സുജയ്ക്ക്. രാവിലത്തെ തണുത്ത കാറ്റ് അന്നേരം അവളുടെ പിൻകഴുത്തിനോട് പരിചയം പുതുക്കും. പിന്നെയവളുടെ മുടിയിഴകളിൽ അതൊരു സാഹസിക സഞ്ചാരം നടത്തും. ഞാനെപ്പോഴും അവളുടെ പിന്നിൽ നിന്ന് അത് കണ്ട് നിൽക്കാറുണ്ട്.

“നീയെന്താ ഇവിടെ...”

അത്രയും പരിചിതമായ ആ വിളിയാണ് എന്നെ മനോരാജ്യത്തു നിന്നും ഉണർത്തിയത്. പിന്തിരിഞ്ഞ് നോക്കിയപ്പോൾ സാരിയുടെ ഞൊറിവുകളും ഉയർത്തിപ്പിടിച്ച്. ലേശം കൗതുകത്തോടെ സുജ മുന്നിൽ നിൽക്കുന്നു.

"കോളേജ് നേരത്തേ വിട്ടു. ഫർഹാനയുടെ കൂടെ സ്കൂട്ടറിൽ വരുവാരുന്നു. അന്നേരമാ വഴിയിൽ കാർ കണ്ടത്."

അവൾ സാരി ഉയർത്തിപ്പിടിച്ച് മുന്നിലേക്ക് നടന്ന് വന്നു.

"ഒന്നുമില്ലാ ചുമ്മാ ഇവിടൊക്കെ ഒന്ന് കാണാൻ വേണ്ടി ഇറങ്ങിയതാ..."

ഞാൻ അവളുടെ കൈയ്യിൽ നിന്നും ഹാന്റ് ബാഗ് പിടിച്ചു വാങ്ങി.

"ഇതൊക്കെ എന്റെ കൈയിൽ തന്നെ വച്ചോളാം. നീയാരാ... എന്റെ ജോലിക്കാരനോ..?"

അവളെന്റെ കൈയ്യിൽ നിന്നും ബാഗ് തിരികെ വാങ്ങി.

"സുജാ... നമുക്കെവിടെയെങ്കിലും ഒരു ഡ്രൈവ് പോയാലോ."

അവളുടെ മുഖത്തെ പ്രസരിപ്പ് ആസ്വദിച്ചുകൊണ്ട് ഞാൻ ചോദിച്ചു.

"ഞാനും അതു പറയാൻ ഇരിക്കുവാരുന്നു. ഈ കോളേജിനും വീടിനും ഇടയിൽ കിടന്ന് രണ്ട് സ്റ്റോപ്പുള്ള തീവണ്ടിയായി ഓടി എനിക്ക് മടുത്തു. പക്ഷേ ഇന്ന് വേണ്ട. ഇന്ന് ഞാൻ തറവാട്ടിൽ പോകുകയാ. ഇനിയിപ്പോ ബോഡി കൊണ്ടുവരലും പൊതുദർശനവും എല്ലാം ആയിട്ട് നാളെ എന്തായാലും ക്ലാസ്സ് ഉണ്ടാകില്ല. തൽക്കാലം നമുക്കാ മരത്തണലിൽ ഇരിക്കാം."

അവളെന്റെ തോളിലൂടെ കൈയ്യിട്ട് പിടിച്ചു.

"കോളേജിൽ ഒരുത്തൻ ഇന്ന് മരിച്ചു. എന്റെ ക്ലാസ്സിൽ ഉള്ളതാ... അതാ കോളേജ് നേരത്തേ വിട്ടത്."

സുജ അല്പം കൂടി എന്നിലേക്ക് ചാഞ്ഞ് നടന്നു. അവളുടെ ഒരുത്തൻ എന്ന പ്രയോഗത്തിൽ എനിക്ക് അത്ഭുതമൊന്നും തോന്നിയില്ല.

"ഇത് ജെ.സി.ബി കൊണ്ടുണ്ടാക്കിയ വഴിയാണല്ലേ? എന്തോരം ചെറിയ ജീവികൾ അതിനടിയിൽ അരഞ്ഞു പോയിട്ടുണ്ടാകും."

മനുഷ്യൻ മരിച്ചിട്ട് ദുഃഖമില്ലാത്ത സുജ കണ്ണിന് കാണാത്ത ചെറിയ ജീവികൾ ചത്തത് ഓർത്ത് ദുഃഖിക്കുന്നതിലും എനിക്ക് അത്ഭുതം തോന്നിയില്ല.

"ജെ.സി.ബിയല്ല ടീത്തിന്റെ പോസിഷൻ കണ്ടിട്ട് ക്യാറ്റ് ആണെന്ന് തോന്നുന്നു."

അന്ന് കുഴിമൂടുമ്പോഴും കൂടുതൽ ക്യാറ്റിന്റെ എസ്ക്കവേറ്റർ ആണ് കണ്ടത്. ഉറപ്പ് കൂടുതൽ ഉള്ള പാറ പ്രദേശം ആയതുകൊണ്ട് ഇവിടെ

ജെ.സി.ബി കുറവാണെന്ന് തോന്നുന്നു. ഞാൻ മനസ്സിൽ ചിന്തിച്ചു. ആ പറഞ്ഞത് സുജയ്ക്ക് ഇഷ്ടമായില്ലെന്ന് അവളുടെ മുഖഭാവത്തിൽ നിന്ന് മനസ്സിലായി. എങ്കിലും അവളുടെ മുഖത്തു നിന്നും സന്തോഷം ഒഴിഞ്ഞു പോയിരുന്നില്ല.

അവൾ ബാഗ് തുറന്ന് ഒരു വെളുത്ത പേപ്പർ മടക്ക് നിവർത്തി എനിക്ക് നേരെ നീട്ടി.

"കഴിഞ്ഞ എക്സാമിന്റെ ആൻസർ ഷീറ്റാണ്. ഇന്ന് ആക്സിഡന്റിൽ മരിച്ചവൻ ആണ് അത് എഴുതിയിരിക്കുന്നത്. അതിലെ പതിനൊന്നാമത്തെ ഉത്തരം എടുത്ത് നോക്ക്."

സുജ ഒന്ന് ദീർഘമായി ശ്വസിച്ചു. അത് വായിച്ചു നോക്കാതെ തന്നെ അതിന്റെ ഉള്ളിൽ എന്താണെന്ന് എനിക്കറിയാമായിരുന്നു. അത് ഉത്തരമായിരുന്നില്ല. സുജയുടെ ശരീരത്തെക്കുറിച്ചുള്ള ഒരു ആസ്വാദനക്കുറിപ്പായിരുന്നു. അവളെക്കുറിച്ചുള്ള തരംതാണ ലൈംഗിക ഫാന്റസികൾ. എങ്കിലും അവൾക്ക് സംശയം തോന്നാതിരിക്കാൻ ഞാനത് വായിക്കുന്നതായി അഭിനയിച്ചു. കടലാസിൽ നിന്ന് കണ്ണെടുത്ത് ഞാൻ പുറത്തേക്ക് നോക്കി ഭ്രാന്തൻ കാറ്റുകൾ താഴ്ന്ന് പറന്ന് ഉണങ്ങിയ പുല്ലുകൾക്കിടയിൽ നീളത്തിൽ ചാലുകൾ കീറുകയായിരുന്നു. ബസ്സിൽ കയറാൻ നേരം സുജ ഒരു നിമിഷം എന്റെ കൈയിൽ അമർത്തിപ്പിടിച്ചു.

"തിരിച്ചു വന്നിട്ട് എനിക്കൊരു സന്തോഷം പറയാനുണ്ട്. വന്നിട്ടു പറയാം. അതുവരെ ചെറിയൊരു സർപ്രൈസ്..."

ചിരിച്ചു കൊണ്ട് അവൾ ബസ്സിന്റെ ചവിട്ടുപടിയിൽ നിന്നു. അവൾക്ക് മുന്നിൽ ബസ്സിന്റെ ഭീമൻ ഡോറിന്റെ പാളി ഒഴുക്കോടെ വഴുതി അടഞ്ഞു. എയർ ഹോണിന്റെ ഒരു മുഴക്കത്തെ അന്തരീക്ഷത്തിലേക്ക് ലയിപ്പിച്ചു കൊണ്ട് ബസ്സ് നങ്കൂരം വിട്ട കപ്പൽ പോലെ പതുക്കെ ചലിച്ചു തുടങ്ങി.

ഒന്നര മണിക്കൂർ കഴിഞ്ഞപ്പോൾ ഒരു ആന്ധ്രാ രജിസ്ട്രേഷൻ ബസ്സിൽ ജോൺസി വന്നിറങ്ങി. ഇത്രയും ചുരുങ്ങിയ സമയത്തിൽ വീട്ടിൽ പോയി അവനെ പിക്ക് ചെയ്യാൻ വീണ്ടും വരേണ്ട ബുദ്ധിമുട്ട് ഓർത്ത് ഞാൻ ടൗണിൽ തന്നെ കാത്തു നിൽക്കുകയാണ് ചെയ്തത്. നാലഞ്ച് വർഷങ്ങൾക്ക് മുൻപാണ് ഞാനവനെ ആദ്യമായി കാണുന്നത്. ഞാൻ മുപ്പതിനായിരം രൂപയ്ക്ക് ഒ.എൽ.എക്സിൽ വിൽക്കാനിട്ട പഴയ ഫിലിം ക്യാമറയ്ക്ക് അവൻ അന്ന് ഒന്നര ലക്ഷം രൂപ വിലപറഞ്ഞു.

"ആശാനേ, നിങ്ങൾക്കിതിന്റെ വില അറിയാത്തതു കൊണ്ടാണ്. ഇപ്പോ ഇതുപയോഗിക്കാൻ പറ്റില്ലായിരിക്കും. പക്ഷേ പഴയകാല എ.കെ ഫോട്ടിസെവൻ ആണിത്. ഒരു ഫുൾ റോൾ ഫിലിം ഇതിൽ സുമാർ അഞ്ച് സെക്കന്റിൽ തീരും. വെടി പൊട്ടുന്ന പോലെ കട കട കടാന്ന്..."

അതാണ് അവനതിന് വില അത്രയും കയറ്റിപ്പറയാൻ കണ്ട ന്യായം. അച്ഛന്റെ പഴയ ക്യാമറയായിരുന്നു. ഞാനവന് അത് വെറുതെ കൊടുത്തു. അന്നു തൊട്ട് തുടങ്ങിയ സൗഹൃദമാണ്. സുജയ്ക്ക് ഫോട്ടോ ഗ്രാഫിയിൽ കമ്പം കയറിയത് അവൻ വന്നതിൽ പിന്നെയാണ്. ഇടയ് ക്കൊക്കെ അവൻ വീട്ടിൽ വന്നു നിൽക്കും. ഇപ്പോൾ മൂങ്ങ ആളുകളെ ആക്രമിച്ചു വീഴ്ത്തുന്നതിന്റെ ഫോട്ടോസ് അവനു വേണം. അതെടുക്കാൻ വേണ്ടിയാണ് ഒരാഴ്ചത്തേക്ക് ലീവ് എടുത്ത് ഈ ഒരു യാത്ര. അവനെ കുറ്റം പറയാൻ പറ്റില്ല. അവന് കൗതുകം ജനിപ്പിക്കുന്ന രീതിയിൽ പൊടിപ്പും തൊങ്ങലും വെച്ചാണ് ഞാൻ ആ കഥ അവനോട് പറഞ്ഞത്. രാത്രി ഭക്ഷണം കഴിച്ച് സുജയുടെ കാറുമായി ഞങ്ങൾ ഇറങ്ങി. സുജയും ഞാനും സംസാരിച്ച മരച്ചുവട്ടിലേക്കാണ് ഞാനവനെ കൊണ്ടു പോയത്. ചുറ്റും ഏക്കറുകണക്കിന് വിജനമായ പാത. കാവിലമ്മയുടെ ക്ഷേത്ര ഗോപുരത്തിന് മുകളിലെ അലങ്കാര വിളക്കുകൾ മുനിഞ്ഞ് കത്തുന്നത് ദൂരെ നിന്ന് തന്നെ കാണാം.

“ഇവിടാണോ സംഭവം. ഏതോ ടൗണിൽ ആണെന്നല്ലേ ആശാൻ പറഞ്ഞത്?”

അവൻ എനിക്ക് പിന്നാലെ വണ്ടിയിൽ നിന്നും ഇറങ്ങി.

“ചേട്ടായീ ഇവിടാണോ മൂങ്ങ വരുന്നത്?”

എന്റെ മറുപടി കേൾക്കാഞ്ഞ് അവൻ ഒരിക്കൽക്കൂടി ചോദിച്ചു.

“മൂങ്ങയല്ല, അവനൊരു പേരുണ്ട്.. വളർത്തുപക്ഷികൾക്ക് പേരുണ്ടാകുമെന്ന് അറിയില്ലേ.”

എന്റെ ശബ്ദം പരമാവധിയിലേക്ക് ഉയർന്നു.

“സ്കൂബീ...”

ഞാൻ ഇരുട്ടിലേക്ക് നീട്ടി വിളിച്ചു. നെല്ലിട പോലും കാത്തു നിൽക്കേണ്ടി വന്നില്ല. ചിറകടിയൊച്ചയുടെ പോലും അകമ്പടിയില്ലാതെ കുലച്ചു വിട്ട അസ്ത്രം താണിറങ്ങുന്നതു പോലെ സ്കൂബി ഞങ്ങൾക്ക് മുന്നിൽ പറന്നിറങ്ങി. കാറിന്റെ പാർക്ക് ലൈറ്റിലെ പതഞ്ഞ വെളിച്ചം അവനൊരു മായിക പ്രഭാവം ചാർത്തിക്കൊടുത്തു. നിബിഡമായ തൂവലുകൾ അലങ്കരിക്കുന്ന ചിറകുകൾ മടക്കി വെച്ച് സ്കൂബി നിലത്ത് കാലുകളിൽ ഊന്നി നിന്നു. ശേഷം കഴുത്തിലെ കശേരുക്കളാൽ ഏതുവശത്തേക്കും കറക്കിയെടുക്കാവുന്ന തലയുടെ സഹായത്താൽ മുഖം തിരിച്ച് തീക്കുണ്ഡം പോലെ ജ്വലിക്കുന്ന കണ്ണുകൾ വിതുർത്തി ജോൺസിയെ ഒന്ന് നോക്കി.

“ഇവനാണ് ഇവിടെ ആളുകളെ കൊല്ലുന്ന വില്ലൻ.”

ഞാൻ സ്കൂബിയെ ജോൺസിക്ക് പരിചയപ്പെടുത്തി. അവൻ കഴുത്തിൽ നിന്നും ക്യാമറ വലിച്ചെടുത്തു.

“ഫോട്ടോഷൂട്ടൊക്കെ പിന്നെ ചെയ്യാം. അതിന് മുൻപ് രണ്ട് ചോദ്യം, രണ്ട് ഉത്തരം. സുജ പോകും മുൻപ് വന്നിട്ടൊരു സന്തോഷ വർത്ത മാനം പറയാനുണ്ടെന്ന് പറഞ്ഞു. അവൾ പറയാതെ തന്നെ നിന്നെപ്പോലെ എനിക്കും അതറിയാം. സുജ ഗർഭിണിയാണ്.”

ഞാൻ ഒന്ന് ആഴത്തിൽ ശ്വാസമെടുത്തു.

“ആദ്യത്തെ ചോദ്യം.. അത് നിന്റെ കുഞ്ഞാണോ?”

അവനതിന് മറുപടിയൊന്നും പറഞ്ഞില്ല.

“ശരി, രണ്ടാമത്തെ ചോദ്യം ചോദിക്കാം.. അന്ന് ആക്സിഡന്റിൽ ഇല്ലാതായ സുജയുടെ കുഞ്ഞ്... അതും... അതും നിന്റെയാണോ..?”

“അങ്ങനെയല്ല ചേട്ടാ... അത് ഞങ്ങള് ചാറ്റ് ചെയ്യുമ്പോ... എനിക്ക്... എനിക്കൊരു സുഖം കിട്ടാൻ വേണ്ടി ചേച്ചി വെറുതെ പറയുന്നതാ...”

ജോൺസിയുടെ ശബ്ദം വല്ലാതായി.

“ഞാൻ നിങ്ങളുടെ സെക്സ് ചാറ്റൊന്നും കണ്ടിട്ടില്ല. നീ മര്യാദ യ്ക്ക് കാര്യം പറ ഇല്ലെങ്കിൽ മൂങ്ങയുടെ പ്രേതം കൊന്നുകൂട്ടിയ ആളു കളുടെ ലിസ്റ്റിൽ ഒരു ചെറുപ്പക്കാരൻ ഫോട്ടോഗ്രാഫറുടെ പേരു കൂടെ നാട്ടുകാർ പറഞ്ഞു നടക്കും. വേറേ ഒന്നും സംഭവിക്കില്ല, സ്കൂബി ആളും തരവും നോക്കില്ല.”

എന്റെ ശബ്ദത്തിന് ഒരു ഭീഷണിയുടെ ദൃഢത കൈവന്നിരുന്നു.

“ചേട്ടൻ വിചാരിക്കും പോലെയല്ല.. ചേച്ചിക്ക്. മ്മ്... ചേച്ചിക്ക് പ്രെഗ്നന്റ് ആകണം എന്ന് തോന്നുമ്പോൾ മാത്രമേ ഞങ്ങൾ ബന്ധപ്പെട്ടിരുന്നുള്ളൂ... അല്ലാതിതുവരെ ചെയ്തിട്ടില്ല.”

ഒരു വിചിത്രമായ ന്യായമാണ് അവനതിന് മറുപടി ആയി പറഞ്ഞത്.

“അത് കുഴപ്പമില്ല. അവളെ വേണമെങ്കിൽ നീ പോകുമ്പോൾ കൂടെ കൊണ്ടുപോയ്ക്കോ.”

“ചേട്ടായീ എനിക്ക് നാട്ടിൽ വേറേ ഭാര്യയും കുഞ്ഞും ഒക്കെ ഉള്ളതാ.. ചേട്ടായി പേടിക്കണ്ടാ. ഞാനാരോടും പറയുകയൊന്നുമില്ല. ചേട്ടന് കുട്ടി കൾ ആകാത്തതുകൊണ്ടാ ഞങ്ങൾ.”

ഭാഗ്യത്തിന് അവനതു പറഞ്ഞു മുഴുമിപ്പിച്ചില്ല. ഞാൻ കാറിന്റെ ഡോർ തുറന്ന് വച്ചു. കാറിലേക്ക് കയറും മുൻപ് സ്കൂബിയെ ഒരു വിളി വിളിച്ചു. ചില വിളികൾ ചാട്ടവാർ വീശുന്ന ഗുണം ചെയ്യും. സ്കൂബിക്ക തറിയാം..!

■

ശീതവാഹിനി

"ഇതിപ്പോ അത്ര വലിയ വിഷയം ഒന്നുമല്ല. ഈ സിനിമേലൊക്കെ വയലൻസ് സീൻ വരുമ്പോ ഞാൻ കണ്ണടച്ചുപിടിച്ച് പിന്നിലേക്ക് ചാഞ്ഞിരിക്കും. എങ്ങനെ പോയാലും കുറച്ചു കഴിയുമ്പോ നായകൻ വന്നെല്ലാം ഓക്കെ ആക്കുമെടാ... അന്നേരം കണ്ണു തുറന്നു നോക്കിയാൽ എല്ലായിടത്തും സന്തോഷമായിരിക്കും. അതു പോലാടാ ജീവിതവും. ഇടയ്ക്കൊക്കെ കണ്ണടച്ചു പിടിക്കേണ്ടി വരും. ഇത് കണ്ണടച്ച് നിൽക്കേണ്ട നേരമാ... നമ്മളൊന്നും കണ്ടിട്ടുമില്ല ഒന്നും കേട്ടിട്ടുമില്ല. നീ വന്ന് വണ്ടീൽ ക്കയറ്..."

ലാമ്പി എന്റെ തോളിൽപ്പിടിച്ച് പിന്നിലേക്ക് വലിച്ചു. പിന്തിരിയാൻ കൂട്ടാക്കാതെ ഞാൻ ഒന്നുകൂടി മുന്നിലേക്ക് ആഞ്ഞുനിന്ന് താഴേക്ക് നോക്കി. ഭീകരമായിരുന്നെങ്കിലും പൂത്ത മുല്ലവള്ളികൾപോലെ ആകാശം ഇരുട്ടിൽ മിന്നലുകൾ ഞാത്തിയിട്ട രാത്രിയായിരുന്നു അത്. അതിന്റെ ഇടതടവുള്ള വെളിച്ചത്തിൽ ഞാൻ വ്യക്തമായും കണ്ടു. ആക്സിഡന്റു കേസുകളിൽ ഉടഞ്ഞ തലകളിൽ നിന്നും റോഡിലേക്ക് അടർന്നു വീണ കണ്ണുകൾ വലിച്ചെടുക്കുമ്പോൾപോലും തോന്നാത്ത വിധത്തിൽ എനിക്ക് മനസ്സിനൊരു വല്ലായ്മ തോന്നി.

"ലാമ്പീ... നമുക്കെടുത്ത് വണ്ടീൽ കയറ്റാം...?"

മുൾപ്പടർപ്പുകൾ ഞാൻ കൈകൾകൊണ്ടു വകഞ്ഞുമാറ്റി. 'നിനക്കെന്താടാ തലക്ക് ഓളമാണോ? ഇപ്പോ തന്നെ കുറേപ്പേരു കേറി മേഞ്ഞിട്ടുണ്ടെന്നു തോന്നുന്നു. ഇനി നമ്മളുകൂടി എന്തേലും ചെയ്തിട്ടു വേണം അവസാനം എല്ലാംകൂടെ നമ്മുടെ തലേലാകാൻ.. നീ വിട്ടേച്ചും വാടാ... വാ, പോകാം.."

അയാളെന്റെ തോളിൽപ്പിടിച്ച് പിന്നിലേക്ക് വലിച്ചു. ആ കൈ തട്ടിമാറ്റി മുൾപ്പടർപ്പിനു മുകളിലൂടെ ഒരിഴജന്തുവിനെപ്പോലെ ഞാൻ താഴേക്കിറങ്ങി. അവളുടെ രക്തം കിനിഞ്ഞിറങ്ങിയ മൂക്കിന്റെ തുമ്പിലേക്ക് പതിയെ വിരൽ ചേർത്തു നോക്കി. നേർത്ത നൂലിഴപോലെ അതിൽ ശ്വാസമുണ്ടായിരുന്നു. ഉടുമുണ്ട് ഉരിഞ്ഞെടുത്ത് പുതപ്പിച്ച് അവളെ

കൈകളിലേക്കെടുക്കുവാൻ ഞാൻ ഒരു തവണ ശ്രമിച്ചു നോക്കി. പക്ഷേ പ്രതീക്ഷിച്ചതിലും ഭാരം കൂടുതൽ ആയിരുന്നു. മൊബൈലിൽ ലാമ്പിയെ വിളിച്ച് സ്ട്രെച്ചസ് എടുക്കാൻ പറഞ്ഞെങ്കിലും അയാൾ കയർത്തു സംസാരിക്കുകയും ഒരു തെറിയും ചേർത്ത് ഫോൺ കട്ട് ചെയ്യുകയുമാണ് ചെയ്തത്. മുൾപ്പടർപ്പിൽ പൊത്തിപ്പിടിച്ച് ഞാൻ വീണ്ടും മുകളിലേക്ക് തന്നെ കയറി. മുകളിൽ ചെല്ലുമ്പോഴേക്കും ലാമ്പി ബാഗും കഴുത്തിൽ തൂക്കി ബോണറ്റിൽ ചാരി നിൽക്കുകയായിരുന്നു.

"ലാമ്പി വണ്ടിയെടുക്ക്. നമുക്കാ കുട്ടിയെ ഹോസ്പിറ്റലിൽ കൊണ്ടു പോകണം."

ഞാൻ ചെയ്യുന്നതിനോടൊന്നും മതിപ്പില്ലെന്ന് അയാളുടെ മുഖത്ത് എഴുതിവെച്ചിരുന്നെങ്കിലും ഞാൻ വെറുതെ ഒന്നു പറഞ്ഞു നോക്കി .

"നീയൊന്ന് തീരുമാനിച്ചാൽ തീരുമാനിച്ചതാണെന്ന് എനിക്കറിയാം. അതുകൊണ്ടു പറയുന്നതാ. അതാണു തീരുമാനമെങ്കിൽ ഇനിയങ്ങോട്ട് ഞാൻ ഉണ്ടാകില്ല. വരാൻ പോകുന്നതൊക്കെ നീ തന്നെ താങ്ങേണ്ടി വരും. ആരാണ്ടു റേപ്പ് ചെയ്ത് നീരു വറ്റി ചണ്ടിയായപ്പോ ഇവിടെ കൊണ്ടു തള്ളിയതാ. കോലം കണ്ടിട്ട് സംഭവം ഉടനെ തീരും. ഒന്നാമത് അറിയാത്ത നാട്. വല്ലതും സംഭവിച്ച് കയ്യീന്ന് പോയി എന്തെങ്കിലും നാട്ടിൽ അറിഞ്ഞാൽ ആൾക്കാര് ഊതിപ്പെരുപ്പിച്ച് പത്തിന് പതിനാറാക്കി കഥയുണ്ടാക്കും. നിനക്കറിയാലോ സുജയുടെ സ്വഭാവം... ഒരു റിസ്കിനും നമ്മളില്ല."

അയാൾ ഷർട്ടിന്റെ കൈകൾ തെറുത്തു കയറ്റി.

"തൽക്കാലം അവളെയൊന്ന് കയറ്റാൻ സഹായിക്കുവോ?"

പെട്ടെന്നു വന്ന ദേഷ്യം മറച്ചുപിടിച്ച് കെഞ്ചുന്നതുപോലെയാണു ഞാൻ ചോദിച്ചത്.

"നീ തന്നെ തനിയെ കയറ്റിയാൽ മതി. അല്ലെങ്കിലും ഇപ്പോൾ തന്നെ ഒരുപാടുപേരു കയറ്റിക്കാണും."

അയാൾ വലിയ ശബ്ദത്തിൽ റോഡിലേക്ക് കാർക്കിച്ചു തുപ്പി. പിന്നെ ഞാനൊന്നും പറയാൻ പോയില്ല. ആംബുലൻസിന്റെ പിറകിലെ ഡോർ തുറന്നിട്ട് ചെരിച്ചു വെച്ച സ്ട്രെച്ചറിനരികിൽ നിന്നും ഞാൻ വീൽച്ചെയർ താഴെയിറക്കി. രണ്ടു പേരില്ലാതെ സ്ട്രെച്ചർ എടുക്കുന്നത് പ്രായോഗികമല്ല. വണ്ടിയുടെ മുകളിൽ കയറി ജനറേറ്റർ വലിച്ചു കെട്ടിയ കയർ അഴിച്ചെടുത്ത് താഴെയിറങ്ങി. എങ്ങും ഇരുട്ടായിരുന്നു. ഒരു തരി വെളിച്ചം നിലത്തിറങ്ങാത്ത വിധത്തിൽ രാത്രി ആകാശത്ത് മേഘങ്ങൾ നിരത്തി നിറച്ചിരുന്നു. ഒരു വിധത്തിൽ ഞാൻ മുൾപ്പടർപ്പുകളിലൂടെ പതിയെ താഴേക്കിറങ്ങി. അവളെ വീൽച്ചെയറിൽ കയറ്റി കയറുകൾകൊണ്ട് ശരീരം ചേർത്തു കെട്ടി. അല്പം ചെരിവു കൂടിയ ഭാഗം തിരഞ്ഞു കണ്ടുപിടിച്ച് അതിലൂടെ വീൽച്ചെയർ ഒരു വിധത്തിൽ തള്ളി മുകളിലെത്തിച്ചു.

റോഡിനു മറുവശത്ത് വണ്ടിക്ക് ലിഫ്റ്റു കാത്തിരുന്ന ലാമ്പി എന്റെ ചലനങ്ങളോരോന്നും കാര്യമായിത്തന്നെ നിരീക്ഷിക്കുന്നുണ്ടായിരുന്നു. അയാളോടെനിക്ക് ദേഷ്യമൊന്നും തോന്നിയില്ല. അയാൾ പറഞ്ഞത് പലതും എനിക്ക് മനസ്സിലായി. ഒരുപക്ഷേ ഹോസ്പിറ്റലിലെത്തും മുൻപേ മരണം സംഭവിക്കാം. രക്ഷപ്പെട്ടാൽ തന്നെ അവളെ ഉപദ്രവിച്ചത് ഞാനാണെന്ന് പറയാനും മതി. ഇത്തരം അവസ്ഥകളിലൂടെ കടന്നു പോകുന്നവർക്ക് മാനസികമായി പല പ്രശ്നങ്ങളും കാണാറുണ്ടെന്ന് മുൻപ് ജോസ് ഡോക്ടർ പറഞ്ഞത് ഓർമ്മയുണ്ട്. ലാമ്പി പറഞ്ഞതു പോലെ ഇതിലൊന്നും ഇടപെടാതെ നമ്മുടെ പാടു നോക്കി പോകുന്നതായിരിക്കും നല്ലത്. ഒരു മനുഷ്യനെന്ന നിലയിൽ ചിന്തിക്കുമ്പോൾ അതായിരിക്കും ബുദ്ധി. പക്ഷേ ഒരു ആംബുലൻസ് ഡ്രൈവർ എന്ന നിലയിൽ കാലിവണ്ടിയും കൊണ്ടുവരുമ്പോൾ മുന്നിൽ നടക്കുന്ന ഒരു അപകടത്തിൽ എനിക്ക് ഇടപെടാതെ പോകാനാകില്ല.

അവളെ സ്ട്രെച്ചറിലേക്ക് മാറ്റി ലോക്ക് ചെയ്ത് ഡോറുകൾ അടച്ച് ഡ്രൈവിങ്ങ് സീറ്റിലേക്ക് കയറി. എഞ്ചിൻ സ്റ്റാർട്ട് ചെയ്ത് ഐഡിലിൽ ഇടാതെ പെട്ടെന്നുതന്നെ വണ്ടിയെടുത്തു. അപ്പോൾ മാത്രം മുന്നിലേക്ക് മിന്നൽ ഒരു ചില്ലപോലെ പടർന്നിറങ്ങി. അവളെ മുകളിലേക്ക് വലിച്ചു കയറ്റുന്ന അത്രയും നേരം ആകാശം മിന്നലുകളയച്ച് എന്നെ ഒറ്റിയിരുന്നില്ല. സംഭവിച്ച എല്ലാ കാര്യത്തിലും ഇരുട്ട് എന്റെ ചുറ്റും ഒരു മറ പിടിച്ചിരുന്നു. അതുകൊണ്ടുതന്നെ ആരും എന്നെ കണ്ടു കാണാൻ വഴിയില്ല.

രണ്ടു മൂന്നു ഗിയർ മാറി വേഗതയെടുക്കും വരെയും എന്റെ ചിന്തകൾ കുഴഞ്ഞുമറിയുകയായിരുന്നു. ചിത്രകല അഭ്യസിക്കുന്നതുപോലെ റോഡിന്റെ ഇരുവശവും തൊട്ട് ഒരു മര്യാദയുമില്ലാതെ ഓടിയ ഒരു ലോറിയൊഴിച്ചാൽ ഹൈവേ ഏതാണ്ട് മുഴുവനായും ഒഴിഞ്ഞു കിടക്കുകയായിരുന്നു. പത്തു കിലോമീറ്റർ കൂടി ഓടിക്കഴിഞ്ഞ് ഒരു കൂറ്റൻ ഗോപുരത്തിനുള്ളിലൂടെ ഞാൻ ഇടതുവശത്തേക്കിറങ്ങി. ഈ ഗോപുരം അടയാളം വെച്ചാണ് ഞാൻ ഈ വഴി ഓർമ്മയിൽ സൂക്ഷിച്ചിരുന്നത്. പകലാണെങ്കിൽ ഗോപുരത്തിനു മുകളിൽ കരവിരുതിൽ കുളിച്ചു നിൽക്കുന്ന മനോഹരമായ ഒര ദേവീരൂപം കാണാമായിരുന്നു.

മുന്നിലെ രണ്ടു കൈകളിൽ ശംഖും താമരമൊട്ടുമേന്തി വാളും ഗദയും പിടിച്ച വേറേയും ആറു കൈകളോടു കൂടിയ രൂപമാണത്. അതിൽ മുന്നിലെ രണ്ടു കൈകൾ ആണ് മനുഷ്യസ്ത്രീകൾക്ക് ലഭിച്ചിട്ടുള്ളതെന്നു തോന്നുന്നു. ബോണറ്റിൽ എക്സ്ട്രാ പിടിപ്പിച്ച ലൈറ്റുകൾ ഓൺ ചെയ്ത് സ്റ്റിയറിങ്ങിൽ ഊന്നി ഞാൻ മുന്നിലേക്ക് നീങ്ങിയിരുന്നു. കല്ലു തെറിക്കുന്ന പരുക്കൻ ചെമ്മൺ പാതയിൽ ആംബുലൻസ് അതിന്റെ ഹെഡ് ലൈറ്റിനെ അതിവേഗം പിന്തുടരുകയാണ്. ഒരു കണക്കിന് ഇങ്ങനെയൊരു സ്ഥലം അറിയാവുന്നത് നന്നായി. ബാംഗ്ലൂരേക്ക് ഇവിടുന്ന് കുറഞ്ഞത് ഇരുന്നൂറു കിലോമീറ്ററെങ്കിലും ദൂരം കാണും. ഇടയിൽ ആൾപ്പാർപ്പില്ലാത്ത വിജനഭൂമി.

നാഷണൽ പെർമിറ്റ് ലോറിയും പിടിച്ചു പറിക്കാരും ഹൈദരാബാദിനു പോകുന്ന മൾട്ടി ആക്സിൽ ബസ്സുകളും ഒഴിച്ചാൽ യാതൊരു മനുഷ്യനോ മാൻജാതിയോ വഴിയിൽ കാണുകയില്ല. അത്രയും ഓടി ബാംഗ്ലൂരിലെത്തി യാൽതന്നെ പെണ്ണ് ജീവനോടെയിരിക്കണമെന്നില്ല. പിന്നെ പൊലീസായി, കേസായി, കാട്ടുതീയിൽ എണ്ണയൊഴിച്ചതുപോലെ വാർത്ത നാട്ടിൽ എത്തും. ഇതാകുമ്പോൾ ഒരു ചെറിയ ക്ലിനിക്കാണ്. അവിടുത്തെ ഡോക്ടറെ പണ്ടു മണിപ്പാലിൽ വെച്ചേയുള്ള പരിചയമാണ്. കാശിന് അല്പം ആർത്തിയാണെങ്കിലും ഹൃദയത്തിൽ നനവുള്ള മനുഷ്യൻ. തെലുങ്കനാണെങ്കിലും വെപ്പുകാർ ഉള്ളിയരിഞ്ഞു തള്ളുംപോലെ ചടുലമായി മലയാളം സംസാരിക്കും.

രണ്ടു കിലോമീറ്റർകൂടി വയലിനു നടുവിലൂടെ ഓടി ഡോക്ടറുടെ വീടിനു മുന്നിലെത്തി. വീടിനോടു ചേർന്നുള്ള കൂറ്റൻ മതിൽക്കെട്ടിനുള്ളിൽ തന്നെയാണ് ക്ലിനിക്കും നിർമ്മിച്ചിട്ടുള്ളത്. രണ്ടു വർഷം മുൻപ് ഇവിടെ വന്നപ്പോൾ മഞ്ഞുകാലമായിരുന്നു. ഗേറ്റു മുഴുവനായും തുറന്ന് വിടർത്തി യിട്ടിരിക്കുന്നു. അതിനു മുന്നിൽ വിക്ഷേപണത്തിനെന്ന പോലെ തല ഉയർത്തി നിന്ന നായ മുൻകാലുകൾ തറയിൽ അടിച്ച് ശക്തമായി കുരച്ചു. ഞാൻ ബംബറിലെ ലൈറ്റുകൾ ഓഫ് ചെയ്തപ്പോൾ അതു പതിയെ അരികിലേക്കു നീങ്ങി നിന്നു. അതിന്റെ വകതിരിവിൽ എനിക്കാദ്യം തന്നെ മതിപ്പു തോന്നി. ആംബുലൻസിന്റെ സൈറൺ കേട്ടാലും വണ്ടി ഒതുക്കി ത്തരാത്ത തിരക്കുപിടിച്ച മനുഷ്യരുമായി തട്ടിച്ചു നോക്കുമ്പോൾ വളരെ ചിന്താശേഷിയുള്ള ജീവി തന്നെ. ഞാൻ പോർച്ചിനരികിൽ വണ്ടി ഒതുക്കു മ്പോഴേക്കും അത് ഒരു അരുമയെപ്പോലെ എന്റെ അരികിൽ വന്നു നിന്നു. അതിനു പിന്നാലെ തന്നെ വീടിനു മുന്നിലെ കൂറ്റൻ ലൈറ്റുകൾ വൈദ്യുതിയുടെ രുചിയറിഞ്ഞു.

കോളിങ്ങ് ബെല്ലിൽ അമർത്തിയ ഉടൻ ഡോക്ടർ വാതിൽ തുറന്നു. അയാൾ ഈ പാതിരാത്രി ഉറങ്ങാതെ ഞങ്ങളെയും കാത്തിരിക്കുക യാണെന്നുവരെ എനിക്കു തോന്നിപ്പോയി. പൊട്ടാസു പൊട്ടിക്കുംപോലെ ചുറ്റും പറക്കുന്ന കൊതുകുകളെ അടിച്ചുകൊണ്ട് എന്നോട് കാര്യങ്ങൾ ചോദിച്ചറിഞ്ഞ് ഡോക്ടർ ആംബുലൻസിനു പിന്നിലേക്കു നടന്നു. വളരെ ശാന്തനായി ആംബുലൻസിന്റെ അകത്തേക്കു കയറി. ഒരു നഴ്സിന്റെ കൂടെ അവളെ കിടത്തിയ സ്ട്രെച്ചറിന്റെ മുൻഭാഗവും താങ്ങിപ്പിടിച്ച് ഡോക്ടർ തന്നെ മുൻപിൽ നടന്നു. ആംബുലൻസിനു പുറത്തേക്കിറക്കു മ്പോൾ ലൈറ്റിന്റെ തെളിച്ചത്തിൽ ഞാനവളുടെ മുഖം വീണ്ടും കണ്ടു. ചെറിയ കുട്ടികളുടേതുപോലെ ഓമനത്തമുള്ള മുഖം. പക്ഷേ ഭംഗിയുള്ള കൊത്തുപണികളിൽ ചിതൽ കയറിയത് പോലെ മുഖത്തിന്റെ പല ഭാഗത്തും ചോര തിണർത്ത് കിടന്നിരുന്നു. എല്ലാവരും അകത്തേക്ക് പോയപ്പോൾ പെട്ടെന്നു ഞാൻ ഒറ്റയ്ക്കായതു പോലെ. തിരക്കൊഴിഞ്ഞ് ഒറ്റയ്ക്കായപ്പോൾ മനസ്സിനു ഭാരം കൂടുന്നതുപോലെ തോന്നി.

ഓർമ്മവെച്ച കാലം തൊട്ടേ മനസ്സിന് ഒരു കല്ല് ഏറ്റിവെച്ചതുപോലെ ഭാരമാണ്. ശരീരത്തിൽ ഏറ്റവും ഭാരമുള്ള അവയവം ഏതാണെന്ന് ചോദിച്ചാൽ അതു മനസ്സിനാണെന്ന് ഒട്ടും യുക്തിയില്ലാതെ ഞാൻ പറയും. പെട്ടെന്ന് മുന്നിലേക്ക് ഒരു മിന്നൽ അടർന്നു വീണു. നോട്ടുബുക്കിൽ മാർജിൻ വരയ്ക്കുന്നതുപോലെ അതു നേർരേഖയിൽ താഴേക്കു വന്ന് ഭൂമിയെ തൊടാനാകാതെ തിരിച്ചുപോയി. തൊട്ടു പിന്നാലെ കാവൽമാടങ്ങളിൽ നിന്നാകണം, ഒരു നായയുടെ ചങ്കു തകരുന്ന വിളിയും കേട്ടു.

ഡോക്ടറുടെ നായ ഒരുപടി മുന്നിലേക്ക് നീങ്ങി നിന്ന് ഭയചകിതനായി ഇരുട്ടിലേക്ക് നോക്കി കുരച്ചു. ആദ്യത്തെ ഓരിയിടലിന്റെ അർത്ഥം ഒരുപക്ഷേ അവനു മനസ്സിലായിക്കാണണം. നായയുടെ കരച്ചിൽ അവലക്ഷണമാണെന്നാണ് പഴമക്കാർ പറയുന്നത്. അകത്തു കിടക്കുന്ന പെൺകുട്ടിയെപ്പറ്റി മനസ്സിൽ മോശം ചിന്തകളുണ്ടാകാതിരിക്കാൻ ഞാൻ പരമാവധി ശ്രമിച്ചു. അപ്പോഴാണ് പിറകിൽ നിന്നും ടോർച്ചു വീശിക്കൊണ്ട് ആരോ കടന്നുവരുന്നത്. തെലുങ്കിലുള്ള ഒരു പെൺകുട്ടിയുടെ ചിലമ്പുന്ന സംസാരം ആണ് ആദ്യം കേട്ടത്. അപ്പോൾ തന്നെ നായ കൂടിനരികിലേക്ക് പാഞ്ഞു പോയി. അവൾ നായയോട് എന്തോ പറഞ്ഞതാണ്. ഉടനെ തന്നെ ആ ടോർച്ചിന്റെ വെട്ടം എന്റെ മുഖത്തേക്കും വീണു.

'ഇവിടെ അധികം നിൽക്കണ്ട. രാത്രി ഇതത്ര നല്ല സ്ഥലമല്ല. അകത്തേക്ക് വിളിച്ചു കൊണ്ടുവരാൻ പറഞ്ഞു പപ്പ. വണ്ടീടെ ആർ.സീ... മ്മ്'..." അവൾ വാക്കുകൾക്ക് വേണ്ടി പരതി. "വണ്ടീടെ പേപ്പറും ചാവിയും എന്റെ കൈയിൽ ഏൽപ്പിക്കാനും പറഞ്ഞു."

വലിയ ഗൗരവം നടിച്ച് അല്പം നാടകീയത കലർത്തിയാണ് സംസാരം. ഞാൻ വണ്ടിയുടെ പേപ്പർ വെച്ച ഫയലും ചാവിയും അവളുടെ കൈകളിൽ കൊടുത്തു.

"ഇവിടെ നിൽക്കണ്ട. എന്റെ കൂടെ വാ."

ടോർച്ച് നീളത്തിൽ വീശിയടിച്ചു കൊണ്ട് അവൾ മുന്നിൽ നടന്നു. അത്യാവശ്യം ഭംഗിയുള്ള ഒരു വലിയ മുറിയാണ് അവൾ തുറന്നു തന്നത്. 'ഈ ജനലിന്റെ കർട്ടൻ മാറ്റിയാൽ അപ്പുറത്ത് ചേട്ടന്റെ വണ്ടി കാണാം. പേടിക്കുവൊന്നും വേണ്ടാ. ഞാൻ രാവിലെ വരാം എന്തേലും ആവശ്യം ഉണ്ടെങ്കിൽ പപ്പ വന്ന് വിളിക്കും."

ഞാൻ കൊടുത്ത ഫയൽ ഇരു കൈകളിലുമായി ഒരു താലം പോലെ പിടിച്ച് അവൾ പുറത്തേക്കിറങ്ങി. ഇളംമഞ്ഞ നിറത്തിൽ ഫ്രോക്ക് ഇട്ട് ഭംഗിയിൽ മുടി പിറകിലേക്ക് വലിച്ചു കെട്ടി ഒരു മിടുക്കി കുട്ടി. അവൾ പറഞ്ഞത് സത്യമായിരുന്നു. ജനലിന്റെ കർട്ടനുകൾ മാറ്റിയപ്പോൾ അപ്പുറത്ത് വളരെ അരികിലായി വണ്ടി പാർക്ക് ചെയ്തിരിക്കുന്നു. ഇത്രയും കാലത്തിനിടയ്ക്ക് ഒരുപാടു നാടുകളിൽ പോയിട്ടുണ്ട്. ഒത്തിരി ഹോട്ടലുകളിൽ മുറിയെടുത്തിട്ടുണ്ട്. പക്ഷേ ഇത്രയും പ്രലോഭിപ്പിക്കുന്ന

ഒരു ഓഫർ ഒരു റൂം നൽകുമ്പോഴും ആരും എനിക്കു തന്നിട്ടില്ല. ഈ വന്ന കാലത്ത് മുതിർന്നവരേക്കാൾ നല്ലത് കുട്ടികളാണെന്ന് മുൻപും പല അനുഭവങ്ങളും എനിക്കുണ്ടായിട്ടുണ്ട്.

കർട്ടൻ തുറന്നു വിടർത്തിയിട്ട് ഞാൻ ബെഡ്ഡിലേക്ക് നടന്നു. കണ്ണുകളിൽ ഉറക്കം തൂങ്ങിയെങ്കിലും ഉറങ്ങാതെ കിടന്നു. രാത്രി വല്ല അത്യാവശ്യത്തിനും ഡോക്ടർ വന്നു വിളിച്ചാൽ എഴുന്നേറ്റില്ലെങ്കിൽ അയാൾ വിചാരിക്കില്ലേ നമ്മൾ ഒരു ഉത്തരവാദിത്വമില്ലാത്തവനാണെന്ന്. ഇപ്പോൾ ചെന്നിക്കുത്തിന്റെ ഗുളിക കഴിക്കുന്നതുകൊണ്ടാണെന്ന് തോന്നുന്നു. രാത്രി ഒരു മൂന്നുമണി കഴിഞ്ഞാൽ ഉറക്കം പിടിച്ചു നിർത്താനാകുന്നില്ല. അതുകൊണ്ടാണ് ലാമ്പിയെ കൂടെ കൂട്ടിയത്. എനിക്കെപ്പോഴും ഒറ്റയ്ക്ക് യാത്ര ചെയ്യാനാണിഷ്ടം. എന്നെ സംബന്ധിച്ച് ഡെഡ് ബോഡിയും കൊണ്ടുപോക്കെന്നു പറഞ്ഞാൽതന്നെ ഒരു ഉല്ലാസയാത്രയാണ്. ക്യാബിനിൽ പാട്ട് ഒക്കെ കേട്ട് ഒരു ആക്കത്തിനങ്ങു പോയാൽ മതി. മമ്പറത്ത് ഫ്ളാറ്റിൽ നിന്നു വീണു മരിച്ച പണിക്കാരൻ മുബാസിറിന്റെ ബോഡിയുംകൊണ്ട് വെസ്റ്റ്ബംഗാൾ വരെ ഞാൻ ഒറ്റയ്ക്ക് പോയിട്ടുണ്ട്. ഇരുപത്തിനാലു മണിക്കൂർവരെ ഞാൻ ക്ഷീണമില്ലാതെ ഓടിക്കും. ജനറേറ്റർ ഓൺ ചെയ്ത് വഴിയോരങ്ങളിൽ ഉറങ്ങും. ലോറിക്കാരെപ്പോലെ മരത്തണലിൽ വണ്ടിയിട്ട് ഭക്ഷണം പാകം ചെയ്തു കഴിക്കും. കുറച്ച് ഇറച്ചി വെച്ചാൽ തന്നെ മൂന്നു ദിവസം വരെ ചൂടാക്കി കഴിക്കാം.

എങ്ങനെ പോയാലും മൂന്നു പണിക്കാർ എങ്കിലും ഒരു മാസം ബിൽഡിങ്ങിൽ നിന്ന് വീണു മരിക്കും. ഫ്രീസർ ആംബുലൻസ് നമ്മുടെ ഭാഗത്ത് കുറവായതുകൊണ്ടും ഇത്രയും കാലത്തെ പരിചയവും വെച്ച് ടൂറിസ്റ്റ് വണ്ടിക്ക് ഓഫ്സീസൺ ആയാലും നമുക്ക് പണിക്ക് മുട്ടു വരാറില്ല. അധികവും വളരെ ഉൾഗ്രാമങ്ങളിലാകും നമ്മൾ പോകേണ്ട നാട്. ചില ഏരിയയിൽ സ്റ്റേഷനിൽ വിളിച്ചാൽ പൊലീസ് എസ്കോർട്ട് വരും. ചിലേടത്ത് ആരും ഉണ്ടാകില്ല. നിലം പൊത്താറായ കൂരയിൽ നിറം കെട്ട കുറേ മനുഷ്യർ വഴിക്കണ്ണുമായി കാത്തിരിക്കും. മിക്കവാറും ജനക്കൂട്ടം ഇളകി മറിയും. ആദ്യകാലത്തൊക്കെ അടിയും തെറിവിളിയും കൈയേറ്റവുമൊക്കെ സാധാരണമായിരുന്നു. പിന്നെ നമ്മൾ ഒരു തഞ്ചത്തിൽ നിൽക്കാൻ പഠിച്ചു. ജീവിതത്തിന്റെ പങ്കപ്പാടുകളിൽ ഉഴലുന്ന എല്ലാവരേയുംപോലെ ഈ ലോകത്തോട് മൊത്തം അവർക്ക് പകയായിരിക്കും. ഇത്തരം സമയങ്ങളിലാണ് അതു പുറത്തേക്ക് വമിക്കുക.

ഇൻഷൂറൻസിനു വേണ്ടിയും മറ്റും ജോലിക്കാരെ കേരളത്തിൽ തള്ളിയിട്ടു കൊല്ലുന്നുണ്ടെന്നാണ് അവിടുത്തെ ചെറുപ്പക്കാർ പറയുന്നത്. കൊണ്ടുപോകുന്ന ഡെഡ് ബോഡിക്ക് യാതൊരു കേടുപാടും സംഭവിക്കാതെ നമ്മൾ പ്രത്യേകം ശ്രദ്ധിക്കണം. ഫ്രീസർ... ജനറേറ്റർ... അങ്ങനെ

ഒരുപടി കാര്യങ്ങൾ ശ്രദ്ധിക്കണം. വാതിൽ അടച്ചെങ്കിലും ദഫ് മുട്ടുന്നതു പോലെ ഇടിയുടെ നേർത്ത ശബ്ദം അകത്ത് കേൾക്കാമായിരുന്നു. അതും കേട്ട് കുറേ നേരം ഉറങ്ങാതെ കിടന്നു. ആരോ വാതിലിൽ തട്ടി വിളിക്കുന്നത് കേട്ടാണ് എഴുന്നേറ്റത്. ഡോക്ടർ ആയിരിക്കുമെന്ന് കരുതി ഞാൻ ഓടിപ്പിടച്ച് ചെന്നു. വാതിൽ തുറന്നു നോക്കിയപ്പോൾ വലിയൊരു തലയിണയും താങ്ങിപ്പിടിച്ച് ഡോക്ടറുടെ മകൾ നിൽക്കുന്നു.

"രാത്രി പുറത്തിറങ്ങിയതുകൊണ്ടാണെന്ന് തോന്നുന്നു. ഒറ്റയ്ക്ക് കിടന്നിട്ട് പേടിയാകുന്നു."

പഴയ അമ്മൂമ്മമാരെപ്പോലെ ഓരോന്ന് പിറുപിറുത്തുകൊണ്ട് അവൾ അകത്തേക്ക് കയറി.

"ആ പേഷ്യന്റ് ആക്സിഡന്റായിട്ട് കൊണ്ടു വന്നതാണല്ലേ?"

ഫ്രോക്ക് വലിച്ചു താഴ്ത്തിക്കൊണ്ട് അവൾ സോഫയിലേക്ക് കയറിയിരുന്നു.

"മ്മ്..." ഞാനൊന്ന് അമർത്തി മൂളി.

"എനിക്ക് തോന്നി.. മമ്മേം ഇതുപോലാരുന്നു. ആക്സിഡന്റായി... ഒരു ദിവസം മുഴുവനും തിരഞ്ഞിട്ട് അവസാനം ടെമ്പിൾ ഗേറ്റിന്റെ കനാലിന്റെ താഴേന്നാ കിട്ടിയത്. പക്ഷേ അപ്പോഴേക്കും മരിച്ചുപോയാരുന്നു."

തെളിഞ്ഞ വെള്ളത്തിൽ തോട്ടയിട്ട് പൊട്ടിക്കുംപോലാണ് അവളതു പറഞ്ഞത്. പിന്നെയും അവളെന്തൊക്കെയോ പറഞ്ഞു. ഒന്നും എനിക്ക് മനസ്സിലായില്ല. എന്റെ രണ്ടു ചെവികളും മരവിച്ചതുപോലെ എനിക്ക് തോന്നി. പരമാവധി ശ്രമിച്ചിട്ടും രാത്രി എപ്പോഴോ ഉറങ്ങിപ്പോയിരുന്നു. ഡോർ തുറന്ന് പുറത്തിറങ്ങുമ്പോഴേക്ക് നേരം വെളുത്തുതുടങ്ങി. നീളത്തിൽ പിന്നിലേക്ക് മൂരി നിവർത്തി വിരലിന്റെ ഞൊട്ടകൾ പൊട്ടിച്ചുകൊണ്ട് മുന്നിലെ സ്റ്റെപ്പിലേക്ക് ഇരുന്നു.

അൽഫാം കടകളിൽ അടിച്ചു പരത്തി മസാല പുരട്ടി തൂക്കിയ ചുവന്ന കോഴിയെപ്പോലെ ആകാശത്തിന്റെ മൂലയിൽ സൂര്യൻ ഞാന്നു കിടക്കുന്നു. ആ ചെറിയ കുട്ടി പോലും എനിക്കു മുൻപേ എഴുന്നേറ്റു. ഞാൻ ഇങ്ങനെ ടൂറു വന്നതുപോലെ ഉച്ചവരെ കിടന്നറങ്ങുന്നു. ഡോക്ടറുടെ മകൾ വണ്ടിയുടെ ഫാൻ ബെൽറ്റ് കറങ്ങുന്നതു പോലെ വീടിനു മുന്നിൽ വൃത്തത്തിൽ സൈക്കിൾ ചവിട്ടി കളിക്കുകയാണ്.

"എഴുന്നേറ്റാൽ പപ്പയെ ചെന്ന് കാണാൻ പറഞ്ഞു. പിറകിലെ ഗ്രൗണ്ടിൽ ഉണ്ട്."

അവൾ കൈകൾ ചൂണ്ടി കാർഷെഡ്ഡിനു പിന്നിലൂടെ പിറകിലേക്കുള്ള വഴി ചൂണ്ടിക്കാണിച്ചു. ഞാൻ പിറകിലേക്ക് ചെല്ലുമ്പോൾ ഡോക്ടർ വെറും നിലത്ത് ചമ്രം പടിഞ്ഞിരുന്ന് കാറിന്റെ ടയറുകൾ കഴുകുകയായിരുന്നു. രാവിലെ ബ്രഷ് ചെയ്യാത്തതിനാൽ വായ്നാറ്റം ഉണ്ടാകുമോ എന്ന്

ഭയന്ന് ഞാൻ അല്പം അകലം പാലിച്ചാണ് ഡോക്ടറുടെ മുന്നിൽ നിന്നത്.

"അങ്ങനെ വലിയ ഒരു കുഴപ്പം ഒന്നും കാണുന്നില്ല. ബ്രേക്ക് ഫാസ്റ്റ് കഴിച്ചോ?"

ഞാൻ ഇല്ലെന്ന് തലയാട്ടി.

"ആഹ്... അമ്മുവിന്റെ കൂടെ പുറത്തു പോയി കഴിച്ചോ... ഞാൻ പറയുന്നത് എന്താണെന്നു വെച്ചാൽ. വല്ല്യ ഒരു കുഴപ്പം ഒന്നും കാണാനില്ല. വല്ല്യ പരിക്ക് ഒന്നും സംഭവിച്ചിട്ടില്ല. ഒരു എല്ലുപോലും പൊട്ടിയിട്ടില്ല. സംഭവം വല്ലാണ്ട് ഉപദ്രവിച്ചിട്ടുണ്ട്. ഈ റേപ്പ് ചെയ്യുന്ന ക്രിമിനൽ അതിപ്പോ ആരായാലും ഒരിക്കലും ഒരു ദയയും കാണിക്കില്ല. എന്റെ ധാരണ ശരിയാണെങ്കിൽ ആ പെൺകുട്ടി അവരോട് അത്യാവശ്യം സഹകരിച്ചിട്ടുണ്ടെന്ന് തോന്നുന്നു."

അയാൾ കൈകൾ നിലത്തു കുത്തി പതുക്കെ എഴുന്നേറ്റു.

"അതായത്... അവളധികം ബലം പിടിച്ചിട്ടില്ല. അതാണു ഞാൻ ഉദ്ദേശിച്ചത്."

ഡോക്ടർ ശബ്ദം മയപ്പെടുത്തി.

"ഒരുപക്ഷേ പ്രിയ ഇതുപോലെ ചെയ്തിരുന്നെങ്കിൽ എനിക്കവളെ നഷ്ടപ്പെടില്ലാരുന്നു. അവൾ എതിർത്ത് ബലം പിടിച്ചിരിക്കും. ഇന്റർ ലോക്കിന്റെ കട്ട വെച്ച് തല അടിച്ചു പൊട്ടിച്ച്... അവളുടെ വലതു കൈയിൽ വിരലുകളെല്ലാം അറ്റുതൂങ്ങി, കൈത്തണ്ട കല്ലുവെച്ച് അടിച്ച് ചതച്ചിരുന്നു. മുഖമൊന്നും ഇല്ലാരുന്നു. പത്രത്തിൽ വായിച്ചില്ലേ? മോർച്ചറീൽ ഞാൻ തല ചുറ്റി വീണു . ഭയങ്കര ഷോക്കായിപ്പോയി. പിന്നെ മണിപ്പാലീന്ന് വന്നു. മംഗലാപുരത്തൊന്നും പോകാറില്ല. ഭയങ്കര ശൂന്യത ആയിപ്പോയി. പിന്നെ ഉള്ള ക്യാഷൊക്കെ ഇട്ട് ക്ലിനിക്ക് ഒന്ന് വലുതാക്കി. ഇപ്പോ ഇവിടെ ലോക്കലിൽ ചെറിയ ഹോസ്പിറ്റലീന്നൊക്കെ സ്കാനും ടെസ്റ്റും ഒക്കെ ഇങ്ങോട്ടാ എഴുതുന്നത്."

ബക്കറ്റിൽ ബാക്കിയായ ഷാമ്പൂ കലർന്ന വെള്ളം ഡോക്ടർ കാറിന്റെ ഗ്ലാസിലേക്ക് വീശിയൊഴിച്ചു.

"സാറേ, ഇതിപ്പോ നമ്മളു പൊലീസിൽ അറിയിക്കണ്ടേ?"

കാർ ഷെഡ്ഡിന്റെ ഇടുങ്ങിയ വഴിയിലൂടെ നടക്കുമ്പോൾ ഞാൻ ഡോക്ടറോട് ചോദിച്ചു.

'എനിക്ക് വലിയ അഭിപ്രായം ഒന്നുമില്ല. മീഡിയയിലൊക്കെ വാർത്ത വരുംന്നല്ലാതെ അവന്മാരൊന്നും ഒരു തൊലിയും ഉണ്ടാക്കില്ല. പിന്നൊരു ക്രൈം നടന്നാൽ പൊലീസിൽ അറിയിക്കണം.. ഞാനാ കുട്ടിയോടൊന്ന് ചോദിക്കട്ടെ. അവരുടെ ലൈഫല്ലേ...? ഇപ്പോ ഇതൊക്കെ കുത്തിക്കുത്തി ചോദിച്ചാൽ മാനസികമായിട്ട് അവരെ വല്ലാതെ ബാധിക്കും. നമ്മുടെ

നാട്ടിലെ ഒരു പ്രധാന പ്രശ്നമിതാണ് മൊഴിയെടുക്കൽ, തെളിവ് ന്നൊക്കെ പറഞ്ഞ് വീണ്ടും വീണ്ടും ഓരോന്ന് ചോദിച്ച് പേഷ്യന്റിനെ മാനസിക മായിട്ട് ബുദ്ധിമുട്ടിക്കും. ശരീരത്തിന്റെ മുറിവും ക്ഷതങ്ങളും കാലക്രമേണ കുറയും. പക്ഷേ മനസ്സിന്റെ വേദന ദിവസം കഴിയുംതോറും വർദ്ധിച്ചു കൊണ്ടേയിരിക്കും. തൽക്കാലം നിങ്ങളവരെ കാണുകപോലും വേണ്ട. കൂടുതൽ ആളുകളോട് ഇടപഴകുന്നത് കുറച്ച് ബുദ്ധിമുട്ടായിരിക്കും. തനിക്ക് വേണമെങ്കിൽ ഒന്ന് വീട്ടിലൊക്കെ പോയിട്ട് നാലോ അഞ്ചോ ദിവസം കഴിഞ്ഞ് വന്നാൽ മതി. ആംബുലൻസ് ഇവിടെ വെച്ച് ബസ്സിന് പൊയ്ക്കോ... ടിക്കറ്റിന്റെ ക്യാഷോ മറ്റോ വേണമെങ്കിൽ ഞാൻ തരാം."

"വേണ്ട ഡോക്ടർ ഞാനിവിടെ നിന്നോളാം. എനിക്ക് തിരക്കൊന്നു മില്ല." ഡോക്ടർ പറഞ്ഞു തീരുംമുൻപേ ഞാൻ ഇടയിൽ കയറി.

അല്ലെങ്കിലും വണ്ടി ഇവിടെ ഇട്ടിട്ട് ഞാൻ എവിടേക്ക് പോകാനാണ്. എനിക്ക് വണ്ടി ഇല്ലാത്തിടത്ത് ജീവിക്കാനേ പറ്റില്ല. ലാമ്പിക്ക് വീട്ടിൽ ഭാര്യയുണ്ട്. സുജേച്ചിക്ക് അയാളില്ലാതെ ജീവിക്കാൻ പറ്റില്ല. ഓട്ടം വന്നാൽ ഒരു നൂറു പ്രാവശ്യം വിളിക്കും. എനിക്കൊക്കെ നാട്ടിൽ ആരാണ് ഉള്ളത്. ഓരോന്ന് ആലോചിച്ച് ക്ലിനിക്കിന്റെ മുന്നിലെ ഇരുമ്പ് ബെഞ്ചിലേ ക്കിരുന്നു. ഡോക്ടർക്ക് ഭാര്യ മരിച്ച സംഭവത്തിൽ പൊലീസിൽ നിന്നും ധാരാളം അനുഭവം ഉണ്ടായിരിക്കാം എന്നെനിക്കു തോന്നി. അതു കൊണ്ടാകും എന്നെപ്പോലെ പൊലീസിൽ അറിയിക്കാൻ ഡോക്ടറും വലിയ താത്പര്യം കാണിക്കാത്തത്. മകൾക്ക് അമ്മു എന്നു പേരിടണമെ ങ്കിൽ ഡോക്ടറുടെ ഭാര്യ മലയാളി തന്നെ ആയിരിക്കും. അതു കൊണ്ടാ യിരിക്കും ഡോക്ടറും മകളും ഇത്ര ചൊവ്വിൽ മലയാളം സംസാരിക്കു ന്നത്. വന്നപ്പോൾ തൊട്ട് വലിയ പരിചയമില്ലാത്ത എന്നോട് വളരെ അടുപ്പമുള്ളതുപോലെയാണ് ആ കുട്ടി പെരുമാറുന്നത്. ഇത്ര ചെറുപ്പ ത്തിൽ മകളെ കൺനിറച്ചു കാണും മുൻപേ ഈ കടുംബം വിട്ട് പോകേണ്ടി വരുന്നത് എന്തൊരു അവസ്ഥയായിരിക്കും. മരണം കാത്തു കിടക്കുന്ന നേരത്തും ആ കുഞ്ഞിന്റെ മുഖമായിരിക്കണം അവരുടെ മനസ്സു നിറയെ. വളരെക്കാലത്തിനു ശേഷം ഈ നശിച്ച ലോകത്തെ ക്കുറിച്ച് വീണ്ടും മടുപ്പും വേവലാതിയും തോന്നിത്തുടങ്ങി. സാധാരണ മനുഷ്യരുടെ സന്തോഷങ്ങളെ ഒരു ദിവസം പെട്ടെന്ന് ഒരു മുന്നറിയിപ്പും തരാതെ ജീവിതം വേദന മദിച്ചു നടക്കുന്ന വഴികളിൽ കൊണ്ടു നിർത്തു ന്നത് എന്തിനാണെന്ന് എനിക്കൊരിക്കലും മനസ്സിലായിട്ടില്ല.

ലാമ്പിയും ഞാനും വട്ടപ്പുഴയിൽ ചെമ്പല്ലിക്കൂട് താഴ്ത്തി മീൻപിടിക്കാ റുണ്ട്. എലിക്കെണി പോലെ ഒരു സംവിധാനമാണ് ചെമ്പല്ലിക്കൂട്. അത് കയർ കെട്ടി പുഴയിൽ താഴ്ത്തിയിടും. അതിന്റെ തുറന്ന വായയിലൂടെ അകത്തു കയറുന്ന മീനിന് ഒരിക്കലും ആ വഴിയിലൂടെ തിരിച്ച് പുഴ യിലേക്ക് ഇറങ്ങാനാകില്ല. അകത്തേക്കുള്ള ഉരുണ്ട വഴിയുടെ അറ്റം കൂർത്ത മുനകൾ നിറഞ്ഞതായിരിക്കും. തിരിച്ച് ഇറങ്ങാൻ ശ്രമിച്ചാൽ

അതിന്റെ മുനകൾ ശരീരത്തിൽ തറയും. കൂട് വലിക്കും വരെയും മീനുകൾ ഫ്രഷ് ആയി വെള്ളത്തിൽ കിടക്കുന്ന തരത്തിൽ തന്നെ ആയിരിക്കും. ആ കൂടിൽ പുളവൻ പെട്ടാൽ മാത്രം കൂടിനു പുറത്തു കടക്കാൻ പുളവൻ പരമാവധി ശ്രമിക്കും. അതിന്റെ ഫലമായി കൂടിൽ നിന്നെടുക്കുമ്പോൾ പുളവന്റെ ശരീരം മുഴുവൻ ആഴത്തിൽ മുറിഞ്ഞു കിടക്കും. കറി വെക്കുന്നവർക്ക് അത് ലാഭമാണ് കത്തികൊണ്ട് മീനിന്റെ പുറംഭാഗത്ത് മസാല പിടിക്കാൻ വരകൾ ഇടേണ്ട ആവശ്യമില്ല. രക്ഷപ്പെടാനുള്ള ശ്രമത്തിൽ പുളവൻ തന്നെ തന്റെ ശരീരത്തിന് ആഴത്തിൽ മുറിവുകൾ ഇടും. ലാമ്പിയുടെ മകൾ അപർണ്ണ എപ്പോഴും വഴുതുകയും പിടക്കുകയും ചെയ്യുന്ന ഈ മീനിനെ മൈക്കിൾ ജാക്സൻ എന്നാണ് വിളിക്കുന്നത്.

ജീവിതത്തിന്റെ ദുരന്തങ്ങളിൽ നിന്നു രക്ഷപ്പെടാൻ ശ്രമിക്കുന്ന ഓരോ മനുഷ്യനും പുളവന്റെ ജീവിതമാണ് ജീവിച്ചു തീർക്കുന്നതെന്ന് എനിക്ക് എപ്പോഴും തോന്നാറുണ്ട്. കുറച്ച് കഴിഞ്ഞ് ഞാനും അമ്മുവും ഡോക്ടറുടെ കാർ എടുത്ത് ഒന്ന് കറങ്ങാൻ പോയി. രാത്രി ഇങ്ങോട്ട് വന്ന വഴിയിലൂടെ അമ്പലത്തിനടുത്തേക്ക്. അതിന്റെ കമാനത്തിന്റെ കൊത്തുപണികളിലും ദേവീരൂപത്തിലുമൊക്കെ കണ്ണോടിച്ച് കുറേ നേരം അവിടെ നിന്നു. അകത്തു കയറിയില്ല. അമ്മു ആ സമയത്ത് അമ്പലത്തിനു മുന്നിലെ ചെറിയ പാലത്തിനു താഴെയുള്ള കനാലിലേക്ക് നോക്കിയിരിക്കുകയായിരുന്നു. അവിടെ വെച്ചായിരിക്കണം അവളുടെ അമ്മയുടെ ബോഡി കിട്ടിയത്. ഞാനും അവളുടെ അരികിൽ ചെന്ന് താഴേക്ക് നോക്കി. താഴെ കാണാൻ ഒന്നും ഇല്ല. പണി വീണ്ടും തുടരാനുള്ള സൗകര്യത്തിന് അറ്റം കട്ട് ചെയ്യാതെ കോൺക്രീറ്റിൽ നിന്നു പുറത്തേക്ക് തള്ളി നിൽക്കുന്ന കൂർത്ത കമ്പികൾ മാത്രം. താഴെ വെള്ളം പോലുമില്ല. അമ്മുവിനെ ഞാൻ അവിടെ നിന്നും വിളിച്ചു കൊണ്ടു വന്നു.

നാലുവരിപ്പാതയിലൂടെ ഒരു രണ്ടു കിലോമീറ്റർ കൂടി ഓടിയ ശേഷം അവൾ കാണിച്ച വഴിയിലൂടെ താഴേക്കിറങ്ങി. ദേവഗിരി 02 കിലോമീറ്റർ എന്നു പറഞ്ഞൊരു ബോർഡ് ഉണ്ടായിരുന്നു. മെലിഞ്ഞു തേഞ്ഞ ഒരു നീളൻ വഴിയാണത്. അയയിൽ ആരോ മറന്നിട്ട തുണി പോലെ സൂര്യൻ മുന്നിൽ ആകാശത്ത് തൂങ്ങിക്കിടക്കുന്നു. കിലോമീറ്റർ കണക്കിന് വിജനഭൂമി. നാലു കിലോമീറ്ററിനു മുകളിൽ ഓടിയിട്ടും ബോർഡിൽ പറഞ്ഞ ദേവഗിരി മാത്രം എവിടെയും കണ്ടില്ല. അൽപ്പം കൂടി മുന്നിലേക്ക് പോയപ്പോൾ ഒരു വളവിൽ വെച്ച് ഞങ്ങൾ വീണ്ടും മെലിഞ്ഞ ഒരു റോഡിലേക്കിറങ്ങി. ആ റോഡ് ഭംഗിയുള്ള ഒരു ചെറിയ ഹോട്ടലിനു മുന്നിലാണ് ചെന്നു നിന്നത്. അവിടെ തീരത്തു നങ്കൂരമിട്ട ഒരു ആഡംബരക്കപ്പൽ പോലെ കർണ്ണാടക രജിസ്ട്രേഷനുള്ള ഒരു വോൾവോ ബസ് വിശ്രമിക്കുന്നു. അതിന്റെ ചലിച്ചുകൊണ്ടിരിക്കുന്ന ഡിസ്പ്ലേയിൽ നിന്ന് ബാംഗ്ലൂർ ഹൈദരാബാദ് ബോർഡ് ഞാൻ വായിച്ചെടുത്തു. ഇത്രയും

ഉള്ളിലേക്കുള്ള ഹോട്ടലുകൾ വരെ അറിയുന്ന ബസ് ഡ്രൈവർമാരോട് ഒരു ചെറിയ ബഹമാനവും തോന്നി. ഏതാണ്ട് നാല്പതിനു മുകളിൽ തവണ ഞാനീ നാലുവരിപ്പാത കടന്ന് ഹൈദരാബാദിനു പോയിട്ടുണ്ട്. ആരും കേറാൻ മടിക്കുന്ന ചില തട്ടുപ്പൊളിയൻ ഹോട്ടലുകൾ അല്ലാതെ ഒരു നല്ല ഹോട്ടലുകളും ഞാൻ ഈ ഏരിയയിൽ കണ്ടിട്ടില്ല. ഇത് ഒഴിവുകാല വസതി പോലെ മനോഹരമായ ഒരു സ്ഥലം. ഈ റോഡിന്റെ മദിപ്പിക്കുന്ന നീളമല്ലാതെ വേറെയൊന്നും ഇവിടെ എന്നെ ആകർഷിച്ചിട്ടു മില്ല. തിരിച്ചു പോകുമ്പോൾ വീണ്ടും വരാൻ ഈ ഹോട്ടലിലേക്കുള്ള വഴിയിൽ എന്തെങ്കിലും അടയാളം കാണണമെന്ന് ഞാൻ മനസ്സിൽ ഉറപ്പിച്ചു.

ആന്ധ്രയിൽ നിന്നുള്ള ജെ.സി.ബി. ഓപ്പറേറ്റർമാർ നാട്ടിൽ ഒരു പാടുണ്ട് അവരു വല്ലവരും പ്രതീക്ഷിക്കാതെ മരിച്ചാൽ വീണ്ടും ഇതു വഴിക്ക് ഓട്ടം വരാനുള്ളതാണ്. ഞാനും അമ്മുവും ഒരു ഗുലാബ് ജാമുനും ഒരു കാലാ ജാമൂനും സ്റ്റാർട്ടർ പറഞ്ഞു. ചപ്പാത്തിയും പനീർബട്ടർ മസാലയും ആണ് ഓർഡർ ചെയ്തത്. ഒരു വലിയ കവറിൽ അമ്മു എന്തോ പാർസലും വാങ്ങി. വിയർപ്പുകണങ്ങൾ പോലെ ചുറ്റും തണുത്ത വെള്ളത്തുള്ളികൾ നിറഞ്ഞ ഒരു ഫാമിലി പാക്കറ്റ് എസ്ക്രീം കൂടി വാങ്ങിച്ച് കവറിലേക്ക് താഴ്ത്തി അവളത് കാറിൽ കൊണ്ടു വെച്ചു. പുറത്ത് പാർക്ക് ചെയ്തിരിക്കുന്ന ബസ്സിലെ രണ്ട് ഡ്രൈവർമാർ വെള്ളം നിറച്ച ക്യാനുകൾ ബസ്സിലേക്ക് കയറ്റിക്കൊണ്ട് നിൽക്കുന്നുണ്ടായിരുന്നു. അവരെന്തൊക്കെയോ തമാശകൾ ഒക്കെ പറഞ്ഞ് ദീർഘയാത്രയിൽ കിട്ടിയ ഒഴിവുനേരം ശരിക്കും ആസ്വദിക്കുകയാണ്. പെട്ടെന്ന് എനിക്ക് ലാമ്പിയെ ഓർമ്മ വന്നു. ഫോണെടുത്ത് ഞാൻ അയാളെ വിളിച്ചു. പലതും പറഞ്ഞതിന്റെ കൂട്ടത്തിൽ ലാമ്പി അവളെക്കുറിച്ചും അന്വേഷിച്ചു.

“അവളുടെ വീട് കർണ്ണാടകയിലാ ലാമ്പി. അന്നു നമ്മളെനിക്ക് പെണ്ണുകാണാൻ ഒരു സ്ഥലത്തു പോയില്ലേ? അതിന്റെ അടുക്കൽ എവിടെയോ ആണ്. ഡ്രൈവർ ആണെന്നു പറഞ്ഞ് നമുക്ക് കർണ്ണാട കേന്ന് വരെ പെണ്ണു കിട്ടുന്നില്ല. ഞാനിവളെ അങ്ങ് കെട്ടിയാലോന്ന് ആലോചിക്കുവാ.”

ഞാൻ വെറുതെ ലാമ്പിയെ ഒന്ന് ചൂടാക്കാൻ വേണ്ടി ഒരു കള്ളം പറഞ്ഞു.

“നീ എന്റെ വീട്ടിൽ വരുന്ന സമയത്ത് എന്റെ ഭാര്യയുണ്ടാക്കിയ പായസം വേറേ പാത്രം ഒന്നും കിട്ടാത്തതുകൊണ്ട് ഞാൻ എന്റെ അച്ഛമ്മ യുടെ തുപ്പൽകോളാമ്പിയിൽ നിറച്ചു തന്നാൽ നീ കുടിക്കുവോ?” അയാൾ എന്നോട് ഒരു മറു ചോദ്യം ചോദിച്ചു.

ഞാനതിനു മറുപടി പറയാതെ വേഗം കോൾ കട്ട് ചെയ്ത് കാറിലേക്ക് നടന്നു. എന്റെ മനസ്സാകെ കലങ്ങിയതുപോലെ തോന്നി. ഒട്ടും താത്പര്യ മില്ലാതെയാണ് തിരിച്ചു ഡ്രൈവ് ചെയ്തത്. ഹൈവേ സൈഡിൽ

ഇളനീരുപോലെ എന്തോ ഒരു സംഭവം വിൽക്കുന്ന സ്ത്രീയെ ചൂണ്ടി അമ്മു വണ്ടി നിർത്താൻ പറഞ്ഞപ്പോഴാണ് എന്റെ മനസ്സ് ഓർമ്മകളിൽ നിന്നും അയഞ്ഞത്. അവർ ശരിക്കും റോഡിന്റെ മറുവശത്ത് ആയിരുന്നു കച്ചവടം ചെയ്തിരുന്നത്. പക്ഷേ ഞങ്ങളുടെ കാർ കണ്ടതും ആ സ്ത്രീ എഴുന്നേറ്റു നിന്നു. അവരുടെ അരികിൽ വെയിലിൽ പൊടിമണ്ണിൽ കളിച്ചുകൊണ്ടിരുന്ന ഒരു കുട്ടി പിടഞ്ഞ് എഴുന്നേറ്റ് ചങ്കുപറിയുന്ന സന്തോഷത്തോടെ കാറിനു നേരെ ഓടി വന്നു. നേരത്തെ പാഴ്സൽ വാങ്ങിച്ചു വെച്ച കവർ എന്തൊക്കെയോ തെലുങ്കിൽ സംസാരിച്ചുകൊണ്ട് അമ്മു അവനെ ഏല്പിച്ചു. ഒരുപക്ഷേ ചുറ്റിലും ശ്രദ്ധിക്കാതെ റോഡ് മുറിച്ചു കടന്ന് ഓടിവന്നതിന് ശകാരിക്കുന്നതായിരിക്കണം. അവനു താങ്ങാനാകുന്നതിലും ഭാരം ആ കവറിനുണ്ടെന്ന് അവന്റെ മുഖഭാവത്തിൽ നിന്നും മനസ്സിലായി. പക്ഷേ ആ മുഖം കത്തിയുടെ വായ്ത്തല വെയിലിൽ പിടിച്ചതുപോലെ തിളങ്ങുകയായിരുന്നു.

അവിടുന്ന് തിരിച്ചു വന്നയുടൻ ഡോക്ടർ ആംബുലൻസിന് ബാംഗ്ലൂർ മണിപ്പാൽ ഹോസ്പിറ്റലിലേക്ക് ഒരു ഓട്ടം തന്നു. എമർജൻസി കേസ് ഒന്നുമല്ല. മുന്നൂറ്റി അറുപത് കിലോമീറ്റർ വൺ സൈഡുള്ള വലിയ ഓട്ടമാണ്. സാധാരണ ഞാൻ ഇത്തരം യാത്രകളിൽ രോഗത്തെക്കുറിച്ച് യാതൊന്നും അന്വേഷിക്കാറില്ല. എത്ര വേഗത്തിൽ ഹോസ്പിറ്റലിൽ എത്തിക്കണം, എന്തു റിസ്കുണ്ട് എന്നൊക്കെ നമുക്ക് നേരത്തെ തന്നെ ഒരു ചിത്രം ലഭിക്കും. അതിൽ കൂടുതൽ എന്തെങ്കിലും അറിഞ്ഞാൽ നമുക്കത് ആവശ്യമില്ലാത്ത ടെൻഷനാണ്. പക്ഷേ സാമാന്യം വലിയ യാത്ര ആയതുകൊണ്ടായിരിക്കണം ക്യാബിനിൽ കൂടെ ഇരുന്ന മനുഷ്യൻ അവരുടെ കാര്യങ്ങൾ എന്നോട് പറഞ്ഞു.

ഒരു ചെറിയ കുട്ടിയും അവരുടെ അമ്മയുമാണ് പിറകിൽ ഉള്ളത്. കുഞ്ഞിനെ മാസം തികയാതെ പ്രസവിച്ചതാണ്. ഇൻക്യുബേറ്ററിൽ കുഞ്ഞിന് ആവശ്യത്തിന് ഓക്സിജൻ ലഭിച്ചില്ല. ആശുപത്രിയുടെ ഭാഗത്തു നിന്നു സംഭവിച്ച വീഴ്ചയായിരുന്നു. കുഞ്ഞ് സെറിബ്രൽ പാൾസി രോഗബാധിതനായി. കഴിഞ്ഞ പന്ത്രണ്ടു വർഷമായി വീൽച്ചെയറിൽ ആണു കുട്ടി. അവന്റെ അച്ഛൻ ഹോസപിറ്റലിനെതിരെ കേസ്സിനു പോയി. മൂന്നാം ദിവസം അയാളെ ഓടിക്കുന്ന ടാക്സി കാർ അടക്കം ഹവാല ഇടപാടിന് പൊലീസ് പൊക്കി. അയാൾ കസ്റ്റഡിയിൽ നിന്നു ചാടിപ്പോകാൻ ശ്രമിക്കുന്നതിനിടെ പൊലീസ് ക്വാർട്ടേഴ്സിനു പിന്നിലെ കിണറിൽ വീണുമരിച്ചു. എന്റെ കൂടെ ഇരിക്കുന്ന ആൾ കുട്ടിയുടെ അമ്മയുടെ അച്ഛനാണ്. ശ്വാസം എടുക്കാൻ പോലും പെടാപ്പാട് പെടുന്ന ഒരു പാവം മനുഷ്യൻ.

കുഞ്ഞിന്റെ അമ്മ റോഡ് പണിക്കും അവിടൊരു മാടക്കടയിൽ സഹായിക്കാനും പോയി കിട്ടുന്ന വരുമാനം കൊണ്ടാണ് കുടുംബം

നടക്കുന്നത്. ഇപ്പോഴത്തെ കുട്ടിയുടെ ചികിൽസാചിലവൊന്നും സങ്കല്പിക്കാൻപോലും പറ്റാത്ത ചുറ്റുപാടാണ് അവരുടെ കുടുംബത്തിന്റേത്. അമ്മുവിന്റെ അച്ഛനാണ് എല്ലാം നോക്കുന്നത്. മകളുടെ ഭർത്താവ് കിണറിൽ വീണുമരിച്ചതല്ലെന്ന് അയാൾ തറപ്പിച്ചു പറഞ്ഞു. ആൾമറയുള്ള കിണറ്റിൽ ആരെങ്കിലും വീഴുമോ? അയാളുടെ ചോദ്യങ്ങൾക്ക് മറുപടിയില്ലാതെ ഞാൻ വണ്ടിയുടെ എഞ്ചിന്റെ മുരൾച്ചയ്ക്ക് കാതുകൊടുത്ത് ഇരുന്നു.

വഴിയിലെ ചിലവുകളും വണ്ടി വാടകയും ഡോക്ടർ മുൻകൂട്ടി എന്നെ ഏല്പിച്ചിരുന്നു. അവരെ ഹോസ്പ്പിറ്റലിൽ എത്തിച്ച് ഒന്ന് കുളിച്ച് ഞാൻ അപ്പോൾതന്നെ മടങ്ങി. നെടുനീളത്തിൽ നിവർന്നു കിടക്കുന്ന റോഡും പുക പൊന്തുന്ന കൂറ്റൻ ഫാക്ടറികളും നാലുവരിപ്പാതയെ വേർതിരിക്കാൻ നടുവിൽ സമൃദ്ധമായി നട്ടുവളർത്തിയ പൂച്ചെടികളും ഹംപിയിലെപ്പോലെ കല്ലുകൾ പെറുക്കിവച്ചുണ്ടാക്കിയ കൂറ്റൻ മലകളും കരവിരുതിൽ വിളങ്ങിനിൽക്കുന്ന ഗോപുരങ്ങളും നദികളും നീളൻപാലങ്ങളുമെല്ലാം ആസ്വദിച്ച് ഒരു ദീർഘമായ സഞ്ചാരം. അനന്ത്പൂർ എത്തുമ്പോഴേക്കും സന്ധ്യ മയങ്ങിത്തുടങ്ങിയിരുന്നു. അത്യാവശ്യമില്ലാത്ത സമയത്ത് രാത്രി ഓടുന്നത് റിസ്ക് ആയതുകൊണ്ട് ഏറ്റവും ആദ്യം കണ്ട പമ്പിൽ വണ്ടി കയറ്റി. നല്ല വെളിച്ചം ഉള്ള ഇടത്ത് നോക്കി വണ്ടി പാർക്ക് ചെയ്തു. ഒരു മിനി ലോറി അല്ലാതെ വേറെ വണ്ടികൾ ഒന്നുമില്ല. പമ്പിലെ ജീവനക്കാരെ കണ്ട് സംസാരിച്ച് അനുവാദം വാങ്ങിച്ചു. രാത്രി മുഴുവൻ പ്രവർത്തിക്കുന്ന പമ്പ് ആണ്. ഒരു ഇരന്നൂറു രൂപ അവിടെ നിൽക്കുന്ന പയ്യന്റെ കയ്യിൽപ്പിടിപ്പിച്ചപ്പോൾ അവന്റെ മുഖവും തെളിഞ്ഞു. അവിടെ നിന്ന് തന്നെ കുളിച്ചു.

ഡ്രസ്സൊക്കെ മാറി പാഴ്സൽ വാങ്ങിച്ചു വെച്ച ഭക്ഷണം കഴിക്കാമെന്നോർത്ത് വണ്ടിയിൽ കയറിയതും ലാമ്പി വിളിച്ചു. അയാൾ ലൈനിൽ ഉള്ള ഏതോ കൂട്ടുകാരന്റെ ലോറിയും കാത്ത് മൈസൂരിൽ ആയിരുന്നു. കുറേ നേരം സംസാരിച്ചു. ആ പെണ്ണിനെ എങ്ങനെയെങ്കിലും ഒഴിവാക്കാനുള്ള ഉപദേശമായിരുന്നു കൂടുതലും. കൂട്ടത്തിൽ ഞാൻ ഇവിടുത്തെ വിശേഷങ്ങളും പറഞ്ഞു. എല്ലാം കേട്ട ശേഷം അല്പനേരം ലാമ്പി മൗനത്തിൽ ആയിരുന്നു. കോൾ കട്ട് ആയോ എന്ന് ഞാൻ സംശയിച്ചു.

'നീയിപ്പോ പറഞ്ഞതൊക്കെ കൂട്ടി വായിക്കുമ്പോൾ എനിക്ക് കാര്യങ്ങളുടെ കെടപ്പ് ഏകദേശം പിടികിട്ടി.' ലാമ്പി സംസാരിച്ചു തുടങ്ങി. "പെണ്ണിനെ പൂളിയത് ആ ഡോക്ടർ തന്നെ ആയിരിക്കും. അയാൾടെ വൈഫിനെ റേപ്പ് ചെയ്ത് കൊന്നതും അയാളായിരിക്കും. എന്നിട്ട് കനാലിൽ കൊണ്ടു തള്ളിക്കാണും. നമുക്കീപെണ്ണിനെ കിട്ടിയ സ്ഥലത്തും ഒരു ചെറിയ തോടുണ്ടാരുന്നു. ഇങ്ങനത്തെ ഏരിയ കേന്ദ്രീകരിച്ചായിരിക്കും അയാൾ ഓപ്പറേറ്റ് ചെയ്യുന്നത്. അതാ അയാൾക്ക് പൊലീസിനെ

വിളിക്കാൻ മടി. ഇപ്പോ നിന്നെ അവിടുന്ന് മനപ്പൂർവ്വം മാറ്റിയതാണ്. നീ ചെല്ലുമ്പോഴേക്ക് പെണ്ണിനെ അവിടുന്ന് മാറ്റും."

ലാമ്പി ഒറ്റവീർപ്പിന് പറഞ്ഞു തീർത്തു.

"ലാമ്പി എന്തു മണ്ടത്തരമാണ് പറയുന്നത്? സ്വന്തം വൈഫിനെ ആരെങ്കിലും റേപ്പ് ചെയ്യുവോ?" ഞാൻ അയാളോട് ചോദിച്ചു.

"എന്താ സംശയം... ഞാൻ തന്നെ എത്ര പ്രാവശ്യം ചെയ്തിട്ടുണ്ട്." ഒട്ടും ആലോചിക്കാതെ അയാൾ മറുപടി പറഞ്ഞു.

കഴിക്കുകയാണെന്ന് പറഞ്ഞ് ഞാൻ പെട്ടെന്നു തന്നെ ഫോൺ കട്ട് ചെയ്തു. ഭക്ഷണം കഴിച്ചെന്നു വരുത്തി ഒത്തിരി വെള്ളവും കുടിച്ച് നേരത്തേ കിടന്നു. ക്ഷീണം കാരണം പെട്ടെന്നുതന്നെ ഉറങ്ങിയെന്നു തോന്നുന്നു. മൊബൈൽ തുടരെ റിങ്ങ് ചെയ്യുന്നത് കേട്ടാണ് ഉണർന്നത്. പുലർച്ചെ അഞ്ചേമുക്കാൽ കഴിഞ്ഞിരുന്നു. സനി നാട്ടിൽ നിന്ന് ആറു തവണ വിളിച്ചിട്ടുണ്ട്. ഞാനവനെ തിരിച്ചു വിളിച്ചു.

"ലാമ്പി തൂങ്ങിയെടാ." ഫോൺ എടുത്തപാടെ അവൻ അലറി.

"എന്താണ്..." എനിക്കൊന്നും മനസ്സിലായില്ല.

"എടാ ഞാൻ ഇത്താക്കിന് കൊടുക്കാടാ... ഞാൻ വണ്ടി ഓടിക്കേന്ന് ഞാൻ ഇത്താക്കിന് കൊടുക്കാ."

ഞാൻ ഫോൺ പരമാവധി ചെവിയോട് ചേർത്തുപിടിച്ചു. ഇത്താക്കും ഞാനും സനിയും ഒക്കെയായിട്ട് ചെറുപ്പം തൊട്ടുള്ള കൂട്ടാണ്. ഇത്താക്ക് എന്തു പറഞ്ഞാലും വളരെ വിശദമായി നീട്ടിപ്പരത്തി അല്പം പൊലിപ്പിച്ചേ പറയൂ. അതാണവന്റെ സ്വഭാവം. ഞാൻ ഇത്താക്കിന്റെ ശബ്ദം കേൾക്കാനായി ചെവി ഫോണിനു വട്ടം പിടിച്ച് കാത്തു നിന്നു.

"എടാ.. ലാമ്പീടെ ഭാര്യയില്ലേ സുജേച്ചി. അവൾക്ക് എടപാടണല്ലാ മില്ലിലെ കുട്ടന്റെ കൂടെ. ഇന്നലെ നമ്മള് പൊഴേല് വട്ട വല വിരിച്ചെടാ. ഞാനും സനീം രാജീവേട്ടനും. ഒരു പന്ത്രണ്ട് മണിയാവുമ്പ സലാംച്ച വിളിച്ച് ലാമ്പീടെ വീട്ടിലേക്ക് കുട്ടൻ കേറിപ്പോണ കണ്ടെന്നു പറഞ്ഞു. നമ്മളു മെല്ലെ വലേന്റെ പരിപാടി നിർത്തീട്ട് ലാമ്പീടെ വീട്ടിലോട്ട് വെച്ച് പിടിച്ച്. ക്ലബ്ബീന്ന് പിള്ളേര് ഫുട്ബോള് കാണുന്ന്. അവന്മാരേം വിളിച്ച്. ഇവനെ കൈയോടെ പൊക്കാൻ വേണ്ടീട്ട് നമ്മളു വീടിന്റെ പുറത്ത് എടാ ആ ബുഷില്ലേ... ബുഷ് അതിന്റെ പിറകില് നിന്നെടാ... ഒരു മൂന്നു നാലു മണിക്കൂറ് നിന്നെടാ. ഒന്നും പറയണ്ടെടാ.. പൊരിഞ്ഞ പരിപാടി ആണെന്ന് തോന്നുന്ന്. പക്ഷേ അതിനിടയ്ക്ക് വേറേ ഒരു ടിസ്റ്റ്. ലാമ്പി ഉണ്ടെടാ സിഗരറ്റും വലിച്ചോണ്ട് റോഡീന്ന് കയറി വരണ്. ലാമ്പീനേം വലിച്ച് ബുഷിന്റെ ഇടെല് താഴ്ത്തി. കാര്യം ലാമ്പിയോട് പറഞ്ഞ് ഇല്ലേൽ നമ്മള് കള്ളന്മാര് ആകൂലേ... ഒരു അരമണിക്കൂറ് കഴിഞ്ഞപ്പൊ സുജേച്ചി ഡോർ തുറന്നു. കുട്ടൻ ഇറങ്ങി. ഞാന് ലാമ്പീനെ പിടിച്ച് ബുഷിന്റെ

ഇടേല് അമർത്തിയങ്ങ് പിടിച്ചു. എടാ ഇവന് നേരെ അങ്ങ് പോയാ പ്പോരേ.... ഇവൻ സുജേച്ചീനെ വലിച്ചു പുറത്തേക്ക് നിർത്തീട്ട് പൂണ്ടങ്ങ് പിടിച്ചിട്ട് ഒരുമാതിരി കിസ്സടി. എന്റെ മോനെ ചെമ്പലിക്കൂടി പുളവൻ കേറിയപോലെ. ഉഫ്... കുട്ടൻ എറങ്ങിപ്പോയീട്ടാ. നമ്മളവനെ ഒന്നും ചെയ്തില്ല. നമ്മളൊന്നും ആരോടും പറയില്ലാ ലാമ്പിയോട് സത്യം ചെയ്ത്. നമ്മളു വലവെലിക്കാൻ പുഴേ വന്ന്. എടാ ആ പുഴേലെ മീനിനെ ഒന്നും ഒരാഴ്ചത്തേക്ക് തിന്നല്ലേട്ടാ. അരയോളം വെള്ളത്തിൽ ഇറങ്ങി യപ്പോ ആണ് ഈ രാജീവേട്ടനൊക്കെ ഒരു മറ കിട്ടിയത്. കുറച്ച് കഴിഞ്ഞപ്പോ സലാംച്ച പിന്നേം വിളിച്ചെടാ... ലാമ്പി തൂങ്ങീന്ന് പറഞ്ഞ്. പിള്ളേരാണ് ഇറക്കിയത്. അയാൾടെ കിണറിലെ കയറാണോ നീ ജന റേറ്ററ് കെട്ടാൻ എടുത്തത്? തടിച്ച കയറാണെങ്കിൽ സീനില്ലാരുന്ന്. ഇത് നേർത്ത കയറിനാണ് തൂങ്ങിയത്. കഴുത്ത് കട്ടായിപ്പോയിട്ടുണ്ടാകും മാങ്ങാത്തൊലി. സലാംച്ചേടെ കാറിൽ പിള്ളേര് കൊണ്ടോയിട്ടുണ്ട്. സഹകരണത്തിൽ എടുക്കൂലാ പോലും. ആംബുലൻസിന് മെഡിക്കൽ കോളേജിനു വിട്ടിട്ടുണ്ട്. നമ്മളു പിറകേ പോക്ന്ന്. നമ്മളു പത്തു പതിനേഴ് പേരില്ലേ. പുഴേല് ഭയങ്കര ശീതമാണെടാ. നിന്റെ ആംബുലൻ സിലു ഡെഡ്ബോഡി കൊണ്ടോണ ആ സെറ്റപ്പിനു പോലും ഇത്രേം തണുപ്പുണ്ടാകൂല. ഇത്രേം നേരം പൊഴേല് കിടന്ന് ബൈക്കിന് പോയാ തണുക്കും. മഴക്കോളുണ്ട്. അതുകാരണം വീട്ടീന്ന് നിന്റെ ട്രാവലർ എടുത്തു. സനിയാണ് ഓട്ടണത്. നീയിതിനു പുതിയ ഹോൺ മേടിച്ച് കേറ്റിട്ട്ണ്ടാ.. പൊളി സൗണ്ടാണ്. കിട്ടണ പൈസ മൊത്തം വണ്ടീൽ തന്നെ കയറ്റിക്കഴിഞ്ഞാ ഇതീന്നെങ്ങനാടാ ഒരു ലാഭം വരണത്?" അവൻ എന്നോട് ചോദിച്ചു.

ഞാൻ തപ്പിപ്പിടിച്ച് ഫോൺ കട്ട് ചെയ്തു. പിറകെ തന്നെ അമ്മുവിന്റെ അച്ഛന്റെ നമ്പറിൽ നിന്നും ഒരു കോൾ വന്നു.

"എന്താ ഡോക്ടറേ...?"

അയാൾ മറുപടിയൊന്നും പറയുന്നില്ല. സൂചിക്കുത്തുപോലെ ഒരു ഭയം എന്റെ ഉള്ളിൽ അരിച്ചിറങ്ങി. മുന്നിൽ പാർക്ക് ചെയ്ത മിനിലോറി പെട്ടെന്ന് സ്റ്റാർട്ട് ആയി. ദീർഘദൂരയാത്രയ്ക്ക് തയ്യാറെടുക്കുന്നതിനു മുന്നോടിയായി ഡ്രൈവർ അതിന്റെ എഞ്ചിൻ റെയ്സ് ചെയ്യാൻ ആക്സി ലേറ്റർ ചവിട്ടിക്കയറ്റി. ഡോക്ടറുടെ ശബ്ദത്തെ മറച്ചു പിടിക്കും വിധ ത്തിൽ അതിന്റെ ഹുംകാര ശബ്ദം മുഴങ്ങി.

■

സെക്സ് ലാബ്

നായാട്ടുകാരുടെ കെണിയിലകപ്പെട്ട് ക്ഷീണിതനായ മൃഗത്തെപ്പോലെ എഞ്ചിൻ നിന്ന് അണയ്ക്കുകയും ഉള്ളിലെ കുപിതരായ യാത്രക്കാരെ അനുകരിച്ച് നീളത്തിൽ ചൂളം വിളിക്കുകയും ചെയ്തു. ഹോണിന് അല്പം ഇടവേള കൊടുത്തതിന്റെ മടുപ്പു തീർക്കാനെന്നവണ്ണം ട്രെയിൻ ഒന്നകൂടി ഉച്ചത്തിൽ ചൂളം കുത്തി. അതിന്റെ ശബ്ദം കേട്ട് ചില്ലകൾ കുലുക്കിയും ചെറു സീൽക്കാരം തീർത്തും പാഞ്ഞെത്തിയ ഒരു കൂട്ടം വാനരന്മാർക്ക് അവർ അക്രമാസക്തരാകുംവരെ കൗതുകത്തിന്റെ പരിഗണന കിട്ടി.

പൂർവ്വസഹോദരന്മാർ ബലം പ്രയോഗിച്ച് അകത്തേക്ക് കടക്കാൻ ശ്രമിച്ചതോടെ അതുവരെ കുഞ്ഞുങ്ങൾക്ക് കുരങ്ങനെ കാണിച്ച് രസിപ്പിച്ച അമ്മമാർ പോലും ഷട്ടർ താഴ്ത്തി സീറ്റിലേക്ക് തിരികെ വന്നു. ഒരുമാതിരി എല്ലാ ജനലുകളിലും ഷട്ടറുകൾ വന്ന് അടഞ്ഞു. ബോഗിക്ക് പുറം ലോകവുമായുള്ള ബന്ധം പെട്ടെന്ന് വിച്ഛേദിക്കപ്പെട്ട ഞെട്ടലിൽ ഒരു കൈക്കുഞ്ഞ് വാവിട്ട് കരഞ്ഞു.

ഒന്നിലും വലിയ ശ്രദ്ധ കൊടുക്കാതെ പുറത്തെ തണുപ്പുമേറ്റ് ബോഗിയുടെ തുറന്നിട്ട വാതിലിൽ വിശ്രമിക്കുകയായിരുന്നു ഞാൻ. അവൾ അരികിൽ വന്നിരിക്കുംവരെ ഇതും ഒരു സാധാരണ ദിവസമായിരുന്നു. ഉച്ചയ്ക്ക് പഴയ ചില പേപ്പർകട്ടിങ്ങുകളുടെ ഫോട്ടോസ്റ്റാറ്റ് എടുത്ത് തിരികെ വരുംവഴി വേളാർകോട്ടിന് അര കിലോമീറ്റർ ദൂരത്തിൽ വെച്ച് ബൈക്ക് ബ്രേക്ക്ഡൗണായി. അതിന് ചെയിൻ സോക്കറ്റും ക്ലച്ച് കേബിളും വാങ്ങി വരുന്ന വഴിയാണ്. ട്രെയിനിന് സിഗ്നൽ വീണിരുന്നെങ്കിൽ ഒരു ചെറുതടിച്ച് ഭക്ഷണവും കഴിച്ച് ഏതാണ്ട് ഇത് ഉറക്കം പിടിക്കേണ്ട നേരമായി. എനിക്കാകെ അരിശം പിടിച്ചു. അപ്പോഴാണ് അവൾ അരികിൽ വന്നിരുന്നത്. ഒഴുക്കിൽ വിണ കല്ലിനെപ്പോലെ തട്ടിയും തടഞ്ഞുമാണവൾ വന്നത്. ആരോടോ ഫോണിൽ കന്നടയിൽ സംസാരിച്ചുകൊണ്ട് അവളെന്റെ അരികിലേക്കിരുന്നു. പത്തു പതിനഞ്ചു മിനിറ്റു നീണ്ട ആ സംസാരത്തിൽ നിന്ന് ഒന്നുരണ്ട് തെറിവാക്കുകൾ മാത്രം ഞാൻ

സംസ്കരിച്ചെടുത്തു. ഫോൺ ബാഗിലേക്ക് തിരികെ വെച്ച് ഇൻഹേലർ എടുത്ത് ആഴത്തിൽ ശ്വാസമെടുത്ത് മുഷ്ടി ചുരുട്ടി അവൾ വാതിലിന്റെ ഇരുമ്പ് പാളിയിൽ ഇടിച്ചു. അതും കഴിഞ്ഞ് ഷാളിന്റെ തുമ്പുകൊണ്ട് കണ്ണുനീർ തുടച്ചെടുത്തു. പുറത്ത് കാഴ്ചകൾ ഒന്നും ഇല്ലെങ്കിലും ഞാൻ രാത്രിയുടെ സൗന്ദര്യത്തിൽ ലയിച്ചിരിക്കുകയാണെന്ന ഭാവേന അവളുടെ അരികിലേക്ക് അല്പം കൂടെ നീങ്ങിയിരുന്നു. കരിമേഘങ്ങൾ അന്നേരം ഒരിന്ദ്രജാലക്കാരനെപ്പോലെ രാത്രിയുടെ സൗന്ദര്യം മറച്ചു പിടിച്ചിരിക്കുക യായിരുന്നു. രണ്ടുപേർക്കും മെലിഞ്ഞ ശരീരം ആയിരുന്നതുകൊണ്ട് അത്രയും ഇടുങ്ങിയ സ്ഥലത്ത് ഇരന്നിട്ടുകൂടി ഞങ്ങളുടെ ശരീരങ്ങൾ തമ്മിൽ തൊട്ടില്ല. ഒരു നിമിഷം കണ്ണൂർ പയ്യന്നൂർ ലിമിറ്റഡ് സ്റ്റോപ്പിന്റെ പിന്നിലെ നിരയിൽ ഒരേ സീറ്റിൽ ഞങ്ങൾ ഇരിക്കുന്നതായി ഞാൻ ഭാവന ചെയ്തു. ചുടല കപ്പണത്തട്ട് വളവ് വീശിയിറങ്ങുമ്പോൾ ഏതാണ്ട് മുഴുവ നായും അരികിൽ ഇരിക്കുന്നവരുടെ ശരീരം നമ്മുടെ ദേഹത്തായിരിക്കും.

ഞാനങ്ങനെ ഓരോന്ന് ആലോചിച്ച് മറ്റൊരു ലോകത്തായിരുന്നു. പക്ഷേ പെട്ടെന്ന് എന്നെ ഉണർത്തിക്കൊണ്ട് അവൾ എന്റെ അരികിലേക്ക് ചേർന്നിരുന്നു.

“എന്തൊരു തണുപ്പാണല്ലേ? തണുപ്പത്ത് നിന്നോട് ഇങ്ങനെ ചേർന്നിരിക്കാൻ വല്ലാത്തൊരു സുഖമാണ്. അത് വേറെ ഒരാൾക്കും പറഞ്ഞാൽ മനസ്സിലാകില്ല.”

എന്റെ അരക്കെട്ടിലേക്ക് കൈ ചേർത്തുകൊണ്ടാണ് അവളത് പറഞ്ഞത്. എനിക്കൊന്നും മനസ്സിലായില്ല. ലോഡാകുവാൻ ക്യൂവിൽ കാത്തുകിടക്കുന്ന ലോറിയിലിരുന്ന് ഉച്ചവെയിലേറ്റ് ഒരു സ്വപ്നം കാണുക യാണെന്ന് ഞാൻ കരുതി. പെട്ടെന്ന് എന്നെ ഞെട്ടിച്ചുകൊണ്ട് അവൾ ഒന്നകൂടി അരികിലേക്ക് ചേർന്നിരുന്നു. ഒരു ചാവാലിപ്പട്ടിയെപ്പോലെ ഞാൻ ഡോറിനരികിലേക്ക് കൂടുതൽ ഒതുങ്ങിയിരുന്നു. അവൾക്ക് ആളു മാറിയതാണെന്ന് എനിക്ക് മനസ്സിലായി. ഒരുപക്ഷേ അവളുടെ കാമുകനോ കൂട്ടുകാരനോ ഇതേ ബോഗിയിൽ ഉണ്ടായിരിക്കും. ഇരുട്ടിൽ അവൾക്ക് ആളുമാറിപ്പോയിരിക്കുന്നു. പക്ഷേ അതെങ്ങനെ അവളെ പറഞ്ഞ് മനസ്സിലാക്കും എന്നോർത്ത് എന്റെ തല പുകഞ്ഞു. എനിക്കാ ണെങ്കിൽ കന്നഡ ഒരു വസ്തു അറിയില്ല. അല്പം കൂടി കഴിഞ്ഞ പ്പോഴാണ് മനസ്സിന് ഒരു വ്യക്തത വന്നത്. ഫോൺ വെച്ച ശേഷം നല്ല പച്ചമലയാളത്തിൽ ആണ് അവൾ എന്നോട് സംസാരിച്ചത്. ഞാൻ നഖം പുറത്തേക്ക് കടിച്ചു തുപ്പി ആഴത്തിൽ ശ്വാസമെടുത്ത് ധൈര്യം സംഭരിച്ചു. അതിനകം തന്നെ എന്റെ ഹൃദയം താളം തെറ്റി മിടിച്ചു തുടങ്ങിയിരുന്നു. പക്ഷേ ഒന്നും പറയാനായില്ല. ആകപ്പാടെ ഒരവശത തോന്നി. തുടലു പൊട്ടിച്ച് പുറത്തേക്ക് കുതിക്കാൻ വെമ്പുന്ന നായ്ക്കുട്ടിയെപ്പോലെ അവളുടെ കഴുത്തിലെ ഷാൾ പുറത്തെ കാറ്റിലേക്ക് പറക്കാൻ ശ്രമിക്കു ന്നതും നോക്കി ഞാൻ ഇരുന്നു. അതിന്റെ ശല്യം സഹിക്കാതായപ്പോൾ

അവൾ കാറ്റിൽ ഉലയുന്ന ഷാൾ വലിച്ചെടുത്ത് ഒരു പ്രാവശ്യം കൂടി കഴുത്തിനെ ചുറ്റിയെടുത്തു. ഒന്നുകിൽ അവൾക്ക് ആളുമാറിപ്പോയെന്ന് അവളോട് പറയാം. അതാണ് മര്യാദ. അല്ലെങ്കിൽ ഈ നിമിഷം മാക്സിമം എൻജോയ് ചെയ്യാം. ഞാൻ അങ്ങോട്ട് പോയി ഇരുന്നതൊന്നും അല്ലല്ലോ. അവളിങ്ങോട്ട് വന്നതല്ലേ. എങ്ങനെ നോക്കിയാലും ജീവിതം ഒരു നഷ്ടക്കണക്കാണ്. കോട്ട ആക്രമിച്ച് വിലപ്പെട്ടതെല്ലാം കവർന്ന് കൊണ്ടു പോകുന്ന രാജാക്കന്മാരെപ്പോലെയാണ് ജീവിതം എന്നോട് ഇതുവരെയും പെരുമാറിയത്. വല്ലപ്പോഴും ഇങ്ങനെ വീണുകിട്ടുന്ന അവസരങ്ങൾ കൂടി എൻജോയ് ചെയ്തില്ലെങ്കിൽ പിന്നെ എന്തിനാണ് ജീവിക്കുന്നത്.

ഞാൻ അല്പം കൂടി അവളുടെ അരികിലേക്ക് നീങ്ങിയിരുന്നു. വലതു കൈ എന്റെ അരക്കെട്ടിലേക്ക് ചുറ്റിപ്പിടിച്ച് അവളും എന്നോട് ചേർന്നിരുന്നു. ചുറ്റുപാടും ഇരുട്ടായിരുന്നു. കറുത്ത ആകാശത്ത് നിന്നും ഒരു സർക്കസ്സുകാരന്റെ മെയ്വഴക്കത്തോടെ മിന്നൽപ്പിണറുകൾ താഴേക്ക് ഇറങ്ങി വന്നു. ദൈവം ചെയ്ത ഏറ്റവും സർഗാത്മകമായ പണി ഇരുട്ടിനെ ഉണ്ടാക്കലാണെന്നാണ് ഞാൻ എല്ലാ കാലത്തും വിചാരിച്ചത്. ഇരുട്ട് എല്ലാത്തിനും ഒരു മറപിടിക്കുന്നു. ആകപ്പാടെ ഒരു സന്തോഷം തോന്നി. പോക്കറ്റിൽ പരതി സിഗരറ്റെടുത്ത് ചുണ്ടിലേക്ക് തിരുകി.

“വലിക്കരുത്, വലി നമ്മുടെ സെക്സ് ലൈഫിനെ ബാധിക്കും.' അവളെന്റെ കയ്യിലെ സിഗർലാമ്പ് ബലമായി പിടിച്ചു വാങ്ങിച്ചു.

“അല്ലെങ്കിലും എന്റെ സെക്സ്ലൈഫ് അത്ര നല്ലതൊന്നുമല്ല.”

അറിയാതെതന്നെ എന്റെ ശബ്ദമുയർന്നു. സിഗരറ്റ് ഞാൻ പുറത്തേക്ക് തുപ്പി. അതിന്റെ പിന്നാലെ അവൾ സിഗർലാമ്പ് പുറത്തേക്കെറിഞ്ഞു.

‘ആരോട് ചോദിച്ചിട്ടാടീ നീ എന്റെ സിഗർലാമ്പ് കളഞ്ഞത്. ദേഹത്തൂന്ന് കൈയ്യെടുക്കെടീ... ആദ്യം ആളാരാണെന്ന് നോക്ക്. എന്നിട്ട് കയറിപ്പിടിക്ക്.”

പോക്കറ്റിൽ കിടക്കുന്ന അരപ്പാക്കറ്റ് സിഗരറ്റിന് ഇനി തീപ്പെട്ടി അന്വേഷിച്ച് നടക്കണം എന്നോർത്തപ്പോൾ എന്റെ നിയന്ത്രണം വിട്ടു.

“ഇവിടിങ്ങനെ പിടിച്ചാൽ നീ ഉടഞ്ഞുപോകുവൊന്നും ഇല്ലല്ലോ.”

അവളെന്റെ ശരീരത്തിൽ ഒന്നുകൂടെ ഇറുക്കിപ്പിടിച്ചു. പോക്കറ്റിൽ നിന്നും മൊബൈൽ എടുത്ത് ടോർച്ച് ഓൺ ചെയ്ത് ഞാൻ അവൾക്കെന്റെ മുഖം കാണിച്ചു കൊടുത്തു. എന്റെ മുഖം കണ്ടാലെങ്കിലും അവൾക്ക് ആളുമാറിയെന്ന് മനസ്സിലാകുമല്ലോ എന്നൊരു ഉദ്ദേശ്യത്തിലാണ്. പക്ഷേ അവൾ കുലുങ്ങിയില്ല. എന്റെ കൈയിൽ നിന്നും മൊബൈൽ പിടിച്ച് അവളുടെ മുഖം കാണുന്ന രീതിയിലേക്ക് തിരിച്ചു വെച്ചു. തോട്ട പൊട്ടിച്ചു പിടിച്ച മത്സ്യത്തിന്റേതുപോലുള്ള അവളുടെ കണ്ണുകൾ എനിക്ക് പരിചയമായിരുന്നു.

"ഇപ്പോ ആളെ മനസ്സിലായോ... മുൻപൊരു പ്രാവശ്യം നീ എന്നെ കൊണ്ടുപോയിട്ടുണ്ട്. നിങ്ങള് പത്തുപന്ത്രണ്ട് പേരുണ്ടായിരുന്നു... ഓർമ്മയില്ലേ..."

വാക്കുകളിൽ വെടിമരുന്ന് നിറച്ചതുപോലുണ്ടായിരുന്നു അവളുടെ ശബ്ദം.

ഓർത്തെടുക്കാൻ എനിക്കൊരു പ്രയാസവും ഉണ്ടായില്ല. സിനിമാക്കഥ പോലൊരു ദിവസമായിരുന്നു അത്. ആശിച്ച് മോഹിച്ച് നാലര വർഷം കാത്തിരുന്നിട്ട് ഞാനൊരു പന്ത്രണ്ടു സീറ്റ് ടൂറിസ്റ്റ് ട്രാവലർ എടുത്ത സമയം. അറിയാവുന്ന എല്ലാവരും ടൂറിസ്റ്റ് വണ്ടി എടുക്കരുത്. ആ ഫീൽഡിലേക്ക് ഇറങ്ങരുത് എന്നൊക്കെ ആവതു പറഞ്ഞു നോക്കി. പക്ഷേ ഞാൻ അതെല്ലാം തള്ളി എന്റെ ഇഷ്ടത്തിന് വണ്ടിയെടുത്തു. അത് ജോഷിൽ കൊണ്ടുപോയി പണിതതും വീടിനടുത്ത് ഒരു ചെറിയ ഷെഡ്ഡ് ഇട്ടതും എല്ലാം ചേർത്ത് ഒരു രണ്ടേകാൽ ലക്ഷം രൂപ അധികം ചിലവായി. വണ്ടിക്ക് ഏഴ് ലക്ഷം ലോൺ ഇട്ടിരുന്നു. പക്ഷേ എന്റെ എല്ലാ പ്രതീക്ഷകളും തെറ്റിച്ചുകൊണ്ട് അമ്പലത്തിൽ പൂജ കഴിഞ്ഞ് ഷെഡ്ഡിൽ കൊണ്ടുവെച്ച വണ്ടി അതേ കിടപ്പിൽ രണ്ടു മാസം കിടന്നു. രണ്ടു മാസത്തെ അടവ് ഇരുപത്താറായിരം രൂപ വീതം ഞാൻ കൈയിൽ നിന്നും എടുത്ത് അടച്ചു. ആകെ തകർന്ന് കീറിപ്പറിഞ്ഞ് നിൽക്കുമ്പോൾ ആണ് വീൽപ്പാലസിലെ സിബിച്ചൻ ആറ് ദിവസത്തേക്ക് ഒരു മൈസൂർ ഹംപി ട്രിപ്പ് തരുന്നത്. വീൽപാലസിന്റെ മിനി ബസ്സ് ഉടുപ്പിയിൽ വെച്ച് രാവിലെ ആക്സിഡന്റായി. ആ വണ്ടിക്ക് പകരം പോകാനാണ്. പൈസ പോലും ചോദിക്കാതെ ഞാനത് ഏറ്റു. ഒരാഴ്ച മുൻപ് ഞാൻ ട്രിപ്പ് ഉണ്ടോയെന്ന് അങ്ങോട്ട് വിളിച്ച് ചോദിച്ചപ്പോൾ സിബിച്ചൻ താത്പര്യം ഇല്ലാത്തതുപോലാണ് സംസാരിച്ചത്. ഇന്ന് പുള്ളി ഇങ്ങോട്ട് വിളിച്ച് ട്രിപ്പ് തന്നിരിക്കുന്നു. ഇതൊരു നിമിത്തമാണെന്നും ഇനിയങ്ങോട്ട് നല്ല കാല മാണെന്നും ഞാൻ മനസ്സിൽ സങ്കല്പിച്ചു.

സിബിച്ചൻ വിളിക്കുമ്പോൾ ഞാൻ പാടത്ത് പിള്ളേർ പെയ്ത്തു വെള്ളത്തിൽ ഫുട്ബോൾ കളിക്കുന്നതും കണ്ടിരിക്കുകയായിരുന്നു. മിഥുന്റെ ബൈക്ക് കടം വാങ്ങി ഞാൻ പയ്യന്നൂരിൽ പോയി. ചെണ്ടു മല്ലികൾ പിരിച്ചു കെട്ടിയ ഉണ്ടമാലയും സ്റ്റിയറിങ്ങിൽ ചുറ്റാൻ തുളസി മാലയും ഒരു തോർത്തും വാങ്ങി. വീട്ടിൽ വന്ന് വണ്ടി കഴുകി മാലയും കസവു മുണ്ടും ഒക്കെ കെട്ടി നാലാളു കാണും വിധത്തിൽ റോഡിലേക്ക് തിരിച്ച് വെച്ചു. കർട്ടൻ അഴിച്ച് ഭംഗിയിൽ ഞൊറിവുകളിട്ട് ഗ്ലാസിനോട് ചേർത്ത് കെട്ടി. ഫോണിൽ നിന്ന് ഫഹദ് ഫാസിലിന്റെ പുതിയ പട ത്തിന്റെ വ്യാജനെ ടി.വിയിൽ ഇടാൻ പാകത്തിന് പെൻഡ്രൈവിലേക്ക് കോപ്പി ചെയ്ത് വെച്ചു. ഏകദേശം ഒരു മണിക്കൂർ മൻപ് തന്നെ ഞാൻ വണ്ടിയും കൊണ്ട് സിബിച്ചൻ പറഞ്ഞ സ്ഥലത്തെത്തി. ചെത്തുകല്ലു പാകിയ മുറ്റമുള്ള പഴയ പാർട്ടി ഓഫീസാണ് സിബിച്ചൻ അടയാളം

പറഞ്ഞത്. പണ്ട് ക്വാറിയിൽ ചീള് വാരാൻ അതിനടുത്ത് പോയിട്ടുള്ളതു കൊണ്ട് വഴി എനിക്ക് കൃത്യം ധാരണ ഉണ്ടായിരുന്നു. അവിടെ ഏറിയാൽ ഒരു പതിനഞ്ചു മിനിറ്റേ കാത്തിരിക്കേണ്ടി വന്നുള്ളൂ. അപ്പോഴേക്കും സച്ചി എത്തി. അവനായിരുന്നു സിബിച്ചൻ എനിക്ക് തന്ന മൊബൈൽ നമ്പറിന്റെ ഉടമ. നിറഞ്ഞ ചിരിയോടെ അവൻ എനിക്ക് കൈ തന്ന് പരിചയപ്പെട്ടു.

"നമ്മൾ അരമണിക്കൂർ നേരത്തേയാണ്."

ബാഗ് ഡോറിനുള്ളിലേക്ക് കയറ്റിവെക്കുന്നതിനിടയിൽ അവൻ എന്നെ ഓർമ്മപ്പെടുത്തി. കുറച്ചു നേരം ഞങ്ങളവിടെ സംസാരിച്ചിരുന്നു.

"പെങ്ങൾ ഒളിച്ചോടിപ്പോയതിന്റെ ട്രിപ്പാണ്...! ആ പുന്നാരമോളെ കെട്ടിക്കാൻ വെച്ച കാശാണ്. ഇനി അതുകൊണ്ട് വല്ല്യ കാര്യമൊന്നു മില്ല.അതാ പിള്ളേരേം കൊണ്ടൊന്ന് കറങ്ങാൻ പോകാന്ന് വിചാരിച്ചത്. എന്തൊക്കെ പറഞ്ഞാലും നമുക്കവസാനം അവന്മാരു മാത്രമേ ഉണ്ടാക ത്തുള്ളൂ... എന്താ ചേട്ടാ ശരിയല്ലേ...?"

അവൻ എന്നോട് ചോദിച്ചു. അനുഭവം മറിച്ചാണെങ്കിലും അത് ശരിയാണെന്ന് ഞാനും സമ്മതിച്ചു. ഒരു പത്തു മിനിറ്റിനകം ഞങ്ങൾ പുറപ്പെട്ടു. സച്ചിയടക്കം ആകെ ഒൻപതു പേരേ ഉണ്ടായിരുന്നുള്ളൂ. എല്ലാവരും ചെറിയ പിള്ളേർ. അതിന്റെ ഒരു മൂഡ് എനിക്കും കിട്ടി. ചില യാത്രകളിൽ നമ്മൾ ഹൃദയംകൊണ്ടാണ് ഡ്രൈവ് ചെയ്യുന്നതെന്ന് തോന്നാറുണ്ട്. ഓർമ്മ വെച്ച കാലംതൊട്ടേ വണ്ടികളോടായിരുന്നു കമ്പം. ഉത്സവപ്പറമ്പിൽ പോയാൽ ഞാൻ വാഹനങ്ങളുടെ ടോയ്സിന് വേണ്ടി വാശി പിടിച്ചു കരഞ്ഞു. അമ്മ അത് ചെറിയ പന്തിലും ബലൂണിലുമെല്ലാം ഒതുക്കാൻ ശ്രമിച്ച് പരാജയപ്പെട്ടുകൊണ്ടിരുന്നു. അതൊന്നും വാങ്ങി ക്കാനുള്ള പൈസ നമ്മുടെ കയ്യിൽ ഇല്ലെന്ന് അമ്മ പറഞ്ഞത് ഉൾ ക്കൊള്ളാനായില്ലെങ്കിലും അമ്മ എന്നെ ഭയങ്കരമായി സ്നേഹിക്കുന്നു ണ്ടെന്ന് എനിക്ക് മനസ്സിലായി.

എവിടെ നിന്നൊക്കെയോ പൊളിഞ്ഞതും അരികുകൾ പൊട്ടിയതു മായ കളിപ്പാട്ടങ്ങൾ അമ്മ കൊണ്ടുവന്ന് തരും. അവയെല്ലാം അംഗ വൈകല്യം സംഭവിച്ചതും ടയറുകൾ ഇല്ലാത്തവയും ആയിരുന്നു. പക്ഷേ ചങ്കു പറിയുന്ന സന്തോഷത്തോടെ അവയെല്ലാം ഞാൻ ഒരു പഴയ പ്ലാസ്റ്റിക്ക് ചാക്കിൽ ഭദ്രമായി ശേഖരിച്ചു വെച്ചു. അടുത്ത പറമ്പിൽ പെയ്യുന്ന മഴയെപ്പോലും അകത്തേക്ക് ആവാഹിച്ചെടുക്കുന്ന, ചോർന്നൊ ലിക്കുന്ന ഓലപ്പുരയോ, വൈകുന്നേരം കുടിച്ച് വന്നാലുള്ള അച്ഛന്റെ സ്ഥിരം മയിലാട്ടമോ, ദാരിദ്രമോ വേദനകളോ ഒന്നും എന്നെ ബാധിച്ചില്ല. സ്കൂൾ വിട്ട് വരും വഴി ഉമ്പിച്ചായന്റെ വീടിന് മുന്നിൽ പാർക്ക് ചെയ്തിരി ക്കുന്ന വലിയ വാഹനങ്ങൾക്ക് മുൻപിൽ ഞാനെന്റെ സംഘർഷഭരിത മായ കുട്ടിക്കാലത്തെ മറന്നുവെച്ചു.

റോഡരികിലേക്ക് ഇറങ്ങി നിന്നാൽ അതുവഴി കടന്നുപോകുന്ന വാഹനങ്ങൾ മുന്നിൽ എത്തുമ്പോൾ എന്റെ ഹൃദയം ഉന്മാദം കൊള്ളുന്നത് നിഗൂഢമായ ഒരു നിർവൃതിയോടെ ഞാൻ അറിഞ്ഞു.

“ഏട്ടൻ ഒന്ന് സിവിലിൽ കയറുവോ... ഞങ്ങളീ ഇരിട്ടി സൈഡൊക്കെ പ്രോഗ്രാമിന് വരുന്നതുകൊണ്ട് ഇവിടെ അധികം പേർക്കും ഞങ്ങളെ അറിയാം. പിന്നെ പിള്ളേരെ ക്യൂവിൽ കണ്ടാൽ അവിടുത്തെ പണിക്കാര് കലിപ്പിടും. സിബിച്ചായൻ ആയിരുന്നെങ്കിൽ ഒന്നും ചിന്തിക്കണ്ടായിരുന്നു. പുള്ളി തന്നെ എല്ലാം മുന്നിൽ നിന്ന് ചെയ്യും.”

സച്ചി എന്റെ സീറ്റിനു പിന്നിലൂടെ കയ്യിട്ടു പിടിച്ചു. ആ പറഞ്ഞതിൽ ഒരു കൊളുത്തുണ്ടെന്ന് അന്നേരം തന്നെ മനസ്സിലായി. പക്ഷേ ഞാനത് മുഖത്തു കാണിച്ചില്ല. നീണ്ട ക്യൂ ദൂരെ നിന്ന് തന്നെ കാണാവുന്നതു കൊണ്ട് ബിവറേജസിന്റെ ഔട്ട്ലറ്റ് തപ്പി അധികം നടക്കേണ്ടി വന്നില്ല. മഴ ചാറിയപ്പോൾ അതുവരെ ശാന്തമായിരുന്ന ക്യൂവിൽ പെട്ടെന്ന് ഉന്തും തള്ളുമായി. ടൈറ്റാനിക്ക് സിനിമയിലെ പുറപ്പെടാൻ നിൽക്കുന്ന കപ്പലിലേക്ക് എന്നപോലെ ആ പഴയ കെട്ടിടത്തിന്റെ ഇരുമ്പ് ഗോവണിയിലേക്ക് ആളുകൾ ഇടിച്ചു കയറി. ഒരു വിധത്തിലാണ് ഫോൺ താഴെ വീഴാതെ ഞാൻ മുകളിലെത്തിയത്. രണ്ടു തവണയായി ഒന്നര കേസ് ബിയർ വാങ്ങി. പൊട്ടിക്കാത്ത ഒരു കെയ്സ് ഡിക്കിയിൽ ഭദ്രമായി വെച്ച് മറ്റുള്ളവ നെഞ്ചോട് അടുക്കിപ്പിടിച്ച് ഡ്രൈവിങ്ങ് സീറ്റിലേക്ക് കയറി.

സച്ചി അധിക സമയവും തുറന്ന ബിയർ ബോട്ടിലും കയ്യിൽപ്പിടിച്ച് മുന്നിലേക്ക് മിഴിയൂന്നി ഇരിക്കുകയായിരുന്നു. റോഡിൽ അത്യാവശ്യം ട്രാഫിക്ക് കുറഞ്ഞപ്പോൾ ഞങ്ങൾ സംസാരിച്ചു. എന്തൊക്കെയോ പറഞ്ഞ് അവസാനം ചുറ്റിയും വളഞ്ഞും അവന്റെ അനിയത്തിയിൽ തന്നെ എത്തി.

“നമ്മുടെ ഒരു കൂട്ടുകാരന്റെ പെങ്ങളിതുപോലെ പോയതാ. ആദ്യം ഒക്കെ അവൻ നല്ല കലിപ്പാരുന്നു. പിന്നൊരു കുഞ്ഞൊക്കെ ആയപ്പോൾ ആദ്യം അവന്റെ വീട്ടുകാര് അവളുമായി അടുപ്പത്തിൽ ആയി. പിന്നൊരു രണ്ടുമൂന്നു മാസം കഴിഞ്ഞപ്പോ അവനും പഴയ ദേഷ്യമൊക്കെ മറന്നു. ഇപ്പോ എല്ലാവരും സന്തോഷമായി ജീവിക്കുന്നു. ഇതൊന്നും വല്ല്യ കാര്യമൊന്നും അല്ല ഇപ്പോൾ.”

ഞാനവനെ തണുപ്പിക്കാൻ പഴയൊരു കഥ എടുത്തിട്ടു.

“ഇത് അതുപോലല്ല ചേട്ടാ. സംഭവം അവൻ അത്യാവശ്യം ഒരു ജോലി ഒക്കെ ഉള്ളവനാ. കാണാനും വല്ല്യ തെറ്റില്ല. പക്ഷേ അവര് കോളനി ടീമാ ചേട്ടാ. അവനെ വീട്ടിൽ കയറ്റിയാൽ എന്തെങ്കിലും ഒരു വിശേഷദിവസം ഒക്കെ ഉണ്ടാകുമ്പോ അവന്റെ വീട്ടുകാര് നമ്മുടെ കുടുംബത്ത് കേറി നെരങ്ങും. അതായത് ഈ വണ്ടീടെ ഡാഷ് ബോർഡ് തന്നെ എടുക്ക്. ചേട്ടൻ നല്ല ഭംഗിയിൽ തുടച്ച് മിനുക്കി വെച്ചിരിക്കുന്നു.

ദേ, അവിടൊരു പാവ, ഗണപതി ഭഗവാന്റെ ചെറിയൊരു വിഗ്രഹം. നല്ല ഭംഗിയില്ലേ... ഈ ഡാഷ് ബോർഡിലേക്ക് ഞാനെന്റെ ചെളിയുള്ള കാൽ എടുത്തുവെച്ചാൽ എന്തായിരിക്കും അവസ്ഥ. ട്രിപ്പ് വിളിച്ചത് ഞാനായതു കൊണ്ട് ചേട്ടനൊന്നും പറയാൻ പറ്റില്ല. ഞാൻ ഇറങ്ങിക്കഴിഞ്ഞ് ചേട്ടൻ ഇതൊക്കെ വൃത്തിയാക്കി ഇടുമായിരിക്കും. പക്ഷേ ഈ കാലിവിടെ ഇരിക്കുന്ന അത്രയും സമയം ചേട്ടനൊരു വീർപ്പുമുട്ടലായിരിക്കും. അവന്റെ വീട്ടുകാരൊക്കെ കയറി വന്നാൽ ഇതേ അവസ്ഥ തന്നെ നമ്മുടെ വീട്ടിലും ഉണ്ടാകാൻ പോകുന്നത്. അവളു പോയത് പോയി. ആ നായിന്റെ മോൾക്ക് ചളിക്കുണ്ടിൽ പോയി കിടക്കണെങ്കിൽ കിടക്കട്ടെ... ആർക്കാ ഇപ്പോ പ്രശ്നം?" സച്ചി കൈയ്യിലെ ബിയറിന്റെ കുപ്പി പുറത്തേക്ക് എറിഞ്ഞുടച്ചു.

കാലിൽ കുപ്പിച്ചില്ല് കയറുന്ന വല്ലാത്തൊരു സ്വപ്നം കണ്ടാണ് പുലർച്ചെ ഞെട്ടിയുണർന്നത്. ഹോം സ്റ്റേയിലെ ഡ്രൈവർമാർക്കായുള്ള ഡോർമെറ്ററിയിൽ ആണ് കിടന്നത്. എഴുന്നേറ്റപ്പോൾ തൊട്ട് മഴയാണ്. ബാൽക്കണിക്ക് പുറത്ത് കറുത്ത ആകാശത്തേക്ക് മിന്നൽപ്പിണറുകൾ പായിച്ചുകൊണ്ട് ആകാശം പടക്കപ്പലിലെ പോർമുനപോലെ നില കൊണ്ടു. പതിനൊന്നു മണിവരെ കാത്തിരുന്നിട്ടും മഴ ഒഴിയുന്ന ലക്ഷണ മൊന്നും കണ്ടില്ല. ഉച്ചകഴിഞ്ഞും മഴ തുടരുകയാണെങ്കിൽ ഇവിടെ കറങ്ങാൻ നിൽക്കാതെ നേരെ ഹംപി പിടിക്കാമെന്ന് ഞാൻ കരുതി. തിരിച്ചു പോരും വഴി ഇതിലൂടെ തന്നെ മടങ്ങി വരാം. ഉച്ചയ്ക്ക് വിട്ടാൽ നാളെ ഒരു പന്ത്രണ്ടു മണിയോടെയെങ്കിലും ഹോസ്പെറ്റ് പിടിക്കാം. ബെല്ലാരിയിൽ പരിചയമുള്ള ഹോട്ടലിൽ വിളിച്ച് ഫ്രഷ് ആകാനുള്ള സൗകര്യങ്ങളും ചെയ്യാം. ആലോചനകളിൽ മുഴുകി ഇരിക്കുമ്പോൾ ആണ് സച്ചി വന്ന് വിളിക്കുന്നത്.

"മഴ എന്തായാലും മാറുമെന്ന് തോന്നുന്നില്ല. ഇവിടെ തന്നെ അടച്ചിരി ക്കേണ്ടി വരും. ബോറടിയല്ലേ... ചേട്ടാ, നമുക്കൊരു... പെണ്ണിനെ കൊണ്ടു വന്നാലോ.. അങ്ങനാ പിള്ളേരൊക്കെ പറയുന്നത്. അജു പറഞ്ഞു ചേട്ടനോട് പറയാൻ. നിങ്ങളീ ഡ്രൈവർമാരായതു കൊണ്ട് ഇതൊക്കെ..."

അതിന്റെ ബാക്കി സച്ചി പറഞ്ഞില്ല. പല നമ്പറിൽ മാറി മാറി വിളിച്ചിട്ട് അവസാനം മൈസൂർ ഉള്ള ഒരു എജന്റു വഴിക്ക് എനിക്കൊരു നമ്പർ കിട്ടി. അവൾ എത്ര ആളുകൾ ഉണ്ടെന്ന് ചോദിച്ചപ്പോൾ പത്തു പേർ ഉണ്ടെന്ന് ഞാൻ സത്യം പറഞ്ഞു. എന്നെയും കൂടെ ചേർത്താണ് പറ ഞ്ഞത്. രണ്ടുപേർ വരണമെങ്കിൽ പതിനാറായിരം രൂപയാകമെന്നും ഒൻപതിനായിരം രൂപയ്ക്ക് അവൾ വേണമെങ്കിൽ ഒറ്റയ്ക്ക് വരാമെന്നും പറഞ്ഞു. പത്തുപേരുണ്ടെന്ന് ഞാൻ ഒരിക്കൽക്കൂടി ഓർമ്മിപ്പിച്ചു. ആളുകളുടെ എണ്ണം ഒരുപക്ഷേ അവൾ കേട്ടുകാണില്ലെന്നാണ് ഞാൻ വിചാരിച്ചത്.

“മനസ്സിലായി. അതുകൊണ്ടാ റേറ്റ് ഇത്രേം കേറ്റിപ്പറഞ്ഞത്. ഇല്ലെങ്കിൽ ഫുൾനൈറ്റിന് ആറായിരം രൂപ ഒക്കെ മതിയായിരുന്നു.”

അവളുടെ ശബ്ദത്തിന് കൂസലില്ലായ്മയുടെ സൗന്ദര്യം ഉണ്ടായിരുന്നു. മലയാളി ആയതുകൊണ്ടും കോളേജ് സ്റ്റുഡന്റ് ആയതുകൊണ്ടും ക്യാഷിന്റെ കാര്യത്തിൽ ഒരു പേശലും വേണ്ടെന്ന് സച്ചി പറഞ്ഞു. അങ്ങനെ അതുറപ്പിച്ചു. ഹോം സ്റ്റേയിലെ വിധർഭന്റെ കാർ എടുത്ത് ഞാൻ അവളെ കൊണ്ടുവരാൻ ബസ്സ്റ്റാന്റിലേക്ക് പുറപ്പെട്ടു. അവിടുന്ന് നാലു കിലോമീറ്റർ ദൂരം മാത്രമേയുള്ളൂ. ഞാൻ പല തവണ പോയിട്ടുള്ള ഏരിയ ആണ്. സ്റ്റാന്റിന് പിന്നിലെ മർക്കാറേ ഹോട്ടലാണ് അവൾ അടയാളം പറഞ്ഞത്. കാർ ഞാനതിന്റെ മുന്നിൽ ഒതുക്കി. പുറത്തിറങ്ങും മുൻപ് തന്നെ പോക്കറ്റിൽ നിന്നെടുത്ത സിഗരറ്റ് സിഗർ ലാമ്പിന്റെ ചൂടറിഞ്ഞു.

മഴ തോർന്നുതുടങ്ങിയിരുന്നു. അറവുകാരന്റെ വെട്ടുകത്തിയിലെ ചോരപോലെ അത് തുള്ളികളായി ഭൂമിയിലേക്ക് ഇറ്റു വീണു കൊണ്ടിരുന്നു. ആ സിഗരറ്റും പുകഞ്ഞു തീർന്ന് പത്തു മിനിറ്റു കൂടെ കഴിഞ്ഞാണ് അവൾ വന്നത്. ഒരു സുന്ദരിക്കുട്ടി. അവൾ വന്ന ബസ്സിന് പോലും ഒരു സൗന്ദര്യം ഉണ്ടായിരുന്നു. ഇതുവരെ കണ്ടതു മുഴുവൻ മനുഷ്യരുടെ പ്രേതങ്ങളെ ആണെന്ന് തോന്നിപ്പിക്കുംവിധത്തിൽ വളരെ മനോഹരമായാണ് അവൾ എന്നോട് ഇടപഴകിയത്. അവൾക്ക് വിശക്കുന്നുണ്ടെന്ന് പറഞ്ഞു. മുന്നിലെ ഹോട്ടലിൽ കയറി ഞങ്ങൾ കഴിച്ചു. എന്താണ് ഓർഡർ ചെയ്തതെന്നോ എന്താണ് കഴിക്കുന്നതെന്ന് പോലുമോ ഞാനറിഞ്ഞില്ല. ഞാനവളുടെ സൗന്ദര്യത്തിൽ ലയിച്ചു പോയി. അവൾ വളരെ ചെറുപ്പമായിരുന്നു. ഞാനവളോട് എന്തോ തെറ്റു ചെയ്യാൻ പോകുകയാണെന്ന് എനിക്ക് തോന്നിത്തുടങ്ങി. എന്റെ മനസ്സിന്റെ കലക്കം പോലെ എത്ര ശ്രമിച്ചിട്ടും കാർ സ്റ്റാർട്ടായില്ല. ഒടുക്കം ഞങ്ങളെ കൊണ്ടു പോകാൻ സച്ചി എന്റെ ട്രാവലറുമായി വരികയാണ് ചെയ്തത്.

ആദ്യമായാണ് ആ വണ്ടി ഞാനല്ലാതെ മറ്റൊരാൾ ഓടിക്കുന്നത്. ആദ്യമായാണ് ഞാൻ ഇതുപോലൊരു കാര്യം ചെയ്യുന്നത്. സച്ചി ഇറങ്ങിയ ഡ്രൈവിങ്ങ് സീറ്റിലേക്ക് സ്റ്റിയറിങ്ങിൽ പിടിച്ച് കയറുമ്പോൾ കൈ വഴുതി എന്റെ കാലിന്റെ പെരുവിരൽ സ്റ്റെപ്പിൽ ഇടിക്കുകയും ചെയ്തു. സച്ചിയും അവളും ഏറ്റവും പിന്നിലെ നിരയിലെ സീറ്റിൽ ആണ് ഇരുന്നത്. ഉള്ളിലെ മിറർ എത്ര തിരിച്ചുവെച്ചിട്ടും മുൻനിരയിലെ സീറ്റുകൾ അവരെ എന്റെ കാഴ്ചയിൽ നിന്ന് മറച്ചുപിടിച്ചു. വണ്ടി സ്റ്റാർട്ട് ചെയ്ത് മുന്നിലേയ്ക്കെടുത്തു. ചതുരംഗക്കളത്തിലെ രാജാവിനെപ്പോലെ ഗിയർ ലിവർ എന്റെ വിരലുകൾക്കിടയിൽ വളരെ ചുരുക്കം തവണ ചലിച്ചു. രോഗി വഴിയിൽ വെച്ച് മരിച്ച ആംബുലൻസ് ഡ്രൈവറെപ്പോലെ തളർന്ന മനസ്സുമായാണ് ഞാൻ ഡ്രൈവിങ്ങ് സീറ്റിൽ ഇരുന്നത്. ഷർട്ടിന്റെ കോളർ പല്ലുകൾക്കിടയിൽ കടിച്ചുപിടിച്ച് വളർന്ന് വലുതായ ശേഷം ഞാൻ

ആദ്യമായി കരഞ്ഞു. ഹോം സ്റ്റേയിൽ എത്തുമ്പോഴേക്കും ഞാൻ തളർന്നിരുന്നു. അവർ ഇറങ്ങുന്നതൊന്നും ഞാൻ ശ്രദ്ധിച്ചില്ല. ആ ഭാഗത്തേക്ക് നോക്കിയതേയില്ല. ഡോർ തുറന്നടയുന്ന ശബ്ദം മാത്രം കേട്ടു. സീറ്റ് പുഷ്ബാക്കിലിട്ട് പിന്നിലേക്ക് ചാഞ്ഞു കിടന്നു. വൈപ്പറിന്റെ അനക്കമില്ലാത്ത മുന്നിലെ ഗ്ലാസിൽ മഴ പൂത്തുലഞ്ഞു പെയ്യുകയാണ്. ഡോറിന്റെ വിടവിലൂടെ അത് അകത്തേക്ക് തള്ളിക്കയറാനും ശ്രമിക്കുന്നുണ്ട്. ഒരുപക്ഷേ ഡാഷ് ബോർഡിൽ വെച്ച മൊബൈലിന് മുകളിലേക്ക് മഴ ചാറുകയായിരിക്കും. പക്ഷേ ഒന്നിനും ഞാൻ മുഖം കൊടുത്തില്ല. കൂട്ടിയും കിഴിച്ചും ഒരു റഡാറിൽ എന്ന പോലെ ഞാൻ സമയത്തെ നിരീക്ഷിച്ചു. അവളെ സംബന്ധിച്ചിടത്തോളം സമയം ഒരു മാരകായുധം പോലെ പ്രവർത്തിക്കുകയായിരിക്കും. എനിക്ക് തല പുകയുന്നതു പോലെ തോന്നി. നീണ്ട ആറു മണിക്കൂറുകൾ കഴിഞ്ഞാണ് സച്ചി വന്ന് വിളിച്ചത്.

"ചേട്ടൻ കയറുന്നില്ലേ... നമ്മള് മൂന്ന് റൗണ്ട് വീതം പോയി വന്നു."

അവൻ ഡോർ തുറന്നു വെച്ചു. ഇരുട്ടു വീണ വഴികളിലൂടെ അവന്റെ പിന്നാലെ നടന്നു. അവൻ തുറന്ന ഡോറിലൂടെ അകത്തു കയറി. താഴെ മാർബിളിൽ അവളുടെ വസ്ത്രങ്ങൾ അങ്ങിങ്ങായി അഴിഞ്ഞു കിടക്കുന്നു. അതായിരുന്നു ആദ്യത്തെ കാഴ്ച. പണ്ടു കൈപ്പാട്ടിൽ നിന്നും പിടിച്ചു കൊണ്ടുവരുന്ന പെരുമ്പാമ്പിന്റെ തോല് മിഥുവും സുധീഷുമെല്ലാം ചേർന്ന് പൊളിച്ചിട്ടതാണ് എന്റെ ഓർമ്മയിലേക്ക് കയറി വന്നത്. പാമ്പിനെ കഴുത്തിൽ കുടുക്കിട്ട് കൊന്ന് തലയിൽ കുരുക്ക് കെട്ടി മരത്തിൽ കെട്ടിത്തൂക്കിയാണ് തോലുരിക്കുക. പേടി കാരണം ഞാനടുത്ത് പോകാതെ ദൂരെ നിന്ന് കാണും. പതിഞ്ഞ കാലടികളോടെ ബെഡ്ഡിനരികിലേക്ക് നടക്കുമ്പോഴും എനിക്കതേ പേടി തോന്നി. മനസ്സ് ശൂന്യമാകുന്നതു പോലെ തോന്നി.

"ഫോൺ ചാർജ് ചെയ്യാൻ വന്നതാണ്."

അവളെ കണ്ടപ്പോൾ ഞാൻ അങ്ങനെയാണ് പറഞ്ഞത്. അവൾ ചാർജർ ചൂണ്ടിക്കാണിച്ചു. എന്റെ കയ്യിൽ ഫോണില്ലായിരുന്ന.ു അത് ഒറ്റുകാരനെപ്പോലെ വണ്ടിയുടെ ഡാഷ് ബോർഡിൽ കിടന്നു. അവൾ ബാഗിൽ നിന്നും അവളുടെ ഫോൺ തന്നെ എടുത്ത് തന്നു. അത് ചാർജറിൽ കണക്റ്റ് ചെയ്ത് ഞാൻ പുറത്തേക്ക് നടക്കാൻ ഭാവിച്ചു.

"പുറത്തേക്ക് പോകുവാണോ. ഒരു പത്തു മിനിറ്റ് ഇവിടിരിക്കാവോ. ഇപ്പോൾ ഇറങ്ങിയാൽ അവരാരേലും കയറി വരും."

യാചിക്കുന്നതു പോലെയാണവൾ ചോദിച്ചത്. അവളുടെ മുടിയിഴകളിൽ വിരലോടിച്ചുകൊണ്ട് ഞാൻ അരികിലിരുന്നു. മനുഷ്യരെ ആശ്വസിപ്പിക്കാനോ അവരോട് നല്ല വാക്കുകൾ പറയാനോ എനിക്കറിയില്ലായിരുന്നു. ആദ്യമെല്ലാം അവളുടെ കണ്ണുകളിലൂടെ കണ്ണുനീർ നേർത്ത

ചാലിട്ട് ഒഴുകി. ഇടയ്ക്ക് എപ്പോഴോ അവൾ ഉറങ്ങിപ്പോയി. സച്ചി ഡോറിൽ തട്ടും വരെ അവളുറങ്ങുകയായിരുന്നു. സച്ചിയുടെ ഇടികൊണ്ട് വാതിൽ യന്ത്രത്തോക്ക് പോലെ ശബ്ദിച്ചു.

“ഏട്ടായീ... എനിക്ക് പറ്റണില്ല. ഞാൻ പൊക്കോളാം. എനിക്ക് ഫുൾ പൈസ തരണ്ട. എനിക്കിവിടുന്ന് പോയാൽ മതി.”

അവളെന്റെ കയ്യിൽ പിടിച്ചു വലിച്ചു. ഞാനാകെ തകർന്ന് തരിപ്പണമായി. ഋതു എന്നെ ഏട്ടായി എന്നാണ് വിളിക്കാറ്. നെഞ്ചിൽ ഒരു കല്ല് ഏറ്റിവെച്ചതു പോലെ മനസ്സിന് ഒരു ഭാരം തോന്നി. പുതപ്പ് വലിച്ചെടുത്ത് വളരെ സാവധാനം അവളെ പുതപ്പിച്ച് പെട്ടെന്ന് കൊണ്ടുവിടാമെന്ന് വാക്ക് പറഞ്ഞാണ് ഞാനിറങ്ങിയത്. എനിക്ക് പതിവില്ലാത്ത ധൈര്യം തോന്നി.

“ഇതെന്താ ചേട്ടാ, മെഗാ സീരിയലോ. സമയം കുറേ ആയല്ലോ. ഇത്ര സമയമൊന്നും തരാൻ പറ്റില്ലാട്ടാ.”

എന്നെ തള്ളിമാറ്റി അകത്തേക്ക് കയറാൻ ശ്രമിച്ച സച്ചിയുടെ ഫ്രണ്ടിനെ ഞാൻ പുറത്തേക്ക് തള്ളി നിർത്തി.

“സമയം ഒത്തിരി ആയില്ലേ.. അവൾക്ക് പോകാറായി. ഞാനവളെ കൊണ്ടുവിടാൻ പോകുകയാ.”

എല്ലാവരും കേൾക്കാൻവേണ്ടി ഞാൻ ശബ്ദമയുർത്തിത്തന്നെ പറഞ്ഞു.

‘അത് നീയാണോ തീരുമാനിക്കേണ്ടത്?’ എന്നാരോ ചോദിച്ചു.

ഞാനത് കാര്യമാക്കിയില്ല. സച്ചിയെ മാറ്റി നിർത്തി ഞാനവളുടെ അവസ്ഥ പറഞ്ഞു.

“അതൊക്കെ അവളുടെ അടവാണ്. ചേട്ടൻ ഒരു പാവം ആയതുകൊണ്ട് ചേട്ടനെ പെട്ടെന്ന് പറ്റിക്കാം. അവള് ക്യാഷ് വാങ്ങിച്ചതല്ലേ...? ഏതായാലും രാവിലെ പറഞ്ഞുവിടാം. പിന്നെ ചേട്ടൻ വെറുതെ ബലം പിടിക്കണ്ട. പിള്ളേര് വെറും അലമ്പാണ്.”

സച്ചി എന്റെ പോക്കറ്റിൽ കയ്യിട്ട് സിഗരറ്റ് തപ്പിയെടുത്തു.

“പിള്ളേര് അലമ്പാണെന്നറിയാം. അത് ഞാനവളുടെ മുഖത്ത് കണ്ടു.”

ഞാനവന്റെ കൈയിലെ സിഗരറ്റ് ബലം പിടിച്ച് തിരികെ വാങ്ങിച്ചു. ശബ്ദം കേട്ട് സച്ചീടെ ഫ്രണ്ട്സ് അങ്ങോട്ട് തള്ളിക്കയറി വന്നു. സച്ചിയവരെ മാറ്റിനിർത്താൻ ശ്രമിച്ചു. പക്ഷേ ഉന്തും തള്ളും ബഹളവുമായി. എന്റെ തന്നെ ട്രാവലറിന്റെ ടയർ അഴിക്കുന്ന ലിവർകൊണ്ട് ആരോ എന്റെ തലയ്ക്ക് വീശി. വെള്ളിടി മിന്നുന്ന ഓർമ്മയിൽ നിന്ന് കണ്ണ് തുറക്കുമ്പോൾ മെഡിക്കൽ കോളേജിലെ ഐ.സി.യുവിൽ ഞാൻ മൂന്ന് ദിവസം പിന്നിട്ടിരുന്നു. ട്രാവലർ ആക്സിഡന്റായെന്നാണ് നാട്ടിൽ

പറഞ്ഞത്. ഓർത്തപ്പോൾ ഇപ്പോൾപോലും എന്റെ ഉള്ളംകൈ വിയർത്തു. സ്റ്റീലിട്ട ഇടതുകൈയിൽ തലോടിക്കൊണ്ട് ഞാൻ ഓർമ്മകളെ ചികഞ്ഞെടുത്തു.

"ഏത് ഹോസ്പിറ്റലിലാ കൊണ്ടുപോയതെന്ന് ആരും പറഞ്ഞില്ല. ഹോം സ്റ്റേയിൽ റെന്റ് കൊടുത്തില്ലാന്ന് പറഞ്ഞ് അവിടുന്നും തെറി വിളി കേട്ടു. അതാ ഞാൻ വന്നു കാണാഞ്ഞത്. പിന്നെ അന്ന് രാത്രി ഞാൻ..." അവൾ വാക്കുകൾക്ക് വേണ്ടി പരതി.

"ഒരു അനിയനുണ്ടായിരുന്നു അവന് ജന്മനാ കേൾക്കാനും സംസാരിക്കാനുമാകില്ല. പക്ഷേ ഞാൻ ആംഗ്യത്തിൽ സംസാരിച്ചാൽ അവനെല്ലാം മനസ്സിലാകും. ഞങ്ങളു നല്ല കൂട്ടായിരുന്നു. പതുക്കെ അവന്റെ കാഴ്ച ശക്തി കുറഞ്ഞുതുടങ്ങി. അമ്മാവന്റെ കാലുപിടിച്ച് കരഞ്ഞിട്ടാ ഒരു പ്രാവശ്യം ഡോക്ടറെ കാണാൻ കൊണ്ടുപോയത്. നിങ്ങളന്ന് വിളിക്കുമ്പോൾ അവന്റെ കാഴ്ച വെറും പതിനാറ് ശതമാനമായി കുറഞ്ഞിരുന്നു. ഞങ്ങൾക്കാരും ഇല്ലാ, അമ്മാവന്റെ വീട്ടിലാ താമസം. അയാളാണ് വളർത്തുന്നത്. അതിനു പകരം ആഴ്ചയിൽ ഒരിക്കൽ അയാൾക്ക് കിടന്ന് കൊടുക്കണം. ഞാൻ കുഞ്ഞായിരിക്കുമ്പോൾ തൊട്ട് അതൊരു ശീലമാ. പക്ഷേ ചേച്ചി പൈസ ഉണ്ടാക്കുംവരെ അവൻ കാത്തുനിന്നില്ല. അവൻ അതിനും മുൻപേ പോയി. ഒരു കണക്കിന് അതാണ് നല്ലത്. ഇങ്ങനെ ജീവിച്ചിട്ട് എന്തിനാണ്..."

അവളെന്റെ ശരീരത്തിൽ നിന്നും പതുക്കെ കൈ അയച്ചു. ഞാനതിന് മറുപടിയൊന്നും പറഞ്ഞില്ല. ജീവിതത്തെക്കുറിച്ച് എനിക്കൊന്നും അറിഞ്ഞുകൂടായിരുന്നു. അന്നത്തെ ദിവസം സാധാരണപോലെ കടന്നു പോയിരുന്നെങ്കിൽ പിറ്റേന്ന് ഞങ്ങൾ പുറപ്പെടേണ്ടത് ഹംപിക്ക് ആയിരുന്നു. സീതാന്വേഷണ വേളയിൽ ഒരു മഴക്കാലത്ത് രാമലക്ഷ്മണന്മാർ താമസിച്ച ഹംപിയിലേക്ക്. ഞാനും സീതയെ അന്വേഷിച്ച് വന്നതാണെന്ന് ഇവിടെ ഇങ്ങനെ ഇരിക്കുമ്പോൾ എനിക്ക് മനസ്സിലായി. ഹംപിയുടെ കൊട്ടാരക്കെട്ടുകളെപ്പോലെ എന്റെ ട്രാവലറും തച്ചുടച്ച നിലയിൽ ആയിരുന്നു എനിക്ക് തിരികെ കിട്ടിയത്. അടുത്ത ദിവസം പോകേണ്ടിയിരുന്ന ഒരുനാടിന്റെ ചരിത്രം സ്വന്തം ജീവിതത്തിൽ പ്രവർത്തിക്കുന്നതിൽ എനിക്ക് അത്ഭുതമൊന്നും തോന്നിയില്ല. മനുഷ്യൻ ചരിത്രത്തിന്റെ സന്തതിയാണെന്ന വസ്തുത എനിക്ക് അറിവുള്ളതായിരുന്നു.

"എന്തായാലും നമുക്കൊരു പെണ്ണിനെ കൊണ്ടുവരണം. ഇപ്പൊഴത്തെ മൂഡ് മാത്രം നോക്കി പറയുന്നതല്ല. ഭാവിയിൽ നമുക്ക് അതൊരു ഗുണമാകും. ഇപ്പോൾ ചേട്ടൻ തന്നെ വേറെ വണ്ടിയിൽ ഓടിച്ച് കൈ തെളിഞ്ഞ ശേഷമല്ലേ ഈ വണ്ടി ഓടിക്കുന്നത്. അല്ലാതെ ഒരു പരിചയവും ഇല്ലാതെ നേരിട്ട് സ്വന്തം വണ്ടി ഓടിച്ചാൽ അതിന് പല തകരാറും വരും. ചിലപ്പോൾ ഗിയർ കുടുങ്ങും. അവിടേം ഇവിടേം ഒക്കെ കൊണ്ടുപോയി ഉരയും.

ആകെ അലമ്പാകും. കല്ല്യാണം കഴിക്കുമ്പോഴും ഇതുതന്നെ അവസ്ഥ. എല്ലാത്തിനും ഒരു പ്രാക്ടീസ് നല്ലതാ... ഇതും അങ്ങനെ കണ്ടാൽ മതി. ഒരു സെക്സ്‌ലാബ് പോലെ ഒരേർപ്പാട്.."

അവളെ കൊണ്ടു വരാൻ കാറുമായി ഇറങ്ങുമ്പോൾ സച്ചി അന്ന് പറഞ്ഞ ഡയലോഗ് വീണ്ടും എന്റെ ഓർമ്മയിലേക്ക് കയറി വന്നു. മുന്നിലേക്ക് ചലിക്കാനാകാതെ കെട്ടിക്കിടക്കുന്ന ആ ട്രെയിനിൽ നിന്ന് ഇറങ്ങിനടക്കുമ്പോൾ അവൾ എന്റെ വിരലുകളിൽ കൈ കോർത്തു പിടിച്ചിരുന്നു.

"ഒരു ദിവസം അറിയുന്നതെല്ലാം പിന്നിൽ ഉപേക്ഷിച്ച് ഇതുപോലെ ഇറങ്ങിപ്പോകണമല്ലേ..."

അവളുടെ ചോദ്യം ഇരുട്ടിൽ എന്റെ ഉത്തരം കാത്തു നിന്നു. അതിന് മറുപടി പറയും മുൻപ് ഒരു തവണ കൂടി ഞാൻ പിന്നിലേക്ക് തിരിഞ്ഞു നോക്കി. ഇരുട്ടിൽ ട്രെയിനിന്റെ എഞ്ചിൻ മാത്രം ഉയർന്ന് നിൽക്കുന്നു. ഏതോ കാട്ടുമൃഗം ഭൂതകാലത്തിൽ ലയിച്ചിരിക്കുന്നതു പോലെയാണ് എനിക്ക് തോന്നിയത്. തല കുടഞ്ഞ് ഞാൻ ഒരിക്കൽക്കൂടി നോക്കി. മിന്നൽ അതിന്റെ ചാട്ടവാറുകൾ വീശുമ്പോൾ വ്യക്തമായി കാണാം. അതു തല കുനിച്ചു നിൽക്കുന്നു. നായാട്ടുകാരുടെ കെണിയിലകപ്പെട്ട് ക്ഷീണിതനായ മൃഗത്തെപ്പോലെ.

■

www.ingramcontent.com/pod-product-compliance
Lightning Source LLC
LaVergne TN
LVHW041618070526
838199LV00052B/3192
* 9 7 8 9 3 8 9 6 7 1 8 6 5 *